அருகர்களின் பாதை

AF766212

ஜெயமோகன்

பிறந்தது 1962, ஏப்ரல் 22ல். பள்ளி நாள்களில் 'ரத்னபாலா' என்கிற சிறுவர் இதழில் முதல் கதையை எழுதினார். 1987ல் 'கணையாழி'யில் எழுதிய 'நதி' சிறுகதை பரவலாகக் கவனம் பெற்றது. 1988ல் எழுதப்பட்ட 'ரப்பர்' நாவல் அகிலன் நினைவுப் போட்டியின் பரிசைப் பெற்றது. இது தவிர கதா விருதும் சம்ஸ்கிருதி சம்மான் தேசிய விருதும் பெற்றுள்ளார். இவர் எழுதிய 'விஷ்ணுபுரம்' தமிழ் இலக்கிய உலகில் பெரிய கவனத்தைப் பெற்றதோடு விவாதத்தையும் ஏற்படுத்தியது. இவரது படைப்புகள் தொடர்ந்து தமிழ் இலக்கிய உலகில் அதிர்வலைகளையும் புதிய சாத்தியங்களையும் ஏற்படுத்திய வண்ணம் உள்ளன. தமிழ் மற்றும் மலையாளத் திரைப்படத் துறைகளிலும் இவரது பங்களிப்பு தொடர்கிறது.

கிழக்கு பதிப்பக வெளியீடுகளாக ஜெயமோகனின் புத்தகங்கள்

வெண்முரசு (மகாபாரதம் நாவல் வடிவில்)

- முதற்கனல்
- மழைப்பாடல்
- வண்ணக்கடல்
- நீலம்
- பிரயாகை
- வெண்முகில் நகரம்
- இந்திரநீலம்
- காண்டீபம்
- வெய்யோன்
- பன்னிரு படைக்களம்
- சொல்வளர்காடு

வெண்முரசு (நாவல் பகுதிகள்)

- எரிமலர்
- புல்லின் தழல்
- செம்மணிக்கவசம்
- இருள்விழி
- ஆயிரம் கைகள்

பிற நூல்கள்

- விஷ்ணுபுரம்
- ஏழாம் உலகம்
- உலோகம்
- கன்னிநிலம்
- ஊமைச்செந்நாய்
- ஜெயமோகன் சிறுகதைகள்
- ஜெயமோகன் குறுநாவல்கள்
- விசும்பு (அறிவியல் புனைகதைகள்)
- பேய்க்கதைகளும் தேவதைக்கதைகளும்
- நாவல் (கோட்பாடு)
- சாட்சிமொழி
- முன்சுவடுகள்
- வாழ்விலே ஒரு முறை
- லோகி (லோகிததாஸ் நினைவு)
- நவீன தமிழ் இலக்கிய அறிமுகம்
- புதியகாலம் (இலக்கிய விமர்சனம்)
- இன்று பெற்றவை (நாட்குறிப்புகள்)
- சிலுவையின் பெயரால்
- இந்து ஞான மரபில் ஆறு தரிசனங்கள்
- இந்திய ஞானம்
- புல்வெளிதேசம் (ஆஸ்திரேலிய பயணக்கட்டுரை)
- அண்ணா ஹசாரே
- அபிப்பிராய சிந்தாமணி
- சொல்முகம்
- தனிக்குரல்
- அருகர்களின் பாதை
- இந்தியப் பயணம்
- நூறு நிலங்களின் மலை
- குகைகளின் வழியே
- ஈழ இலக்கியம்
- இலக்கியவிவாதக் கட்டுரைகள்
- சூரியதிசைப் பயணம்

அருகர்களின் பாதை

ஜெயமோகன்

கிழக்கு

அருகர்களின் பாதை
Arugargalin Paathai
Jeyamohan ©

First Edition: December 2016
272 Pages
Printed in India.

ISBN 978-81-8493-679-7
Kizhakku - 958

Kizhakku Pathippagam
177/103, First Floor,
Ambal's Building, Lloyds Road,
Royapettah, Chennai - 600 014.
Ph: +91-44-4200-9603

Email : support@nhm.in
Website : www.nhm.in

kizhakkupathippagam
kizhakku_nhm

Author's Email: jeyamohan.writer@gmail.com

Author's Website: www.jeyamohan.in | venmurasu.in

Kizhakku Pathippagam is an imprint of New Horizon Media Private Limited.

குமரகுருபரனின் நினைவுக்கு

உள்ளடக்கம்

அறத்தின் தடத்தில்

2007ல் கிருஷ்ணன் உள்ளிட்ட ஈரோட்டு நண்பர்கள் அறிமுகமான போது ஆண்டுக்கு இருமுறை ஈரோடு செல்லும் வழக்கமிருந்தது. அப்போது ஒருமுறை நண்பர்களுடன் இருசக்கரவண்டிகளில் விஜயமங்கலம், அரச்சலூர் உள்ளிட்ட சமணத்தலங்களுக்குச் சென்றிருந்தோம். இப்பகுதிகளில் எஞ்சியிருக்கும் ஓரிரு சமணர்களும் இந்து மதத்துக்கு மாறிவிட ஆலயங்கள் பெரும்பாலும் பூட்டியே கிடக்கின்றன. சில கோயில்களில் சமண தெய்வங்களுக்கு உள்ளூர் இந்து தெய்வங்களின் பெயர்களைச் சூட்டி வழிபடுவதும் நிகழ்கிறது.

அன்று சமணம் பற்றி நெடுநேரம் பேசிக்கொண்டிருந்தோம். சமணத்தின் மையக்கொடை என்பது இந்தியா முழுக்க வணிகப் பாதைகளை உருவாக்கி ஒரு மாபெரும் குருதியோட்டத்தை அமைத்தது தான் என்று நான் சொன்னேன். சமணத்தின் அகிம்சைக் கொள்கை இந்தியாவெங்கும் பரவியிருந்த பல்லாயிரம் தொல்குடிகளை அவர்களுக்கிடையேயான பூசல்களை அகற்றி ஒருங்கிணையச் செய்தது. பண்பாட்டுப் பரிமாற்றத்தையும் வணிக ஊடாட்டத்தையும் உருவாக்கியது.

சமண மதத்தின் இக்கொள்கை வணிகர்களின் வளர்ச்சிக்குச் சாதகமாக இருந்தமையால் வணிகர்கள் சமணத்தை வளர்த்தனர். இவ்வாறாக வணிக மதமாக சமணம் இந்தியாவில் படர்ந்தது. அரசர்கள் சமண மதத்தைத் தழுவினார்கள். ஏனென்றால், போரில்லாமலேயே நாடுகள் ஒருங்கிணைந்தன. கொள்ளை இல்லாமலேயே வரி வசூல் மூலம் கருவூலம் நிறைந்தது. இந்தியாவுக்கு தீர்த்தங்கரர்களின் பெருங் கருணை அளித்த கொடை.

இன்றுகூட வடகிழக்கு மாநிலங்களின் பிரச்னை இதுவே எனக் காணலாம். இந்து மதம், பௌத்தம் போன்ற பெருமதங்கள் வேரூன்றிய நிலங்களில் இனக்குழுப் பூசல்கள் இல்லை. மதம் அவர்களை ஒரு பெருந்தொகுப்புக்குள் அடுக்கி ஓர் ஒழுங்கை

உருவாக்கிவிடுகிறது. இனக்குழு வழிமுறை ஓங்கிய பகுதிகளில் தீரா மோதலும் குருதி வீழ்தலுமாகச் சென்றுகொண்டிருக்கிறது வரலாறு.

அந்த உரையாடலின் ஒரு பகுதியாக நான் சமணர்களின் ஐந்தறம் குறித்துச் சொன்னேன். உணவு, உறைவிடம், கல்வி, மருத்துவம், அறமுரைத்தல் என ஐந்து கொடைகளை அவர்கள் தங்கள் அடிப்படை அறச்செயல்களாகக் கருதினார்கள். சமண முனிவர்கள் படுக்கும் இடமே பள்ளி. பள்ளை என்றால் விலா. பள்ளி என்றால் படுப்பது (பள்ளியானையின் உயிர்த்து-கபிலர் குறுந்தொகையில்). சமணர்களின் குகையிடங்களில் படுப்பதற்கான பாறைவெட்டுக்களை அரசரும் வணிகரும் அமைத்துக்கொடுத்தனர். அவை பள்ளித்தலங்கள் என்று சொல்லப்பட்டன. அங்கே கல்வி அளிக்கப்பட்டமையால்தான் நாம் கல்வி கற்குமிடத்தை பள்ளி என்று சொல்லத் தொடங்கினோம்.

இந்து மதம் அல்லாத மதங்களின் கூட்டு வழிபாட்டிடங்களை இங்கே பள்ளி என்று சொல்வது சமணச் சொல்லாட்சியிலிருந்து வந்ததே. கிறித்தவ, இஸ்லாமிய வழிபாட்டிடங்களை பள்ளி எனச் சொல்வதுண்டு. உலகின் முதல் 'மிஷனரி மதம்' சமணம்தான். சேவை வழியாக மதக் கருத்துகளைக் கொண்டுசென்று சேர்த்தனர். இந்தியா முழுவதிலும் அவர்களின் மையங்கள் அன்னசாலைகள் என்றே அறியப்படுகின்றன. அன்ன வாசலும் சித்தன்ன வாசலும் இன்றும் அவர்களின் மையங்களாக அறியப்படுகின்றன.

சமணர்களால் உருவாக்கப்பட்ட அறச்சாலைகள் ஒருவர் ஒருநாளில் நடக்கும் தொலைவுக்கு ஒன்றுவீதம் இந்தியா முழுக்க உள்ளன என்று வாசித்திருந்தேன். அதைச் சொன்னபோது உண்மையிலேயே அப்படி இருக்கின்றனவா, இன்று எப்படி இருக்கின்றன என்று பார்க்க வேண்டும் என்ற எண்ணம் ஏற்பட்டது. ஐந்து ஆண்டுகள் கழித்து 2102ல் தான் அப்பயணம் சாத்தியமானது. ஜனவரி 15 ஆம் தேதி ஈரோட்டிலிருந்து கிளம்பினோம். நான், கே.பி.வினோத், கிருஷ்ணன், ராஜமாணிக்கம், முத்துகிருஷ்ணன், கே.வி.அரங்கசாமி, கடலூர் சீனு ஆகியோர். வழியில் அரங்கசாமி இறங்கிக்கொள்ள செந்தில்குமார் தேவன் சேர்ந்துகொண்டார்.

நாங்கள் எண்ணியதற்கு மாறாக இந்தியா முழுக்க சமணர்களின் அறச்சாலைகள் இன்றும் செயல்பட்டுக்கொண்டிருக்கின்றன என்பதுதான் எங்கள் பயணத்தின் கண்டடைதல். பெப்ருவரி 13 வரை நீண்ட ஒருமாதகாலப் பயணத்தில் மிகக்குறைவாகவே நாங்கள் வெளியே தங்க நேர்ந்தது. பெரும்பாலும் சமண அறநிலைகளில் இலவசமாக உணவும் உறைவிடமும் கிடைத்தன. எங்கள் பயணநோக்கம்கூட அவர்களால் கேட்கப்படவில்லை. சில

இடங்களில் எங்களுக்காக மட்டுமே சமைத்தனர். ஆளரவமில்லா மலைகளின் அடியிலிருந்த சமணநிலைகளில் எங்களுக்காகவே துப்புரவுசெய்து தங்கவைத்து உபசரித்தனர். காருக்கான செலவைத் தவிர்த்தால், உணவு, உறைவிடம் வழியில் டீ சாப்பிட்டதெல்லாம் சேர்த்து தலைக்கு 2500 ரூபாய்தான் மொத்தச்செலவு!

இன்று நினைக்கையில் சிலிர்க்கச்செய்யும் பயணமாக இருக்கிறது இது. பின்னர் எத்தனையோ பயணங்கள். ஆனால் இந்தப் பயணம் அளவுக்கு எதுவுமே முழுமையானதாக அமையவில்லை. முற்றிலும் அறியப் படாத ஒரு வரலாற்றினூடாகச் சென்றதுதான் அந்த முழுமைக்கான காரணம். பல சமண ஆலயங்களில் நாங்கள் மட்டுமே இருந்தோம். பலவற்றை வழி விசாரித்துத் தேடி அலைந்து கண்டுபிடித்தோம். பல இடங்களில் வழி தவறினோம். எதிர்பாராத ஆச்சரியங்கள் எங்கும் இருந்தன. பொது வரலாறு மறந்துவிட்டுக் கடந்துசென்ற மாபெரும் பண்பாட்டுச்சின்னங்கள், மகத்தான கலைக்கூடங்கள். இன்று ஒரு பெரும் கனவுபோலிருக்கிறது அப்பயணம்.

இக்கட்டுரைகளைத் திருத்தி எழுதி நூலாக்கவேண்டுமென்றே இத்தனை நாள் காத்திருந்தேன். ஆனால், திருத்தி எழுதமுடியவில்லை. காரணம் அந்த மனநிலைக்குள் மீண்டும் செல்லமுடியவில்லை. ஒவ்வொருநாளும் பயணம் முடிந்து வந்து நீராடிவிட்டு அமர்ந்து அன்றைய அனுபவத்தை எழுதி இணையத்தில் ஏற்றிவிட்டுத் தூங்கச்செல்வேன். பலசமயம் கொந்தளிப்பான பதிவாக இருக்கும். சிலசமயம் வெறும் குறிப்புகளாக எஞ்சும். இயல்பாகவே இவை அந்தந்த நாளின் மனநிலையை பிரதிபலித்தன. இலக்கிய ஆக்கமாக இவற்றின் மதிப்பு என்னவென்று தெரியவில்லை, இப்படி ஒருவகையான கச்சாத்தன்மையுடன் இருப்பதே சரியான பதிவு என்று இப்போது படுகிறது.

இந்நூலை என் அன்புக்குரிய குமரகுருபரனின் நினைவுக்குச் சமர்ப்பிக்கிறேன்.

ஜெயமோகன்
டிசம்பர் 2016

கோமதீஸ்வரர், விந்தியகிரி மலை - சிரவணபெலகொலா
(சமணர்கள் இவரை பாகுபலி என்று அழைக்கிறார்கள்)

- 1 -

கனககிரி, சிரவண பெலகொலா

ஈரோட்டுக்கு பன்னிரண்டாம் தேதி நள்ளிரவிலேயே வந்துவிட்டேன். கிருஷ்ணன் ரயில்நிலையத்துக்கு வந்திருந்தார். நேராக விஜயராகவனின் வீட்டுக்குச் சென்றோம். அங்கே பிரகாஷ் சங்கரன் வந்திருந்தார். செக் குடியரசில் உயிரியலில் ஆய்வு செய்கிறார். சோழவந்தான்காரர். இணைய வாசகர். என் தளத்தில் அவரது நிறைய கடிதங்கள் வெளியாகி யிருக்கின்றன. குடுமி வைத்துக்கொண்டு வித்தியாசமாக இருந்தார். இரவு முழுக்கப் பேசிக்கொண்டிருந்தோம். நான் கொஞ்சம் பிந்தித்தான் தூங்க முடிந்தது.

காலையில் எழுந்ததும் கம்பராமாயணம் பற்றி மலையாளத்தில் ஒரு கட்டுரை எழுத வேண்டியிருந்தது. ஆற்றூர் ரவிவர்மா கம்பராமா யணத்தில் இருந்து தேர்வு செய்த பாடல்களை மொழியாக்கம் செய்து ஒரு நூல் கொண்டுவருகிறார். அதற்கு ஒரு முன்னுரை. பலகாலமாக சொல்லிக்கொண்டிருந்தார். நான் மறந்தே விட்டேன். சட்டென்று கூப்பிட்டுக் கட்டுரை உடனே வேண்டும் என்றார். பயணத்துக்கு முன்னரே எழுதினால்தான் என்று தோன்றியது. காலை ஆறு மணிக்கு அலைபேசியில் எழுப்பியை வைத்து எழுந்து எழுத ஆரம்பித்தேன். அந்த மனநிலைதான் காரணம் என்று தோன்றியது, சட்டென்று எழுத முடிந்தது. சரசரவென்று பதினாறு பக்கத்துக்கு எழுதிவிட்டேன். கட்டுரையின் அமைப்பும் மொழியும் கச்சிதமாகவே அமைந்து விட்டது. ஆற்றூருக்கு அனுப்ப ஏற்பாடுசெய்தேன்.

பகல் முழுக்க நண்பர்களுடன் அளவளாவுவதிலேயே போயிற்று. நண்பர்கள் வந்தபடியே இருந்தார்கள். விஜயராகவனின் வீடு காலியாக இருந்தமையால் பேசுவதற்கு வசதியாக இருந்தது. ஈரோடு வலைப்பதிவர் சங்கத் தலைவர் தாமோதர் சந்துரு வந்து அவரது மகன் திருமணத்துக்கு அழைப்புக் கொடுத்தார். அப்போது நாங்கள்

ராஜஸ்தானில் இருப்போம் என்று சொன்னோம். மனம் முழுக்க பயண நினைவுகளாக இருந்தது. பேசிக்கொண்டே இருந்தோம். மதியம் கடலூர் சீனு வந்து சேர்ந்தார். மாலையில் கெபி வினோதும் முத்துக் கிருஷ்ணனும் வந்தார்கள். முத்துக்கிருஷ்ணன் ஜெர்மனியில் கணிப்பொறித் துறையில் பணியாற்றுகிறார். அன்றும் தூங்குவதற்கு நெடுநேரமாகியது.

காலை நான்குமணிக்கு எழுந்தோம். இரவு இரண்டரைமணிக்கே கோவையில் இருந்து அரங்கசாமி காரில் கிளம்பி வந்து கொண்டிருந்தார். அவரது மாமியார் பொங்கல், முறுக்கு செய்து கொடுத்தனுப்பியிருந்தார்கள். திருப்பூர் வாசக நண்பர் சந்திரகுமாரும் மூன்று நாட்களுக்குப் போதுமான அளவுக்கு உணவு செய்து கட்டிக் கொடுத்திருந்தார். எல்லோருக்கும் தேவையான உடைகளும் வாங்கியனுப்பியிருந்தார். எல்லாவற்றையும் ஏற்றிக்கொண்டு அரங்கா காலை நாலரை மணிக்கு வந்துசேர்ந்தார். ஐந்து மணிக்கு சரியாகத் திட்டமிட்டபடி கிளம்பிவிட்டோம். இன்னோவா வண்டி. மொத்தம் ஏழுபேர். அரங்கசாமி, நான், கிருஷ்ணன், சீனு, முத்துக்கிருஷ்ணன், ராஜமாணிக்கம், வினோத். ஓட்டுநர் ஓர் இளைஞர்.

அதிகாலை குளிரில் பேசிக்கொண்டே சென்றோம். நடுவே காலை விடிய ஆரம்பித்தபோது சத்தியமங்கலத்தை அடைந்தோம். கர்நாடக எல்லைக்குள் புகுந்து மஞ்சள் ஒளியைப் பார்த்தபடி சென்றோம். முதல் இலக்கு கனககிரி. சாம்ராஜ்நகர் அருகே மலையூர் என்ற சிற்றூரில் உள்ளது இந்தச் சிறிய குன்று. கனககிரிக்குக் கர்நாடக வரலாற்றில் முக்கியமான இடமுண்டு. கர்நாடகத்தின் மிகப் புராதனமான சமணத் தலங்களில் ஒன்று. தமிழ்நாட்டுக்கு வரும் சமண வணிகப்பாதைகள் சத்தியமங்கலம் மலையிடைவெளியை நோக்கி வரும் வழியில் அமைந்துள்ள இந்த இடம் ஒருகாலத்தில் முக்கியமான மத மையமாக இருந்திருக்கக்கூடும். புராதன சமண வரலாற்றாசிரியரான நகோபோம ஷைலா இந்த இடத்தைக் குறிப்பிட்டிருக்கிறார். பல தொன்மையான சமண நூல்களில் கனககிரி பற்றிய குறிப்பு இருக்கிறது. தமிழக வரலாற்றுடன் சம்பந்தப்படுத்தி இந்த ஊரை எவரும் பார்த்ததாகத் தெரியவில்லை. குறிப்பாக தமிழகத்துக்குக் களப்பிரர் வந்த பாதை இது என ஒரு கருத்து நிலவுகிறது. கனககிரியின் பொற்காலம் கி.பி. இரண்டாம் நூற்றாண்டு முதல் ஐந்தாம் நூற்றாண்டு வரை. அதாவது களப்பிரர் காலகட்டத்தில்தான்.

இங்கே மறைந்த சமண முனிவர்களின் பாதங்கள் செதுக்கப்பட்ட தடங்களும் சமாதி மண்டபங்களும் உள்ளன. பலவகையான தொன்மை யான இடிபாடுகள். களப்பிரர் காலகட்டத்து ஆலயம். அது குள்ளமான சிறிய ஆலயம்தான். வட்டமாகக் கடையப்பட்ட தூண்கள். கனமான தாழ்ந்த கல் கூரை. கருவறைக்குள் பார்ஸ்வநாதர். இந்தக்கோயில் பன்னிரண்டாம் நூற்றாண்டிலும் பின்னர் பதினாறாம் நூற்றாண்டிலும்

மீண்டும் எடுத்துக்கட்டப்பட்டிருக்கிறது. சமீபமாக மீண்டும் கட்டுமான வேலைகள் நிகழ்கின்றன. மலைமீதிருந்த சமண அடிகள் சிலைகளை எல்லாம் சிறு சிறு கோயில்களாகக் கட்டிக்கொண்டிருக் கிறார்கள். பன்னிரண்டாம் நூற்றாண்டில் கோயிலைச்சுற்றி ஒரு சின்ன கோட்டைச்சுவரைக் கட்டியிருக்கிறார்கள். இவ்வளவு பெரிய ஓர் இடத்தை அந்த ஆளில்லா கிராமச்சூழலில் மொட்டை மலைமேல் நாங்கள் யாருமே எதிர்பார்க்கவில்லை. தமிழக வரலாற்றுடன் பின்னிப்பிணைந்த இந்தக் கோயிலையும் இந்த ஊரையும் தமிழக வரலாற்றாசிரியர்கள் கண்டுகொண்டதேயில்லை.

கனககிரி. இது கி.மு. ஒன்றாம் நூற்றாண்டு முதலே இருந்துவரும் சமணத் தலம். ஹேமாங்க தேஷா போன்ற புராதன சமணநூல்களில் இந்தத் தலம் பற்றிய குறிப்புகள் உள்ளன என்கிறார்கள். இதுபோன்ற நூல்களைத் தமிழகத்தின் 'இருண்ட' காலமான களப்பிரர் கால கட்டத்துடன் ஒப்பிட்டு விரிவான ஆராய்ச்சிகளைச் செய்யவேண்டி யிருக்கிறது. இருபத்துமூன்றாம் தீர்த்தங்கரரான மகாவீரர் இங்கே வந்திருக்கிறார் என்று சொல்லப்படுகிறது. அவரது சாமவசரானா என்ற திருவுரை இங்கே நிகழ்ந்தது என்கிறார்கள். கனககிரி தென்னிந்தியாவின் ஒரே சித்தேஸ்வரம். சமண தீர்த்தங்கரர் முக்தியடைந்த இடம்.

இங்கே சமணப் படுக்கைகளும் காலடிச்சுவடுகளும் உள்ளன. கி.பி. நான்கு அல்லது ஐந்தாம் நூற்றாண்டில் வாழ்ந்த பூஜ்யபாதாச்சாரியார் என்ற சமணமுனிவர் வாழ்க்கையுடன் பிணைந்த இடம் இது. இங்கேதான் அவர் சமாதியானார். பூஜ்யபாதாச்சாரியார் மாபெரும் மருத்துவர். தத்வார்த்தசூத்ரா, சர்வார்த்தசித்தி போன்ற தொன்மையான சமணநூல்களுக்கு உரை எழுதியவர். ஜைனேந்திர வியாகரண என்ற இலக்கணநூலையும் எழுதியிருக்கிறார். சமண சமஸ்கிருதத்துக்கான ஆதாரமான இலக்கணநூல் இதுவே.

இங்குள்ள மையக்கோயிலில் பார்ஸ்வநாதர் சிலை உள்ளது. காயோத்சர்கா நிலையில் அவர் இருக்கிறார். பார்ஸ்வநாதர் ஹொய்சள மன்னர்களின் இஷ்ட தெய்வமாக வழிபடப்பட்டவர். பார்ஸ்வநாதரின் யட்சியான பத்மாவதி தேவி அருகே இருக்கிறார். கி.பி.ஐந்தாம் நூற்றாண்டில் கங்கமன்னர்களால் கட்டப்பட்ட கோயில் இது என்று சொல்லப்படுகிறது. சந்திரசாகரர் என்ற சமணமுனிவர் சென்ற நூற்றாண்டில் கனககிரியில் வாழ்ந்து இதற்குத் திருப்பணி செய்திருக்கிறார்.

கோயிலுக்கு வெளியே உயரமான பார்ஸ்வநாதர் சிலை வெட்ட வெளியில் நிற்கிறது. கீழே பத்மாவதி யட்சியின் சிலை. நுட்பமான சிற்பவேலைகள் கொண்ட சிலை அது. பெரும்பாலான சமணக் கோயில்களைப் போல இங்கும் சமண நூல்நிலையமும் சமண முனிவர்கள் வந்தால் தங்குவதற்கான தவச்சாலையும் உள்ளது. சமணர்கள் வந்தால் தங்குவதற்கான போஜனசாலையும் இங்கே

உள்ளது. இங்கேயே கொண்டுவந்த உணவை சாப்பிடலாமென முடிவெடுத்தோம். சாப்பிட்டுவிட்டுக் கிளம்பி மைசூர் சென்றோம்.

மைசூரை அடையாமல் சுற்றிக்கொண்டு கோமத்கிரி சென்றோம். மைசூரில் இருந்து 25 கி.மீ.தொலைவில் உள்ளது கோமத்கிரி. இங்கே தான் முதன்முதலாக நாங்கள் பாகுபலி சுவாமியை தரிசிக்கிறோம். செங்குத்தான ஒற்றைப்பாறைமீது வெட்டப்பட்ட படிகள் வழியாக ஏறிச் சென்றால் மேலே உள்ள சிறுகோயில்தான் கோமத்கிரி பாகுபலி சுவாமி கோயில். சமணர்களின் முக்கியமான வழிபாட்டிடமாக இருந்துள்ளது. கி.பி.இரண்டாம் நூற்றாண்டில் களப்பிரர் காலத்தில் உருவான சமண மையமான கோமத்கிரி இன்றுவரை தொடர்ச்சியாக வழிபாட்டிடமாகவே இருந்து வந்துள்ளது.

இங்குள்ள பாகுபலி சுவாமி சிலை, 700 வருடம் தொன்மையானது. பன்னிரண்டாம் நூற்றாண்டில் இது உருவாக்கப்பட்டது. இந்த மலை ஷ்ராவண குட்டா என்று அழைக்கப்படுகிறது. விஜயநகர அரசின் தொடக்க காலகட்டத்தில் அமைக்கப்பட்டது இந்த ஒற்றைக்கல் சிலை. ஒற்றைக்கல்லில் ஓங்கி நிற்கும் சிலை அன்றி இங்கே வேறு ஏதும் சிலைகள் இல்லை. சிலையைச்சுற்றி சிறிய ஒரு மண்டபம். அருகே சமண முனிவர்களின் பாதங்கள் பொறிக்கப்பட்ட கற்களை நிறுவி வழிபடும் பல சிறு கோயில்கள்.

பாகுபலி சுவாமியின் கதை சமண பௌத்த முனிவர்களின் கதைகளில் வருவதுதான். பாகுபலி பற்றிய கதையும் சிலைகளும் தென்னகத்தைச் சேர்ந்தவையாகவே உள்ளன. அதிகமும் கர்நாடகத்தில் வட இந்தியாவில் இவை அநேகமாக இல்லை. சமண தீர்த்தங்கரரான ரிஷபதேவரின் மகன் இவர் என்பது புராணம். ரிஷபதேவர் போடன்பூர் என்ற நாட்டின் மன்னராக இருந்தார். இவரது கதை சமணநூலான ஆதிபுராணத்தில் உள்ளது. பத்தாம் நூற்றாண்டுக் கன்னடக் கவிஞரான ஆதிகவி பாம்பா உரையிடையிட்ட பாட்டுடைச்செய்யுள் சமஸ்கிருதத்தில் சம்புசி என்ற வடிவில் கோமதேஸ்வரின் கதையை எழுதியிருக்கிறார். இந்தக்கதையில் இருந்து ஊகிக்கக்கூடிய ஒன்றுண்டு. அதாவது நாம் நினைப்பது போல சமணம் ஒரு வட இந்திய மதம் அல்ல. அதன் பல தீர்த்தங்கரர்கள் தென்னிந்தியர்கள். எப்படி கன்னடநாடு முழுக்க ரிஷபதேவர் வழிபடப்படுகிறாரோ அதேபோலத் தமிழகம் முழுக்க பார்ஸ்வநாதர் வழிபடப்படுவதைக் காணலாம். அவர் தமிழகத்தைச் சேர்ந்தவராக இருக்கலாம். வர்த்தமான மகாவீரர்தான் இருபத்துமூன்று தீர்த்தங்கரர்களையும் வரிசைப்படுத்தி சமண மதத்தை உருவாக்கியவர். அவர் வட இந்தியர். அவரது அந்தத் தொகுப்புப்பணி என்பது இந்தியாமுழுக்க இருந்த ஒரு பெரும் ஞானமரபை ஓர் அமைப்பாகக் கட்டமைத்தது மட்டுமே என்று தோன்றுகிறது. சமண தீர்த்தங்கரர்கள்தான் ஆசீவக மதத்துக்கும்

தீர்த்தங்கரர்கள். ஆசீவகம் சமண மதத்துக்கு மூத்தது. அது தமிழகத்தில் சமணம் வருவதற்கு முன்னரே வலுவாக இருந்தது. கணியன் பூங்குன்றனின் யாதும் ஊரே யாவரும் கேளிர் என்பது முழுமையாகவே ஆசீவகக் கருத்துகளைச் சொல்லும் பாடல். அதாவது சமணம் தமிழகத்துக்கு வந்த மதம் அல்ல. சமணத்தின் உருவாக்கத்தில் தமிழகத்தின் பங்கு முக்கியமானது.

ரிஷபதேவர் நாட்டை மைந்தர்களுக்குப் பங்கிட்டுக் கொடுத்துவிட்டு காடுசென்று தவம்செய்து தீர்த்தங்கரராக ஆனார். பாகுபலியின் அண்ணனின் பெயர் பரதன். பாகுபலி இளமையிலேயே அழகும் அறிவும் கொண்டவராக இருந்தார். மக்கள் அவரையே விரும்பினார்கள். ஆகவே அண்ணனுக்கு அவர்மேல் பொறாமை ஏற்பட்டது. தந்தை அவர்கள் இருவருக்கும் நாட்டைப் பங்குபோட்டுக்கொடுத்தார். ஆனால் அண்ணன் தம்பியின் பங்கையும் அபகரிக்க நினைத்துப் படைதிரட்டினார். போரில் பலர் மாள்வதைத் தடுப்பதற்காக பாகுபலியும் பரதனும் ஓர் மல்யுத்தத்தில் ஈடுபடுவதாக ஏற்பாடுசெய்யப்பட்டது. திருஷ்டியுத்தம், ஜலயுத்தம், மல்யுத்தம் ஆகிய போர்களில் அவர்கள் ஈடுபட்டார்கள். பாகுபலி என்றால் வலிமையான புஜம் கொண்டவர் என்று பொருள்.

ஆகவே எளிதில் பரதனை பாகுபலி வென்றார். போரில் அண்ணனைக் கடைசியாக அடித்துக் கொல்லவேண்டும். ஆனால் அதற்குப்பதிலாகத் தன் தலைமயிரைத் தானே பறித்துவீசி சமணத் துறவியாகக் கிளம்பிச்சென்றார். ஞானம் தேடி சமண தீர்த்தங்கரரான ரிஷபதேவரை அணுகி சீடரானார். அண்ணனுக்கே நாட்டைக் கொடுத்துவிட்டார். பரதன் மனம் திரும்பினார். கொஞ்சநாள் அவர் மன்னராக இருந்தபின் அவரும் துறவுபூண்டு ரிஷபதேவரின் சீடராக ஆனார். அவரிடம் தியானம் பயின்று கேவலஞானத்தை அடைந்தார். பாகுபலி நின்று கொண்டே தவம் செய்து முக்தி அடைந்ததாகச் சொல்லப்படுகிறது. அவரது உடலில் கொடிகள் முளைத்தேறின. அவரது கால்களைச் சுற்றிலும் புற்று உருவானது.

பாகுபலியைப்பற்றி ஒருகதை உள்ளது. நெடுங்காலம் தவம்செய்து கொண்டிருந்த பாகுபலி முக்தியடையவில்லை. அதைப்பற்றி அவரது தங்கைகள் பிராம்மி, சுந்தரி இருவரும் ஆதிநாதரிடம் கேட்டார்கள். பாகுபலி யானைமேலிருந்து இறங்காதவரை முக்தியில்லை என்று ஆதிநாதர் சொன்னார். உடனே பாகுபலியைக் காணவந்த அவரது சகோதரி அவர் ஓர் யானைமேல் நின்றுகொண்டிருப்பதைக் கண்டார். 'அண்ணா யானைமேல் நின்றா தவம்செய்கிறாய்?' என்று கேட்டார். அப்போதுதான் பாகுபலிக்குத் தெரிந்தது, நான் கடும்தவம்செய்கிறேன் என்ற அகங்காரம்தான் அவரது கடைசித்தடை. அவர் அதன் மீதுதான் நின்றுகொண்டிருந்தார். அதை உதறியபின் அவருக்கு ஞானம் கிடைத்தது.

கோமதீஸ்வரர் இருப்பதனால் கோமத் கிரி என்று இந்தமலைக்குப் பெயர். இங்குள்ள கோமதீஸ்வரர் சிலை 20 அடி உயரமானது. இதற்கும் சிரவணபெலகொலா போன்றே 12 வருடங்களுக்கு ஒருமுறை மகாமஸ்தகாபிஷேகம் செய்யப்படுகிறது. கோமத்கிரியிலும் போஜன சாலையும் தர்மசாலையும் உண்டு. சுற்றிலும் திறந்து விரிந்து கிடக்கும் தக்காணப்பீடபூமி. உயரமற்ற மரங்களும் வயல்களும் கொண்ட நிலம் இது. கோமத்கிரியில் இருந்து சிரவணபெலகொலா சென்றோம். செல்லும் வழியில் கொஞ்சம் வழிதவறி நாற்பது நிமிடம் தாமதமாக ஐந்து மணிக்கு சிரவணபெலகொலாவை அடைந்தோம். அங்கே தர்மசாலையில் நானூறு ரூபாய்க்கு எட்டுப்பேரும் தங்க இடவசதி கிடைத்தது. நான் அவசரமாகக் குளித்தேன். வேகமாக நடந்து இருட்டுவதற்குள் கோமதீஸ்வரரை தரிசிக்கச் சென்றோம்.

கோமதீஸ்வரர் இருக்கும் விந்தியகிரி அல்லது இந்திரகிரி என்ற மலை இங்குள்ள இரட்டை மலைகளில் உயரமானது. ஐந்நூறு படிகளுக்கு மேல் இருக்கும். பிரமாண்டமான ஒற்றைப்பாறை மலை இது. பாறையில் செதுக்கப்பட்ட படிகள். அந்தப் பாறைமேல்தான் கோமதீஸ்வரரின் கோயிலும் பிரமாண்டமான சிலையும் உள்ளது. சிரவணர்களின் வெள்ளைக் குளம் என்று பொருள்படும் இந்த ஊர். சில கல்வெட்டுகளில் சமஸ்கிருதத்தில் தவளசரோவரம் என இந்த ஊர் சொல்லப்பட்டுள்ளது.

1983ல் இந்த ஊருக்குத் தனியாக நான் முதலில் வந்தேன். 1986ல் மீண்டும் வந்தேன். 2006ல் நானும் வசந்தகுமாரும் யுவன்சந்திரசேகரும் சண்முகத்தின் காரில் மீண்டும் வந்தோம். அப்போது மகாமஸ்தகாபிஷேகம் நடைபெற்றது. அதைப்பார்த்தபின் காரிலேயே தென் கனராவின் சமணநிலையங்களைப் பார்த்தோம். அன்று இச்சிலையின் மகாமத்தகம் - பெரும் சிரம் - மீது குங்குமமும் மஞ்சள் பொடியும் சந்தனமும் விபூதியும் பாலும் கொட்டப்பட்டு அபிஷேகம் செய்யப்பட்டபோது சிலையின் வண்ணம் மாறிக்கொண்டே இருந்த காட்சி என் கனவுகளில் மீண்டும் மீண்டும் வந்திருக்கிறது. பாகுபலி சுவாமியின் இச்சிலை 17 மீட்டர் (57 அடி) உயரம் கொண்டது. இது சவுண்டராய என்பவரால் கி.பி. 988 ல் அமைக்கப்பட்டது. இவர் கங்கமன்னர் ராச்சமல்ல சத்யவாகரின் அமைச்சராக இருந்தார். இதுதான் உலகின் உயரமான ஒற்றைக்கல் சிலை என்று சொல்லப்படுகிறது.

கோமதீஸ்வரரின் முன் இருட்டும் வரை அமர்ந்திருந்தோம். சுற்றும்விரிந்த நிலத்தில் விளக்குகள் எரிய ஆரம்பித்தன. அமைதியான நகரம் இது. வழிபாடு என்ற பேரில் ஓலங்கள் இல்லை. வணிகக் கூக்குரல்களும் இல்லை. ஆறரை மணிக்குக் கோயிலை மூடுவார்கள். பூசாரி எங்களை வெளியே போகச்சொல்லும்வரை மேலேயே இருந்தோம். பின்னர் அங்கேயே படிகளில் அமர்ந்து பேசிக்கொண்டிருந்தோம். ஏழரை மணிக்குக் கீழிறங்கி விடுதிக்கு வந்தோம்.

- 2 -

சந்திரகிரி, தர்மஸ்தலா, ரத்னகிரி

பதினைந்தாம் தேதி அதிகாலையிலேயே எழுந்துவிட்டோம். முந்தையநாள் இரவு பயணக்குறிப்புகளை எழுதி இணையத்தில் ஏற்றிவிட்டு பதினொரு மணிக்குத்தான் படுக்கச்சென்றேன். அதிகாலை நான்குமணிக்கே கிருஷ்ணன் வந்து எழுப்பினார். தக்காணப்பீட பூமிக்குரிய கடுமையான குளிர். குழாயில் தண்ணீரும் வரவில்லை. நண்பர்கள் முன்பக்கம் இருந்த ஒரு குழாய்க்குச் சென்றார்கள். நான் சென்றபோது வாட்ச்மேன் வருவதைப் பார்த்தேன். அவரிடம் தண்ணீர் வரவில்லை என்றதும் அவர் சென்று குழாயைத் திறந்து நோக்கி நீர் இல்லை என்பதை உறுதி செய்தபின் மோட்டார் போடுவதற்காகச் சென்றார். அப்போதுதான் நான் ஒன்றைப் புரிந்துகொண்டேன், நான் அவரிடம் இந்தியில் அதைச் சொல்லியிருக்கிறேன்!

கடுமையான குளிரில் குளிர்ந்த நீரில் குளிப்பதற்கு ஒரு திறமைதான் தேவை, கணநேரம் யோசனையை ஒத்தி வைப்பது. குளித்தபின்னர் தான் குளித்திருக்கிறோம் என்ற தகவலே நம் மூளைக்குத் தெரிய வேண்டும். குளித்தபின் உடம்பு அறைவெப்பநிலைக்குத் திரும்பு வதனால் கொஞ்சம் கதகதப்பாகக்கூட உணர்வோம். உடைமாற்றிக் கொண்டு கிளம்பும்போது ஐந்து மணி. இருளில் நடந்து சென்று சந்திரகிரி மீது ஏறினோம். விந்தியகிரி அளவுக்கு உயரமானதல்ல. ஆனால் இதுவும் ஒற்றைப்பாறை மலை. பாறையில் வெட்டப்பட்ட புராதன மான படிக்கட்டுகள் வழியாகச் சென்றோம். விந்தியகிரி மலையில் உள்ள எந்தக்கோயிலும் அப்போது நடைதிறந்திருக்கவில்லை. ஆகவே மலை உச்சியில் பாறைமேல் சென்று நின்றுகொண்டு சூரிய உதயத்தைப் பார்த்தோம்.

பயணங்களில் நான் எப்போதும் கடைப்பிடிக்கும் நெறி என்பது ஒருபோதும் சூரிய உதயத்தையும் அஸ்தமனத்தையும் தவறவிடக் கூடாதென்பதே. அப்போது ஏதாவது ஓர் ஊரில்தான் இருக்கவேண்டும். அப்போதுதான் நம்மால் ஓர் ஊரின் உண்மையான அழகை, அந்த வாழ்க்கையை உணர முடியும் என்பது என் அனுபவம். அதிலும் புனிதநகரங்களில் புராதனமான ஊர்களில் விரிந்த நிலக்காட்சிகள் முன் அந்தியும் காலையும் அவற்றை நம் அகத்தில் ஆழமாக நிலைநாட்டக் கூடியவை. உதயம் இன்று மகத்தானதாக இருந்தது. மௌனம் விளைந்து பொன்னிறமாக அறுவடைக்குக் காத்திருக்கும் மாபெரும் நிலவெளி எங்களைச்சுற்றி. நிலம் ஒரு நில ஓவியமாகச் சுருங்கும் உயரத்தில் இருந்தோம். பதிக்கப்பட்ட கண்ணாடிகள் போல ஏரிகள், வழியும் கண்ணாடிப்பாம்புகள் போல ஓடைகள். கருங்கூந்தல் பின்னல் போல தார்ச்சாலைகள். மரக்கூட்டங்கள், நீர்ப்படலத்தில் அசையாது மிதந்து நிற்கும் வெல்வெட் பாசிப்பரப்புகள் போல மரக்கூட்டங்கள்.

சூரியன் உள்ளே இருந்தான். போர்வைக்குள் சுருண்டு தூங்கும் பொன்னிறமான குழந்தை. அவன் ஒளி வானிலும் மண்ணிலும் இருந்தது. மேகங்கள் ஒளிவிட்டுக்கொண்டிருந்தன. ஒளி சிவந்து சிவந்து வர திரைகள் விலகி வாசல்கள் திறந்து பொன்னிறமான பேருருவம் கிழக்கில் எழுந்தது. ஒளி பரவியதும் நூற்றுக்கணக்கான சிறிய பூச்சிபிடிக்கும் பறவைகள் வானில் விசிறப்பட்டவை போலப் பறந்து கண்ணுக்குத்தெரியாத நீர்ச்சுழலில் முக்குளியிட்டு எழுந்து கும்மாளமிட்டன. கீழே நிலத்தில் இருந்து எழுந்துகொண்டிருந்த நீராவி மீது ஒளிபட்டு அவை பொன்னிறமான மேகங்களாக ஆகி மேலெழுந்தன. சூரியன் மண் மீது பரவும்போது ஒவ்வொன்றும் துலங்கி பின் மங்கலாகி மஞ்சள் நிற ஒளியில் கரைந்து மிதப்பவை போலத் தெரிந்தன. மௌனம் உள்ளும் புறமும் ஒலிக்கும் எல்லா ஒலிகளையும் பிரமாண்டமானதாக ஆக்கிவிடுகிறது.

சந்திரகிரி முழுக்க ஏராளமான சமண ஆலயங்கள் உள்ளன. இந்தத் தலம் கி.மு. மூன்றாம் நூற்றாண்டு முதலே உள்ளது. மகதப்பேரரசை நிறுவிய சந்திரகுப்த மௌரிய மன்னர் அவரது குருவான பத்ரபாகு என்பவரால் சமண மதத்தைத் தழுவி துறவு பூண்டு இந்தக் குன்றுக்கு வந்து இங்கேயே சல்லேகனை (உண்ணாநோன்பு) இருந்து உயிர்துறந்தார் என்று சொல்லப்படுகிறது. இந்த நிகழ்ச்சி பல சமண நூல்களில் விவரிக்கப்படுகிறது. சந்திரகுப்த மௌரியர் கண்ட பதினாறு கனவுகள்தான் அவர் அந்த முடிவை எடுப்பதற்குக் காரணம் என்கிறது சமண மரபு. இந்நிகழ்ச்சியை இங்குள்ள பார்ஸ்வநாதர் கோயிலின் சாளரத்தில் கல்லால் செதுக்கியிருக்கிறார்கள்.

காலை முழுக்க சந்திரகிரிக்குன்றின் மீதுள்ள கோயில்களைப் பார்த்தபடி நடந்தோம். பிரமாண்டமான பார்ஸ்வநாதர் கருமை பளபளக்க நிற்கும் கருவறைக்கு முன்னால் மனம் சற்று நேரம் இடத்தையும் இருப்பையும் இழந்தது. அழகிய சிறிய கோயில்கள். உருட்டி செதுக்கப்பட்ட தூண்களும் சதுரவடிவ முகமண்டபமும் கொண்ட கோயில்கள் இவை. பெரும்பாலான மூலச்சிலைகள் கரிய சலவைக்கல்லில் செதுக்கப்பட்டவை. கருமைக்கு அபூர்வமான அழகு ஒன்று உள்ளது. அது ஆழத்தை நினைவுறுத்துகிறது. கரிய தீர்த்தங்கரர் சிலைகள் எல்லாமே அனைத்தையும் தன்னுள் இழுத்துக்கொண்டு அலையிலாமல் கிடக்கும் காட்டுச்சுனைகள் போலத் தோன்றின. அவற்றைத் தொட்டால் சில்லென்றிருக்கும் என்ற பிரமை. கால்தவறி விழுந்தால் அடியற்ற ஆழத்துக்குள் குளிர்ந்து குளிர்ந்து சென்று அமைதியில் அடங்கி அழுத்தத்தில் அணுவாகச்சுருங்கி அமைய வேண்டியதுதான் என்னும் அச்சம்.

நிர்வாணச்சிலைகள். நிர்வாணம் என்பதே இயல்பான நிலை என உணரச்செய்து உடைகளுக்காக ஆழ்ந்த வெட்கமொன்றை நெஞ்சுக்குள் நிறைக்கும் சிலைகள். பார்ஸ்வநாதர், ஆதிநாதர், சாந்திநாதர், வர்த்தமானர், சந்திரபிரபாநாதர் ஆகியோருக்குத்தான் அதிகமான கோயில்கள் இருக்கும். இங்கே மஞ்சுநாதர், மல்லிநாதர் போன்ற தீர்த்தங்கரர்களுக்கும் பெரிய கருவறைகள் கொண்ட கோயில்கள் இருந்தன. பெரும்பாலும் வாசல்களில் கூஷ்மாணினி தேவி (மலர் ஏந்தியவள் என பொருள்) அமர்ந்திருந்தாள், கையில் மலருடன். சில கோயில்களில் விழிகள் வெள்ளியில் பதிக்கப்பட்ட பத்மாட்சி யட்சி.(தாமரை விழிகொண்டவள்)

கீழே இறங்கி வந்தபோது ஒரு சின்ன பூசல். முந்தையநாள் மேலே தாமதமானதனால் செருப்புகள் வைத்திருந்த இடத்தைப் பூட்டி விட்டார்கள். காலையில் வந்து செருப்பைக் கேட்டால் ஒரு கிழவர் பெரிய ரகளை செய்தார். கடைசியில் நூறு ரூபாய் லஞ்சம் கேட்டார். ரூபாயைக்கொடுத்து செருப்பை வாங்கினோம். ஆனால் இதை புகார் செய்யவேண்டும் என்றேன். நம் மனநிலையை கெடுத்துக்கொள்ள வேண்டாமே என்ற எண்ணம் கிருஷ்ணனுக்கு. ஆனால் இந்த மாதிரி செய்கைகளை இப்படியே விடக்கூடாது என்பது என் தரப்பு. காரணம் நூற்றில் ஒருவர்கூட புகார்செய்யமாட்டார்கள் என்ற தைரியத்தில்தான் இவர்கள் செயல்படுகிறார்கள். பலரது மொத்தப் பயணத்தையே இந்த மாதிரி ஆசாமிகள் மனமகிழ்ச்சியற்றதாகச் செய்துவிடுவார்கள். ஆகவே அலுவலகத்தில் சென்று சொன்னோம். அங்கிருந்தவர் முகுந்த் வருத்தமும் அதிர்ச்சியும் அடைந்தார். சமணர்களின் இடத்தில் இப்படி நடக்கவே நடக்காது சார் என்று மன்னிப்பு கோரினார். உடனே அந்த

ரூபாயை திருப்பிக்கொடுத்தார். அந்த நபர் மீது எழுத்துமூலம் புகாரும் எழுதிவாங்கிக்கொண்டார்.

சில நூல்களை அங்கிருந்து வாங்கிக்கொண்டு கிளம்பினோம். இந்தப் பயணத்தில் முதல் நெடுந்தூரப்பயணம். கிட்டதட்ட 200 கி.மீ.. மேற்குமலைத்தொடர்வரிசையை குறுக்காகக் கடந்தோம். இரு பக்கமும் அடர்ந்த காடு. ஒரு இடத்தில் ஒரு நீலநதி. அதன் பெயர் குண்ட்யா. அந்த நதியில் இறங்கிக் குளித்தோம். குளிர்ந்த சுத்தமான நீர். மிக அபூர்வமாக நிகழும் அற்புதமான குளியல்களில் ஒன்று. கங்கையில் குளித்த அனுபவம் நினைவுக்கு வருகிறது என்று அரங்கசாமி சொன்னார். அங்கேயே புளிசாதம் சாப்பிட்டோம்.

மாலை நான்குமணிக்கு தர்மஸ்தலா வந்தோம். தர்மஸ்தலாவுக்கு நான் தொடர்ந்து பலமுறை வந்திருக்கிறேன். காசர்கோட்டில் வேலை பார்த்த நாட்களில் 1984ல் முதன்முறையாக. அதன்பின் கடைசியாக வசந்தகுமாரும் நானும் யுவன் சந்திரசேகரும் ஷண்முகமும் வந்தோம். தர்மஸ்தலா இப்போது தென்னகத்தின் முக்கியமான புண்ணியஸ் தலமாக ஆகிவிட்டது. அன்றெல்லாம் மிக அமைதியான மலைவாச இடமாக இருந்தது. சட்டென்று அய்யப்ப பக்தர்கள் வர ஆரம்பித்தார் கள். இப்போது ஒரே கூட்டம். சத்தம் சந்தடி. தர்மஸ்தலாவில் ஆயிரம்பேர் வரை தங்க இடமிருக்கும். ஆனால் அறை எல்லாமே முடிந்துவிட்டது என்றார்கள். அங்கே இலவச உணவுண்டு, அதுவும் கிடைக்காது என்று பட்டது. ஆகவே அங்குள்ள சமண மையமான ரத்னகிரியை மட்டும் பார்த்துவிட்டுத் திரும்பிவிடலாமென முடிவு செய்தோம்.

தர்மஸ்தலாவில் உள்ள மஞ்சுநாத ஸ்வாமி கோயில் கேரள கட்டடப் பாணி கொண்டது. கூம்பு வடிவமான வட்டக்கூரை. ஓடுபோடப் பட்டது. அங்கே செல்லவில்லை. சென்றால் இன்று முழுக்க வரிசையில் நிற்கவேண்டியதுதான். உண்மையில் இந்தத் தலமானது புராதனமான சமணத் தலம். பெயர் சொல்லப்படுவதுபோலவே இது ஓர் உணவுச்சாலை. இதன் தொன்மை கி.மு.வுக்கு முன்னர் செல்கிறது என்கிறார்கள். ஆயிரம் வருடங்களுக்கு முன் இந்த ஊர் குடுமா என்றும் மல்லார்மடி என்றும் சொல்லப்பட்டுள்ளது. (குடுமியான் மலை நினைவுக்கு வருகிறது.) இதனருகே உள்ள ஊர் பெல்தங்காடி. வெள்ளைச்சந்தை என்று பொருள். அந்த சந்தை முக்கியமான வணிகத்தலம். வடக்கிலிருந்து சேரநாட்டுக்குச் செல்லும் சமண வணிகப்பாதையின் திறப்புப் பாதை இதுவே.

காலப்போக்கில் இந்த இடம் அழிந்தது. பன்னிரண்டாம் நூற்றாண்டு வாக்கில் இந்த ஊரின் அருகே பெல்தங்காடியை ஆண்டுவந்த உள்ளூர்

மஞ்சுநாத ஸ்வாமி கோயில், தர்மஸ்தலா

ஆட்சியாளர் பிர்மண்ண பெர்கடேயைத் தேடிவந்த சமண சாது ஒருவர் இந்த இடத்தைப்பற்றிச் சொல்லியிருக்கிறார். இங்கே அறம் வளர்க்குமாறு அவர் சொன்னதை ஒட்டி பிர்மண்ண பெர்கடேயும் அவர் மனைவி அம்மு பல்லத்தியும் இங்கே மீண்டும் அன்னசாலையை நிறுவினார்கள். அவர்களின் குடும்பம் நெல்லியாடி வீடு எனப்படுகிறது. அவர்கள்தான் இந்த ஊரின் அறங்காவலர்கள். இப்போது வீரேந்திர ஹெக்டே அறங்காவலராக இருக்கிறார்.

பெர்கடே காலத்திலேயே பல உள்ளூர் தெய்வங்களும் இங்கே நிறுவப்பட்டுவிட்டன. பெர்கடே இங்கே களராகு, கலர்காயி, குமாரசாமி, கன்யாகுமரி தெய்வங்களை நிறுவி வழிபட்டுவந்தார். பின்னர் அவர் பிராமணர்களை பூஜைக்காக அழைத்தபோது அவர்களின் விருப்பத்துக்கு ஏற்ப இங்கே சிவலிங்கம் அமைக்கப்பட்டது. இதை உள்ளூர் காவல்தெய்வமான அன்னப்பா என்ற தெய்வமே கொண்டு வந்து அறங்காவலர் ஹெக்டேக்கு அளித்ததாகச் சொல்லப்படுகிறது. அந்த லிங்கம் அருகே உள்ள கதரி என்ற ஊரைச் சேர்ந்தது.

பதினாறாம் நூற்றாண்டில் அறங்காவலர் தேவராஜ ஹெக்டே அழைப்பின் பேரில் இங்கே வந்த உடுப்பி மடாதிபதி வாதிராஜ சுவாமியால் அந்த லிங்கம் ஆலயமாக இங்கே நிறுவப்பட்டது. அதுவே மஞ்சுநாத ஸ்வாமி கோயிலாக உள்ளது. இது இலவச உணவளிக்கும் அன்னசாலையாக இன்று வரை உள்ளது. தினம் ஐந்தாயிரம்பேர் வரை சாப்பிடுகிறார்கள். ரத்னகிரி மீது

கோமதீஸ்வரரின் சிலை உள்ளது. இது கர்நாடகாவில் உள்ள கோமதீஸ்வரர் சிலைகளில் மூன்றாவதாக உயரமானது. சிரவணபெலகொலா சிலையைவிட ஒரு மீட்டர் உயரம் குறைவு. பிரமாண்டமான இச்சிலை 1966ல் திட்டமிட்டு செதுக்கப்பட்டு 76ல் முடிந்தது. 1982ல் இங்கே கொண்டுவரப்பட்டு நிறுவப்பட்டது. வீரேந்திர ஹெக்டே இதை நிறுவ முன் முயற்சி எடுத்துக்கொண்டார். சிலை பிரமாண்டமாக ஓங்கி நின்றது. அதன் முன்னால் நின்று மீண்டும் துறவு எல்லா உடைமைக்கும் மேலாக எழுந்து நிற்பதன் மகத்துவத்தை நினைத்துக் கொண்டேன்.

மூடுபிதிரிக்கு சென்று அங்கே தங்கலாமென முடிவெடுத்தோம். செம்மண் தூசி பறக்கும் சாலையில் வந்தோம். செம்மண் தூசிமேல் அந்திச் சூரியன் தீக்கனல் போல எரிந்துகொண்டிருக்க மூடுபிதிரிக்கு ஏழு மணி வாக்கில் வந்து சேர்ந்தோம். இங்குள்ள தர்மசாலையில் தங்க இடம் கிடைத்தது. சமண ஆலயங்கள் எல்லாமே ஆறு மணிக்கு மூடிவிடும். ஆகவே இனிமேல் நாளைக்குத்தான் கோயில்களைப் பார்க்கவேண்டும்.

- 3 -

மூடுபிதிரி, வேணூர், கர்க்களா, வரங்கா

மூடுபிதிரியில் காலை நாலரை மணிக்குத் தூங்கி எழுந்தோம். இங்குள்ள ஆலயங்கள் எல்லாமே இருளில் திறப்பதில்லை. இருந்தாலும் காலையில் மூடுபிதிரியை அறியலாமென்று குளித்து விட்டு ஒரு நடை கிளம்பினோம். மூலைத்தெருவில் ஒரு கடையில் டீ இருந்தது. நான் இரவில் பழங்கள் மட்டும் சாப்பிடுபவன் என்பதனால் பசித்தது. விடிகாலையிலேயே இட்லி சாப்பிட்டேன். மூடுபிதிரியின் கோயில்களில் கோட்டைச்சுவர்கள் எல்லாமே மண்ணில் இருந்து வெட்டி எடுத்த மண்பாறைகளால் ஆனவை. அவற்றின் மேல் மழைக்காலத்தில் முளைத்த புல் காய்ந்து ஆட்டுத்தாடி போல செம்மறி ஆட்டின் உடல் போலப் பரவியிருந்தது. அந்த செம்பழுப்பு நிறம் மாலை வெயிலில் அற்புதமாக ஒளிவிடக்கூடியது. கோயில்கள் நிறைந்த அந்தத் தெருவில் இருளில் நடந்தோம். பெரும்பாலான கோயில்கள் மூடிக்கிடந்தன என்றாலும் உள்ளே நுழைந்து சுற்றிவந்தோம்.

சமண காசி என்று அழைக்கப்படும் மூடுபிதிரி மூடு, பிதிரி என்ற இரு சொற்கள் கலந்து உருவானது. கிழக்குமூங்கில்நாடு என பொருள் வரும். மூடுவேணுபுரம் என்று கல்வெட்டுக்களில் சொல்லப் படுகின்றன. மூடுபிதிரியில் கிட்டதட்ட 300 சமணக்கோயில்கள் உள்ளன. பதினான்காம் நூற்றாண்டு முதல் இருநூறு வருடங்கள் மூடுபிதிரி வளர்ந்துகொண்டே இருந்தது. மூடுபிதிரியில் 18 சமண ஆலயங்கள் முக்கியமானவை. அவற்றில் குருபஸதி, திரிபுவன திலக சூடாமணி பஸதி, அம்மானவார பஸதி ஆகிய மூன்றும் மிகத் தொன்மையானவை. எங்கள் விடுதிக்கு நேர் முன்னால்தான் ஆயிரங்கால் பஸதி. ஆனால் ஏழு மணிக்குத்தான் திறக்கும் என்றார்கள். பதினெட்டு பஸதிகள் வரிசையாக அமைந்த தெருவில் பல பஸதிகள் கிட்டதட்ட கைவிடப்பட்ட நிலையில் இருந்தன. சுற்றிவந்தபோது

காய்ந்த புல்லும் தொட்டால்சிணுங்கியும் காலைக்குத்தின. ஆச்சரியமாக குருபஸதி திறந்திருந்தது.

கி.பி. ஏழாம் நூற்றாண்டில் கட்டப்பட்ட குருபஸதி, சித்தனாத பஸதி என்றும் ஹலே பஸதி (பழைய பஸதி) என்றும் சொல்லப்படுகிறது. இருபத்து மூன்றாம் தீர்த்தங்கரரான பார்ஸ்வநாதருக்கு உரியது இந்தக் கோயில். மூன்றரை மீட்டர் உயரமான அழகிய சிலையாக அவர் கருவறையில் நிற்கிறார். 12 ஆம் நூற்றாண்டைச் சேர்ந்த அபூர்வமான சமண நூல்களின் ஏடுகள் இந்த ஆலயத்தில் கண்டெடுக்கப்பட்டன. அவை தவள கிருதிகள் எனப்படுகின்றன. கோயிலுக்குப் பக்கவாட்டில் ஒரு தனிக்கோயிலில் இருபத்துநான்கு தீர்த்தங்கரர்கள் கன்னங்கரிய பளபளப்புடன் நின்று கொண்டிருந்தார்கள். இருபத்துநான்கு கறுப்பு வைரங்கள் என்ற எண்ணம் ஏற்பட்டது. ஒரு சமணப் பூசாரி கோயிலில் மையமாக இருந்த பார்ஸ்வநாதருக்குப் பூசை செய்துகொண்டிருந்தார். சமஸ்கிருதத்தில் துல்லியமான உச்சரிப்புடன் மந்திரத்தைச் சொல்லிக் கொண்டிருந்தார். இந்து ஆலயங்களில் பெரும்பாலும் அனுஷ்டிப்பு சந்தத்தில்தான் மந்திரங்களைச் சொல்கிறார்கள். உச்சரிப்பு மழுங்கிய தாக இருக்கும். கேரளத்து ஆலயங்களில் அபூர்வமாக நல்ல சமஸ்கிருத உச்சரிப்புள்ள பூசைகளைக் கேட்டிருக்கிறேன். ஒருமுறைகூடத் தப்பித் தவறிக்கூட சமஸ்கிருதம் அழகாக உச்சரிக்கப்பட்ட ஒரு தருணத்தை சந்தித்ததில்லை. இங்கே சமணர்களின் மந்திரங்களில் சமஸ்கிருதம் வேறு உச்சரிப்பில் வேறு சந்தத்தில் (சார்த்தூல விக்ரீடிதம்) கேட்டபோது அந்தக் காலையில் ஒரு மன எழுச்சி ஏற்பட்டது.

குருபஸதியைச் சுற்றி வந்தோம். இருளில் இருந்தது கோயில். கல்லால் ஆன மாபெரும் கோயிலில் செங்கல்லால் ஊடு சுவர்கள் கட்டி சன்னல்கள் வைத்திருந்தார்கள். துவாரபாலகர் சிலைகளுக்குப் பதிலாக இரு ஓவியங்கள். துவாரபாலகர்கள் கையில் சங்கு சக்கர கதாயுதங் களுடன் இருந்தது ஆச்சரியமளித்தது. இக்கோயில்களில் சாதாரண மாகக் கிருஷ்ணன் சிலைகளைத் தூண்களில் காணமுடிவதும் ஆச்சரிய மளித்தது. பல்லாண்டுகளுக்கு முன் இங்கே வந்த முதல் சந்தர்ப்பத்திலேயே இதைக் கவனித்திருக்கிறேன், எழுதியிருக்கிறேன். உண்மையில் இந்தியாவில் மிக அபூர்வமாக நிகழ்ந்த மத மோதல் களைத் தவிர்த்து, இந்து மதமும் சமண பௌத்த மதங்களும் சர்வ சாதாரணமாக இணைந்தும் கலந்தும்தான் இருந்துள்ளன. குறிப்பாக சமணத்துக்கும் வைணவத்துக்கும் நெருக்கமான உறவுண்டு. இங்கே மதமோதல்களை பூதாகாரப்படுத்தி வரலாறு எழுதும் முற்போக்கு ஆசாமிகள் எங்கும் எப்போதும் இங்கே அன்றும் இன்றும் இருந்து வரும் சமரசத்தை, இணைவைப் பொருட்படுத்தியதே இல்லை. இந்தியா பற்றியும் இந்து மதம் பற்றியும் இவர்கள் உருவாக்கும் முன்முடிவுள்ள சித்தரிப்பை அடியோடு தகர்ப்பவை இவை.

குருபஸதியைத் தாண்டி மூடிக்கிடந்த கோயில்களின் முற்றங்கள் வழியாக நடந்தோம். மாபெரும் அரச மரங்கள் தூங்கி எழுந்து காலையை அள்ளிக்கொண்டிருந்தன. காற்று சிலுசிலுக்கும் இலைகளில் இருந்து சொட்டிய அமைதி மனமெங்கும் நிறைவது போலிருந்தது. இருபதாண்டுக்காலமாக எந்த மாற்றமும் இல்லாமல் இருக்கிறது இந்த ஊர். அதே பழைய கட்டடங்கள். அதே நிறைவும் அமைதியும் பழைமையும் சூழ்ந்த தெருக்கள். நூற்றாண்டுக்கு முந்தையதோ என்ற பிரமை எழுப்பும் செந்நிறமான தூசி.

இன்னொரு டீ சாப்பிட்டுவிட்டு பெரிய பஸதி என்றும் ஆயிரங்கால் பஸதி என்றும் அழைக்கப்பட்ட கோயிலுக்குச் சென்றோம். ஒற்றைப் பார்வையில் இது ஒரு மாபெரும் சீன பௌத்த ஆலயம் என்ற எண்ணம் ஏற்படும். மூன்று அடுக்குகள் கொண்ட பகோடா வடிவமான மரமுகடு. அதற்குக் கீழே கருங்கல்லால் ஆன கோயில். இந்த பாணிக் கோயிலை கனராவுக்கு வெளியே காண முடியாது. பெரிய கல்தூண்களுக்கு மேலே கோபுரமில்லாத கற்பலகைக்கூரை. கூரை விளிம்பு சரிவாக மரக்கூரை போலவே நீண்டிருக்கும். உண்மையில் பிரமாண்டமான ஒரு மரக்கோயிலை மந்திரத்தால் அப்படியே கல்லால் ஆனதாக மாற்றியதைப் போலிருந்தது அது. ஒரு கோயிலுக்குள் இருந்த பூசாரி அன்பாக வரவேற்று கோயிலைப்பற்றி சொன்னார். நீங்களும் நாங்களும் ஒரே மதம், கிட்டதட்ட ஒரே தெய்வம், சின்னச்சின்ன வேறுபாடுகள்தான் என்றார். அதை திரும்பத் திரும்பச் சொல்லிக்கொண்டே இருந்தார். நெடுந் தொலைவில் இருந்து நாங்கள் வந்தது அவருக்கு ஆச்சரியத்தை அளித்தது.

பெரிய பஸதி என்றும் ஆயிரங்கால் பஸதி என்றும் அழைக்கப்படும் திரிபுவன சூடாமணி பஸதி, மூடுபிதிரி

திரிபுவன சூடாமணி பஸதிதான் இங்கிருக்கும் ஆலயங்களில் பெரியது. கர்நாடகத்தின் சமண ஆலயங்களில் மிக அழகான சிற்ப வேலைப் பாடுகள் கொண்டதும் இதுவே. இது ஆயிரங்கால் கோயில் என்றும் அழைக்கப்படுகிறது. இந்த மாபெரும் கல் கோயில் 1430 வாக்கில் கட்டப்பட்டது. இதில் இரண்டரை மீட்டர் உயரமுள்ள சந்திரநாத தீர்த்தங் கரரின் சிலை மையமாக உள்ளது. மூன்றடுக்குள்ள இந்த மாபெரும் கல் கட்டடம் சமணக் கட்டடக்கலைக்கு சிறந்த உதாரணமாகச் சொல்லப் படுகிறது. இந்த ஆலயத்தின் திறந்த முகமண்டபம் மிக அழகானது. இதன் தூண்கள் கருங்கல் செதுக்கலின் உச்சகட்ட சாத்தியங்களைக் காட்டு கின்றன, ஒரு தனித்தூணையே ஒரு பெரும் கலைப்படைப்பாகச் சொல்லலாம். சில ஐரோப்பியநாடுகளில் இந்த ஆலயத்தின் ஒரே ஒரு தூண் இருந்தால் அதை அவர்களின் தேசியக் கலைச்சின்னமாகச் சொல்லி பெரும் நிகழ்வாக முன்னிறுத்துவார்கள் என்று சொன்னேன்.

பைரவராஜா மன்னரின் மனைவி நாகலாதேவி இந்த ஆலயத்தின் முன்னாலுள்ள மாபெரும் ஒற்றைக்கல் கொடிக்கம்பத்தை உருவாக்கினார். ஐம்பதடி உயரமுள்ளது இது. அவளைப்பற்றிய கல்வெட்டு அதில் உள்ளது. சமண ஆலயங்களுக்கு முன்னால் உள்ள ஸ்தம்பங்கள் மிகப்பெரிய ஆச்சரியங்கள். ஒற்றைக்கல்லில் செதுக்கப் பட்ட இந்தத் தூண்களின் மேலே பெரும்பாலும் ஒரு யட்சனோ யட்சியோ இருப்பார்கள். அடியில் காவல்தேவதை அமர்ந்திருப்பார். யட்சிகளில் மீண்டும் மீண்டும் கூஷ்மாண்டினியும் பத்மாட்சியும்தான் இருக்கிறார்கள்.

மூடுபிதிரி எங்கும் நூற்றுக்கணக்கான சிறிய சமண ஆலயங்கள் உள்ளன. தொடர்ச்சியாக நடந்து நடந்து ஒருவாரம் அலைந்தால்தான் மூடுபிதிரியைப் பார்த்து முடிக்கமுடியும். இங்குள்ள சில சமண ஆலயங் களில் தமிழ்க் கல்வெட்டுகள் உள்ளன. பெரும்பாலான ஆலயங்கள் ஷெட்டி என்று இங்கே சொல்லப்பட்ட செட்டி வணிகர்களால் கட்டப் பட்டவை. சோழநாட்டு செட்டிகளும் கட்டியுள்ளனர். சோழ இளவரசி குந்தவையால் கட்டப்பட்ட பஸதி ஒன்றும் உள்ளது. இவையெல்லாம் இன்னும் தமிழக வரலாற்றாசிரியர்களால் ஆராயப்படவில்லை.

காலை எட்டு மணிவாக்கில் கிளம்பி வேணூர் சென்றோம். காலை வெயிலில் சென்று பச்சைப்பசேலென்று சோலைசூழ்ந்த சாலை வழியாகப் பயணம்செய்து வேணூரை அடைந்தோம். வேணூர் ஃபால்குனி என்ற ஆற்றின் கரையில் அமைந்துள்ளது. ஒரு காலத்தில் இது சமணர்களின் ஆன்மிகத் தலைநகரமாக இருந்துள்ளது. தர்மஸ்தலா வேணூரின் கட்டுப்பாட்டில் இருந்தது. இந்த ஊரின் நடுவே உள்ள சமண ஆலயத்திற்குள் 38 அடி உயரமான பாகுபலிசுவாமியின் சிலை உள்ளது. இது 1604ல் அஜில வம்சத்தைச் சேர்ந்த சமண மன்னர் திம்மண்ணாவால் அமைக்கப்பட்டது. இதை அமரசில்பி என

அழைக்கப்பட்ட ஜக்கண்ணாச்சாரி செதுக்கினார். வேணூரின் பழைய பெயர் குருப்பூர். இது சமண மடம் அமைந்த ஊர் ஆனதனால் இந்தப்பெயர். இப்போது இங்கே மடம் ஏதும் இல்லை.

அஜில வம்சம் 1154 முதல் 1786 வரை வேணூரைத் தலைநகரமாகக் கொண்டு ஆண்டுவந்தது. வேணூரில் அஜில மன்னர்கள் சில சமணக் கோயில்களையும் ஒரு சிவன் கோயிலையும் கட்டியிருக்கிறார்கள். அஜில வம்சத்து மன்னர்களின் சாதனை என்றே இந்த மகத்தான சிலையைச் சொல்லலாம். 2012ல் வேணூர் பாகுபலி தேவருக்கு மகா மஸ்தகாபிஷேகம் நிகழ்ந்தது. நானும் வசந்தகுமாரும் 2006ல் சிரவணபெலகொலா கோமதீஸ்வரருக்கு செய்யப்பட்ட மகா மஸ்தகாபிஷேகத்தைப் பார்த்தோம். அற்புதமான அனுபவம் அது. சிலை கண்ணெதிரே ஒரு பெரும் கனவு போல வண்ணங்கள் மாறிக் கொண்டே இருப்பதை ஒரு கலைநிகழ்வு என்றுதான் சொல்ல வேண்டும். மங்களூர் வரை ரயிலில் வந்தால் ஒருமணிநேரத்தில் வேணூர் வர முடியும். வர முயல வேண்டும் என நினைத்துக் கொண்டேன். வேணூர் நாங்கள் வந்தபோதெல்லாம் சிற்றூராக அமைதியில் கிடந்தது. இப்போது கோயிலில் திருப்பணிகள் நிகழ்கின்றன. கோமதீஸ்வரர் சிலைக்குப்பின்னால் பிரமாண்டமான சாரம் அமைக்கும் வேலைகள் நடந்துகொண்டிருந்தன.

வேணூரில் இருந்து கர்க்களா சென்றோம். மதியவெயில் இருந்தாலும் காற்று குளிர்ச்சியாகவே இருந்தது. கர்க்களா ஊருக்கு முன்னாலேயே கர்க்களா ஆலயங்கள் ஆரம்பிக்கின்றன. அது தெரியாமல் சென்ற நாங்கள் சாலையோரமாக ஒரு பெரிய குளத்தின் நடுவே ஒரு கோயில் நின்றதைப்பார்த்து இறங்கிச்சென்றோம். அல்லி மலர்ந்து கிடந்த பிரமாண்டமான குளம். நடுவே செல்ல பாதை இருந்தது. ஓடு வேயப்பட்ட பெரிய பஸதி. அது மூடிக்கிடந்தது. கொஞ்சம் பராமரிப்பில்லாத நிலை. கோயிலில் அமர்ந்து குளத்தைப் பார்த்தபடி அமர்ந்திருந்தபோது அந்த அனுபவம் உண்மையில் நிகழ்கிறதா, இல்லை ஒரு பகற்கனவின் காட்சியா என்றுகூட ஐயமாக இருந்தது. வெண்கொக்குகளும் சாம்பல்நிறமான மடையான்களும் குளமெங்கும் பறந்தன. ஒரு பெரிய பருந்து நீரில் இருந்து பாம்பு ஒன்றைக் கவ்விச் சென்றதை நண்பர்கள் கண்டு கூச்சலிட்டார்கள், நான் பார்க்கவில்லை. சமணர்கள் மீன்களைப் பிடிப்பதை அனுமதிப்பதில்லை. ஆகவே குளங்கள் முழுக்கப் பறவைகள். அந்தக் குளத்தின் பெயர் ராமசமுத்திரம். அஜிலமன்னர்களால் உருவாக்கப்பட்டது.

கர்க்களா மூடுபிதிரியில் இருந்து 20 கி.மீ. தூரத்தில் இருக்கிறது. இது சமணர்களுக்கும் இந்துக்களுக்கும் புனிதமான இடமாகும். பத்தாம் நூற்றாண்டில் இருந்தே இந்த ஊரைப்பற்றிய கல்வெட்டுகளும் இலக்கியச் சான்றுகளும் கிடைக்கின்றன. சமண வரலாற்றில் இது

கி.பி. இரண்டாம் நூற்றாண்டு முதலே குறிப்பிடப்படுகிறது. கர்க்களா என்றால் கரிய கல் என்று பொருள். கரிக்கல்லு என்ற சொல் அப்படி மருவியிருக்கிறது. கி.பி. இரண்டாம் நூற்றாண்டு வாக்கில் தமிழ் இங்கே புழங்கியிருக்கக்கூடும் என்பதற்கான பல ஆதாரங்களில் ஒன்று இது. கர்க்களாவின் முக்கியமான இடங்கள் அருகருகே அமைந்த இரு குன்றுகள். ஒன்றின்மீது பாகுபலி சுவாமியின் சிலை உள்ளது. 42 அடி உயரமான கோமதீஸ்வரர் சிலை உள்ளது. இதுவும் ஒற்றைக்கல் சிலைதான். கர்நாடகத்தில் சிரவணபெலகொலாவுக்குப் பின்னர் பெரிய சிலை இதுவே. சிரவணபெலகொலாவின் சிலை ஒரு மகத்தான கலைப்படைப்பு. அதன் அழகையும் பரிபூரணத்தையும் வேறு எந்தச் சிலைகளும் அடைய முடியவில்லை. ஆனால் அதற்கடுத்தபடியாக அழகான சிலை இதுவே.

நாங்கள் செல்லும்போது கோயில் பூட்டியிருந்தது. கல்படிகளில் ஏறிவந்து கம்பி வழியாக சிலையைப் பார்த்தபடி அமர்ந்திருந்தோம். அப்போது நாங்கள் ஏறிச்செல்வதைப் பார்த்து பூசாரி ஏறிவந்தார். திறந்து உள்ளே செல்லவைத்தார். சிலையைச் சுற்றிவந்து தரிசித்தோம். பிரமாண்டம் கண்ணுக்கும் மனசுக்கும் பழகிவிட்டது. இப்போது பாகுபலி சுவாமி ஒரு ஆழ்மனபிம்பமாக ஆகிவிட்டிருந்தது. கடலூர் சீனு அவரது கனவில் பாகுபலி சிலைகளாக வருகிறது என்று சொன்னார்.

பதினெட்டு சமண ஆலயங்கள் அமைந்துள்ள இடம் கர்க்களா. இந்து ஆலயங்களில் அனந்த பத்மநாபர் ஆலயம் முக்கியமானது. நாங்கள் அந்த ஆலயங்களை எல்லாம் பார்க்க முற்படவில்லை. சமண ஆலயங் களில் சதுர்முகபஸதியை மட்டும் சென்று பார்த்தோம். அது இன்னொரு குன்றின்மேல் உள்ளது. ஒற்றைப்பாறைக் குன்று. பாறைவெட்டுப் படிகள். மேலே பிரமாண்டமான பஸதி. நான்குபக்கங்களிலும் ஒரே

சதுர்முகபஸதி, கர்க்களா

மாதிரியான மண்டப முகப்பு. கனமான உயரமான தூண்கள். நான்கு பக்கமும் திறக்கும் நான்கு கருவறைகளில் ஒரு கருவறையில் மூவர் வீதம் பன்னிரண்டு தீர்த்தங்கரர் சிலைகள் நின்ற கோலத்தில். கன்னங் கரிய சலவைக்கல் சிலைகளில் ஒளி பிரதிபலித்தது. ஒரு பெண்மணி மட்டும் அங்கே இருந்தார்கள். அவர்களால் முடிந்த இந்தியிலும் கன்னடத்திலும் எங்களுக்குக் கோயிலைப்பற்றி சொன்னார்கள்.

கிருஷ்ணன் கர்க்களாவிலேயே தங்கலாமென சொன்னார். ஆனால் எங்கள் பயணம் நீண்டது. இந்தியாவே தலைக்குமேல் நிற்பது போல் ஓர் உணர்வு. கிளம்பலாம் என்றேன் நான். ஆகவே வரங்காவுக்கு கிளம்பிச் சென்றோம். வரங்கா, கர்க்களாவைத் தாண்டி உள்ள சின்னஞ்சிறு ஊர். ஆகும்பே என்ற ஊருக்குச் செல்லும் வழியில் பக்கவாட்டில் திரும்பிச் செல்லவேண்டும். இங்கே ஒரு சமண மடம் உள்ளது. இது ஹூம்ச்சா சமண மடாலயத்தின் உள்ளூர்க் கிளை. இந்தக் கிளைமடம் ஒரு பழைமையான கட்டடம். கேரளக் கட்டடங்களை நினைவுறுத்தியது. ஆனால் மிகத் தொன்மையானது இது. இங்கே கிடைத்துள்ள பன்னிரண்டாம் நூற்றாண்டுக் கல்வெட்டு ஒன்று இந்தமடத்தை மிகத்தொன்மையானது என்று குறிப்பிடுகிறது.

ஆச்சாரிய குந்தகுந்தரின் வழிவந்த மூல குந்துகுந்தன்வய கிரனூர்கணா வழி வந்த மேஷ பாதஷ கச்சா மரபைச்சேர்ந்த மடம் இது. இந்த மடம் கி.பி. நான்காம் நூற்றாண்டு முதலே இங்கிருக்கலாம் என சொல்லப் படுகிறது. மடத்திற்குச்சென்று தங்குமிடம் கேட்டோம். அங்கே ஒரு சமணப் பெண்துறவி, வயதானவர், தங்கியிருப்பதனால் சமண ரல்லாதவர் தங்கமுடியாதென்று சொன்னார்கள். வரங்காவை நாளைக்குத் தான் முழுமையாகப் பார்க்கவேண்டும்.

மடத்துக்கு அருகே ஒரு பெரும் ஏரிக்குள் ஒரு பஸதி உள்ளது. உண்மையில் இது ஒரு ஸ்தம்பம். அதன் நான்கு பக்கமும் தீர்த்தங்கார் சிலைகள். அச்சிலைகளைச் சுற்றி ஒரு பஸதியைக் கட்டியிருக் கிறார்கள். படகில்தான் அங்கே செல்லமுடியும். நீரில் அந்த பஸதி பிரதிபலிப்பதைக் கரையில் நின்று பார்த்தோம். பின்பக்கம் உயரம் குறைந்த மலை, அதில் பசுமையான காடு. நீரில் பாசி நிறைந்திருந்தாலும் மிகத்தெளிந்திருந்தது. சில்லென்ற நீர் என்பது காற்றிலேயே தெரிந்தது. நீர் கொதிப்பதுபோல மீன்கள் அடர்ந்து துள்ளிக்கொப்பளித்தன.

பூசாரிதான் படகுக்காரர். எங்களைக் கோயிலுக்குக் கொண்டு சென்றார். சுற்றிலும் தாமரைக்குளம் கொண்ட ஒரு கோயில் அளிக்கும் அழகியல் நிறைவு சொல்லறச்செய்வது. நிறைய பறவைகள் மறுகரையில் சேற்றில் ஒரு மாநாடு போல அமர்ந்திருந்தன. கோயிலைச்சுற்றி வந்து வணங்கினோம். பூசாரி விரிவாக மந்திரம் சொல்லிப் பூசை செய்தார்.

அவரிடமே இங்கேயே தங்க முடியுமா என்று கேட்டோம். அருகே ராமர் கோயிலில் கூப்பிட்டுச் சொல்கிறேன் என்றார். ராமர்கோயிலுக்குச் சொந்தமான கல்யாணமண்டபத்தில் இலவசமாக இடம் அளிக்க ஏற்பாடு செய்தார். திரும்பி வரும்போது நான், அரங்கா, கிருஷ்ணன், வினோத், முத்துக்கிருஷ்ணன் ஆகியோர் நீரில் குதித்துப் படகுடன் நீந்தி வந்தோம். நான் அந்த அளவுக்கு நீந்தி பத்துப்பதினைந்து வருடம் இருக்கும் என்று தோன்றியது. கொஞ்சம் மூச்சிளைத்தது. ஆனால் கரை ஏறியபோது புதியதாகப் பிறந்ததாக உணர்ந்தேன்.

கல்யாணமண்டபத்தில் இரவு தங்கல். அங்கே ஒரு சின்ன சாலைச் சந்திப்பு. அங்கே உள்ள இரு ஓட்டல்களில் ஒன்றில் மட்டும் தோசை இருந்தது, ஏழுமணிக்குக் கடை பூட்டிவிடுவோம் என்றார். எல்லாரும் சாப்பிட்டோம். வரங்கா ஒரு சின்ன கிராமம். அந்த மடத்தையும் மூன்று சமணக்கோயில்களையும் சுற்றி அமைந்துள்ள சில வீடுகள். இரவில் அந்த ஏரிக்கரையில் சென்றமர்ந்து பேசிக்கொண்டிருந்தோம். துல்லிய மான வானம் முழுக்க நட்சத்திரங்கள். சட்டென்று மின்சாரம் இல்லாமலானபோது அவை இன்னும் அதிக ஒளி கொண்டன. நட்சத்திரங்களும் மலையும் ஏரியும் கோயிலும் எல்லாமே இருளின் அழுத்த வேறுபாடுகளால் ஆனவையாகக் கண் முன் விரிந்து கிடந்தன. இருள் எவ்வளவு அற்புதமானது என உணரும் தருணமாக இருந்தது. மௌனமாக அங்கே கொஞ்சநேரம் அமர்ந்திருந்தோம்.

கல்யாண மண்டபத்தில் இரவு தங்கினோம். பிரமாண்டமான மண்டபக் கூடம். பெட்டிகளை வண்டிமேல் வைத்துக் கட்டிய தார்ப்பாயை விரித்துப் படுத்துக்கொண்டோம். பெரிய குளிர் இல்லை. விடியற் காலையில் குளிரும் என நினைக்கிறேன். இதுவரை இவ்வளவு பெரிய அறை கிடைத்ததில்லை என்று சொன்னேன்.

- 4 -

குந்தாதிரி, ஹம்பஜ்

இன்று காலை வரங்காவில் கண்விழித்தேன். எல்லாரைப்பற்றியும் அப்படிச் சொல்ல முடியாது. பலர் கண்மூடவே இல்லை. திறந்தவெளி போன்ற கல்யாண மண்டபம். அதன் மீது பல சாளரங்கள் திறந்தே கிடந்தன. ஆகவே கடுமையான குளிர். இரவிலேயே நான் வெளியே சென்று குளிரும் என்று ஊகித்துச் சொல்லியிருந்தேன். ஆனால் எல்லாருமே 'எங்களுக்கெல்லாம் குளிரே அடிக்கலை' என்று சொல்லிப் படுத்தார்கள். நான் எனக்காக முத்துக்கிருஷ்ணன் வாங்கிவந்த ஸ்வெட்டரைப் போட்டுக்கொண்டு படுத்தேன். ஓரளவு தூங்கி விட்டேன். இதன் நடுவே ராஜமாணிக்கம் கை தவறுதலாக வைத்த அலைபேசி எழுப்பி நள்ளிரவில் அடித்து எல்லாரையும் தூங்காமல் பார்த்துக்கொண்டது. நான் எழுந்தபோது ஒவ்வொருவரும் பேஸ்த் அடித்த கண்களுடன் இருந்தனர்.

குளிரிலேயே நடந்து வரங்காவின் ஏரிக்கோயிலுக்குச் சென்றோம். ஏரிமேல் காலைக்குளிரின் நீராவிப்படலம் எழுந்துகொண்டிருந்தது, சூடான காபிக் கோப்பை மீதிருந்து எழுவது போல. மீன்கள் பல்லாயிரம் கண்கள் போல நீருக்குள் துடித்தன, இமைத்தன. எங்களுக்காகப் பூசாரி வந்து காத்து நின்றிருந்தார். படகில் ஏற்றி மறுகரைக்குக் கொண்டுசென்றார். சூரியன் உதிக்கும் முன்புள்ள காலையின் வெளிச்சத்தை எங்களூரில் மணிவெளிச்சம் என்பார்கள். அந்நேரத்தில் எல்லா நிறங்களும் நன்றாகத் துலங்கித்தெரியும். புறாக்களின் குரல்களைக் கேட்டுக்கொண்டு அங்கே நின்றோம். முந்தையநாள் அங்கே திறந்த வெளியில் படுத்துக்கொள்ளலாமே என்று கருத்துத் தெரிவித்திருந்த ராஜமாணிக்கத்தை வாஞ்சையுடன் பார்த்தேன், மனிதர்கள் எவ்வளவு தெளிந்தவர்களாக இருக்கிறார்கள்!

வரங்காவில் உள்ள நேமிநாதரின் பஸதி கிட்டதட்ட கர்க்களா அளவுக்கே பெரியது. வெளியே நின்று பார்த்தால் அதன் பிரமாண்டம் கண்ணுக்குப்படாது. கனராபாணி கோயில். பெரிய கனத்த தூண்கள் மீது கூரையாகச் சாய்த்து அமைக்கப்பட்ட கற்பலகைகள் கொண்டது. உள்ளே சென்று அந்த மௌனமான கோயிலைச் சுற்றிவந்தோம். மூடியிருந்தது, நூற்றாண்டுகளுக்கு அப்பால் நாமறியாத ஒரு ஆழத்தில் இருப்பது போல.

பக்கத்து வீட்டில்தான் பூசாரி தங்கியிருந்தார். 60 வயதானவர். அவரே வந்து கோயிலைத்திறந்து தீபாராதனை காட்டினார். வரங்காவின் காலைநேரம் எங்கோ ஒரு காலத்தில் நிகழ்வது போலிருந்தது. ஒரு புனைவுக்குள் இருப்பது போல் இருக்கிறது என்றார் சீனு.

சாப்பிட்டுவிட்டுக் கிளம்பினோம். நேராகக் குந்தாதிரி செல்வதாகத் திட்டம். ஆகும்பே சென்று அங்கிருந்து குந்தாதிரிக்கு வழி கேட்டுக் கேட்டுச் சென்றோம். குந்தாதிரி ஒரு சின்னக் குன்று. ஆனால் மலை உச்சியில் உள்ளது. கார் உச்சிவரை செல்லும். அதன் பின் கொஞ்சம் படிகள். மேலே பத்தாம் நூற்றாண்டில் கட்டப்பட்ட ஒரு சமண பஸதி. அது பின்னர் புதுப்பிக்கப்பட்டிருந்தது.ஆழமான இரு நீராழிகள். நீருக்குள் கத்தை கத்தையாக மீன்கள். அந்த மலையுச்சி மேலிருந்து கீழே விரிந்து கிடந்த பிரமாண்டமான பச்சை வெளியைப் பார்ப்பது மனதை விரியச்செய்யும் அனுபவம்.

தொலைதூரத்தில் இருந்து மெல்லிய மனிதக்குரல்கள் கேட்டன. மனிதக்குரலில் அப்படி ஒரு ஏக்கமும் மென்மையும் கலக்க முடியுமென நினைத்திருக்கவேயில்லை. சுற்றியுள்ள காடும் காடுநடுவே உள்ள கிராமங்களும் இன்னும் மோட்டார் நாகரிகம் சூடுபிடிக்காதவை என்று தோன்றியது.

குந்தாதிரியில் இருந்து ஹூம்பஜ் கிளம்பினோம். மதிய வெயில் ஏற ஆரம்பித்தாலும் காற்று குளிராகவே இருந்தது. இருபக்கமும் வனம். அடர்ந்த மரக்கூட்டங்கள். நடுவே அவ்வப்போது ஒரு ஆறு தலைகாட்டிக்கொண்டே இருந்தது. மதியம் ஒரு மணிக்கு ஹூம்பஜ் மடாலயத்தைச் சென்றடைந்தோம்.

கும்ச்சா என்றும் இந்த ஊர் சொல்லப்படுகிறது. ஹம்ஸாவதி என்றும் இந்த ஊருக்குப் பெயர் இருக்கிறது. ஷிமோகா மாவட்டத்தில் உள்ள சின்ன கிராமம் இது. இந்த ஊரின் முக்கியமான அம்சம் இங்குள்ள பத்மாவதி யட்சியின் ஆலயம். பத்மாவதி யட்சி இருபத்து மூன்றாம் தீர்த்தங்கரரான பார்ஸ்வநாதரின் காவல்தேவதை. அந்த ஆலயம் இப்போது புதுப்பிக்கப்பட்டுப் புத்தம்புதியதாக உள்ளது.

இங்கே ஹூம்பஜ் மடம் அமைந்துள்ளது. ஹூம்பஜ் மடம் மேஷ பாதஷ கச்சா என்னும் பட்டாரகர் மரபைச் சேர்ந்தது. பட்டாரகர் என்ற அமைப்பு சமண மதத்தின் கோயில் அறங்காவலர் மரபாகும். அல்லது மடாதிபதி மரபு என்றும் சொல்லலாம். இவர்கள் காவி ஆடை அணிவார்கள். சமணக் கோயில்களை நிர்வாகம் செய்வார்கள். துறவிகள், ஆனால் முற்றும் துறந்தவர்கள் அல்ல.

கும்ச்சாவின் பட்டாரக பீடம் எட்டாம் நூற்றாண்டு வாக்கில் அமைந்திருக்கலாமென சொல்லப்படுகிறது. இதை சந்தார் வம்சத்தை நிறுவிய ஜினதத்த ராயர் அமைத்திருக்கலாம். 1048ல் மகாமண்டலேஸ்வரர் சந்திரராயர் இந்த மடாலயத்துக்கு நிவந்தங்கள் அளித்திருக்கிறார். அந்தக் கொடை பற்றிய தகவல் பனவாசியில் உள்ளது.

சமண மதத்தின் மிக விரிவான பட்டாரக மரபு என்பது மூலசங்க நந்திசங்க பலார்காரகண சரஸ்வதி கச்சா மரபாகும். இது சுருக்கமாக MNBS எனப்படுகிறது. இதன் பீடங்கள் சூரத், இடார், ஆஜ்மீர், ஜெய்ப்பூர், சித்தூர், நாகூர், குவாலியர், சந்தேரி போன்ற பல ஊர்களில் உள்ளன. இந்த மரபைச்சேர்ந்த பட்டாரகர்கள் பலர் பேரறிஞர் களாகவும் பெரும் ஞானிகளாகவும் இருந்துள்ளார்கள்.

MNBS மரபின் மையம் ஹூம்பஜ்தான். இப்போது பட்டாரக தேவேந்திர கீர்த்தி தலைவராக இருக்கிறார். இந்த மரபில் எஞ்சும் ஒரே பட்டாரகர் இவரே. பிற பீடங்கள் அழிந்துவிட்டன. மடாலய வாசலில் தமிழ்நாட்டில் இருந்து வந்த சிலரைச் சந்தித்தோம். விழுப்புரம் அருகே ஒரு கிராமத்தைச் சேர்ந்தவர்கள். தமிழ்ச்சமணர்கள். தங்களூரில் ஒரு கோடி ரூபாய் செலவில் ஒரு ஜைன ஆலயம், பார்ஸ்வநாதருக்குக் கட்டுவதாகவும், குருவின் ஆசி வாங்குவதற்காக வந்திருப்பதாகவும் சொன்னார்கள். முழுக்க முழுக்கத் தமிழ்நாட்டைச் சேர்ந்த தமிழ்ச்சமணர்கள்.

மடத்தின் போஜனசாலைக்குச் சென்று சாப்பிட்டோம். வந்ததில் இருந்து நாங்கள் வெளியே சாப்பிடும் முதல் மதியச்சாப்பாடு. சூடான சோறும் சாம்பாரும் மோரும். தொட்டுக்கொள்ள கடலைக்கறி. கூட பரிமாறப்பட்ட சிறுபயறுப்பாயசம் அபாரமான ருசியுடன் இருந்தது. இருமுறை கேட்டு சாப்பிட்டோம்.

பட்டாரகரைச் சந்தித்தோம். இளைஞர், நாற்பது வயதுக்குள் இருக்கும். இப்போதுதான் பதவிக்கு வந்திருக்கிறார் என்றார்கள். அருகே மலைமேல் ஒரு பளிங்குக்கல் பார்ஸ்வநாதர் சிலை இருந்தது. அதைச்சென்று பார்க்கலாம் என்றும் அருகே உள்ள ஐந்து அடுக்கு

பஸதியைப் பார்க்கலாம் என்றும் சொன்னார். அவரிடம் எங்கள் பயணம் பற்றிச் சொன்னோம், ஆசி அளித்தார்.

மலைமேல் இருந்த பார்ஸ்வநாதர் சிலை இருபதாண்டுகளுக்கு முன் நிறுவப்பட்டது.கொஞ்சநாள் கைவிடப்பட்டுக் கிடந்து இப்போது செப்பனிடப்பட்டு வருகிறது. சுமாரான சிலை. இருபதடி உயரம் இருக்கும். ஆனால் அருகே தொல்லியல் துறைக் கட்டுப்பாட்டில் உள்ள பஞ்சமுக பஸதி நாங்கள் இந்தப்பயணத்தில் பார்த்தவற்றிலேயே மகத்தானது. அற்புதமான சிற்பங்கள். கருவறைக்குள் சென்றே சிற்பங் களைப் பார்க்கமுடியும் என்பதனால் பிரமிப்பும் பரவசமும் அதிகரித்த படியே இருந்தன.

வெளியே சும்மா போட்டு வைக்கப்பட்டிருந்த ஜ்வாலாமாலினி யட்சியின் சிலை முழுமையாக இருந்தது. ஒவ்வொரு துளியிலும் பார்க்கப்பார்க்கத் தீராத நுட்பங்கள் கொண்ட பெரும் கலைப்படைப்பு. அரைமணிநேரம் வரை அந்த ஒரு சிலையையே பார்த்துக் கொண்டிருந்தோம். ஹளபீடு சிலைகளின் பாணியிலான பெரிய மலர்க்கிரீடமும் மணிகள் தொங்கும் சல்லடமும் ஆடைகளும் அணிந்திருந்தாள். நகைகள் பொன்னகைக்கு நிகரான நுட்பத்துடன் கருங்கல்லில் செதுக்கப்பட்டிருந்தன.

கதம்ப வம்சத்து மன்னர்களால் ஐந்தாம் நூற்றாண்டில் கட்டப்பட்ட சிறிய பார்ஸ்வநாதரின் கோயில் ஒன்று வளாகத்தில் பக்கவாட்டில் இருந்தது. ஐந்துமுக பஸதி, 12 ஆம் நூற்றாண்டில் கட்டப்பட்டது. பின்னர் பல காலங்களிலாக சில கட்டுமானங்கள் கட்டி இணைக்கப் பட்டிருந்தன. ஒவ்வொரு கருவறைக்குள்ளும் சென்று பேருருவத்துடன் அமர்ந்திருந்த தீர்த்தங்கரர்களை அருகே சென்று பார்த்தோம். இருளுக்குள் அலைபேசி வெளிச்சத்தில் பார்த்ததனால் அவை ஒரு கனவுக்குள் இருந்து எழுந்து வருபவை போல் இருந்தன.

மனோவிகாரிகள் என சமண சிற்பவியல் சொல்லும் ஆசாபாசங்களின் தேவதைகளால் சூழப்பட்டு அவர்களின் சபலத்துக்கு ஆளாகாமல் அமர்ந்திருந்த பார்ஸ்வநாதரை நெருங்கி நின்று பார்த்தேன். மனிதன் எட்டக்கூடிய உயரங்களின் சின்னம். மனிதன் என்ற கருத்துருவத்தின் இலட்சிய வடிவம். உடலில் முழுமையான சாமுத்ரிகா இலக்கணம். ஒவ்வொன்றிலும் முழுமை. ஆமாம், மனிதன் தன்னுள் இருக்கும் மனிதம் என்ற ஒன்றை வணங்குவதே தீர்த்தங்கரர் வழிபாடு.

அருகே ஷிமோகாவில் இருந்து எங்கள் நண்பரும் வாசகருமான ரவி காரில் தேடிவந்திருந்தார். பழங்களும் எங்களுக்கெல்லாம் ஆளுக்கொரு கம்பளிப் போர்வையும் வாங்கிவந்திருந்தார். முந்தையநாள் நாங்கள் குளிர் பற்றி எழுதியிருந்ததை வாசித்ததாகச் சொன்னார்.

நாங்கள் செல்ல வேண்டிய இடம் கதக் அருகே உள்ள மூல்கண்ட். அங்கே செல்ல 220 கி.மீ. தூரம். அதை முடிந்தவரை கடக்க முடிவெடுத்தோம். நல்ல சாலை. இருபக்கமும் காடு. ஒரு இடத்தில் ஒரு செந்நாய் கூட சாலைக்குக் குறுக்கே ஓடியது. மாலை மயங்க ஆரம்பிக்கையில் பிரமாண்டமான ஓர் ஏரிக்கரைக்கு வந்தோம். மிகப்பிரமாண்டமான ஏரி. லிங்காணமக்கி ஏரி. வீராணம் அளவுக்கிருக்கும். பல கிலோமீட்டர் தொலைவுக்கு நீர் வந்துகொண்டிருந்தது.

ஏரிக்கரையில் இறங்கி நின்று விரிந்த நீர்வெளிக்கு அப்பால் உயரம் குறைந்த மலைகளில் சூரியன் அணைவதைப் பார்த்து நின்றோம். இன்றைய அஸ்தமனம். இன்றைய செவ்வொளிப் பெருக்கு. இன்றைய முழுமை.

இரவில் மீண்டும் தூசிக்கு நடுவே பயணம் செய்து எட்டு மணிக்கு ராணேபென்னூர் என்ற சின்ன ஊரை அடைந்தோம். ஒரு சின்ன விடுதியில் எல்லாருக்கும் ஒரே அறை போட்டோம். ஒருவர் தரையில் படுக்க வேண்டும். குளிர் இருக்குமென்று தோன்றியது.

இதுவரை வந்த நாட்களில் இன்றுதான் சார் கலையனுபவம் உச்சகட்டமாக இருந்தது என்றார் கிருஷ்ணன். ஒவ்வொரு நாளும் மாலையில் ஏதேனும் ஒரு காரணத்தால் அந்த நாள்தான் மகத்தானது என்பதை அவர் வழக்கமாகக் கொண்டிருக்கிறார்.

- 5 -

ஹங்கல், பனவாசி, லட்சுமேஸ்வர்

அதிகாலை நான்கு மணிக்கு விடுதி அறையில் எழுந்தோம். ஒவ்வொருவராகக் குளித்து வருவதற்குத் தாமதமாகியது. வெளியே நாங்கள் இந்தப் பயணம் கிளம்பியபின் வந்த முதல் பெரிய நகரம் துயில் எழுந்துகொண்டிருந்தது. பன்றிகள் உறுமிக்கொண்டு அலைந்தன. வாசலிலேயே டீ விற்ற தள்ளுவண்டிக்காரர் அருகே இரு பெரிய பசுக்கள் நின்று டீ குடிப்பவர்களை மெல்ல முட்டி பன் வாங்கித் தின்றுகொண்டிருந்தன. அரங்கசாமி ஒரு பசுவுக்கு நான்கு பன்கள் வாங்கிக்கொடுத்தார். டீ குடிக்க வந்தவர்கள் பலர் பசுவைத் தொட்டுக் கும்பிட்டுச் சென்றார்கள். ஒரு மதச்சடங்கு. ஆனால் யோசித்தால் அதற்கு இன்னும் ஆழம் இருக்கலாமென்று பட்டது. பெரும்பாலும் புல்வெளிகள் சூழ்ந்த இந்த நிலப்பரப்பில் ஒரு காலத்தில் மேய்ச்சலே முக்கியமான வாழ்க்கை முறையாக இருந்திருக்கலாம். அன்று பசு செல்வத்துக்கும் மங்கலத்துக்கும் அடையாளமாக இருந்திருக்கலாம். கண்கண்ட தெய்வமாகவே இருந்திருக்கலாம்.

பசுக்களை இங்கே அடிப்பதில்லை. துரத்தும்போதுகூட செல்லமாகத் தட்டி அனுப்புகிறார்கள். ஓட்டலுக்குள் இரு மாபெரும் பசுக்கள் உள்ளே நுழைந்து எதையோ வாங்கித் தின்றுவிட்டு மேஜைகள் நடுவே கனத்த உடலை மெல்லத் திருப்பி நடந்தன. நானும் அரங்கசாமியும் சீனுவும் கிருஷ்ணனும் ஒரு காலைநடை சென்றோம். பெட்டிகளை மேலே கட்டி வைத்ததும் கிளம்பினோம். நாங்கள் திட்டமிட்டிருந்தது முலுகுந்து போவதற்கு. ஆனால் போகும் வழியில் வரைபடத்தை நன்றாகப் பார்த்தபோதுதான் பனவாசி, ஹங்கல் என இரு இடங்களையும் விட்டுவிட்டுச் செல்வதைக் கண்டுபிடித்தோம். ஆகவே வண்டியைத் திருப்பி ஹங்கலுக்குச் சென்றோம்.

தாரகேஸ்வரர் கோயில்,
ஹங்கல்

ஹவேரி மாவட்டத்தில் உள்ள ஹங்கல், தர்மா ஆற்றின் கரையில் உள்ளது. ஆற்றங்கரையில் தொன்மையான கோட்டை ஒன்றின் இடிபாடுகள் உள்ளன என இணையம் சொன்னாலும், அங்கே ஏதும் இல்லை என்றே எல்லாரும் சொன்னார்கள். இந்தச் சிறிய நகர் அருகே அனிகெரே என்ற பெரும் ஏரி ஒன்று உள்ளது. இந்த ஊர் மகாபாரதத்தில் விராட்நகர் என்று சொல்லப்பட்டுள்ளது என்கிறார்கள். ஹங்கலின் முக்கியமான கோயில் என்பது இங்குள்ள தாரகேஸ்வரர் கோயில்தான். இந்தப்பயணத்தில் நாங்கள் கண்ட மிகச்சிறந்த கலைப்படைப்பு என்பது இந்த ஆலயம். தக்காணத்துக் கோயில்களின் முக்கியமான கலைச்சிறப்பு என்பது தூண்களும் பிரமாண்டமான அலங்கார வட்டக்கல் கவிழ்த்தப்பட்ட முகப்பு மண்டபங்களும்தான். கதம்ப மன்னர்கள், பின்னர் கல்யாணிசாளுக்கியர்கள், கடைசியாக ஹொய்சளர்கள் காலம் வரை தொடர்ச்சியாக இந்தக் கட்டடக்கலை இங்கே வளர்ந்து வந்திருக்கிறது. கதம்பா-ஹொய்சள பாணி என இதைச் சொல்லலாம். இந்தப் பாணியின் மிகச்சிறந்த உதாரணமாக சொல்லத்தக்கது இந்தப் பேராலயம்.

நாங்கள் இதுவரை பார்த்த கோயில்களில் சிற்ப நுட்பங்களில் உச்சம் என்பது ராமப்பா கோயில். (ஆந்திராவில் உள்ள நல்கொண்டா மாவட்டத்தில், சென்ற இந்தியப் பயணத்தில் பார்த்தோம்.) அதற்கு இணையான கோயில் என இதைச் சொல்லலாம். உயரமற்ற அழகிய கோபுரம் கொண்ட கருவறை. அதற்கு முன்பாக வரிசையாக

மண்டபங்கள். உருளையாகத் தீட்டப்பட்ட தூண்கள். கன்னங்கரிய கல். குறிப்பாகக் கோயிலுக்கு முன்னால் உள்ள பெரிய அணிமண்டபத்தின் புஷ்பவிதானம் ஒருநாள் முழுக்க அமர்ந்து பார்த்தாலும் தீராத செறிவு கொண்டது.

ஹங்கல், கதம்பர்களின் தலைநகரமாக இருந்துள்ளது. கதம்பர்கள் அக்காலகட்டத்தில் கல்யாணிசாளுக்கியர்களுக்கு அடங்கிய சிற்றரசர் களாக இருந்துள்ளார்கள். கதம்பர்கள் கோவா பகுதியை, அதாவது கொங்கண் கடற்கரையை ஆண்டுவந்தவர்கள். ஆரம்பத்தில் இவர்கள் பனவசி அல்லது வைஜயந்தபுரத்தை ஆண்டுவந்தனர். பின்னர் அவர்கள் ஹங்கலுக்கு வந்தார்கள். கதம்பர்கள் சமண மதத்தைச் சார்ந்தவர்கள். ஆறாம் நூற்றாண்டில் வாதாபிசாளுக்கியர்கள் கதம்பர் களை வென்று அவர்களின் நாட்டைத் தங்களுடைய நாட்டுடன் இணைத்துக்கொண்டார்கள். ஹங்கல் முழுக்க ஏராளமான சமண ஆலயங்கள் இருந்தன. அவை ஒவ்வொன்றாக அழிந்தன. இப்போது ஒரே ஒரு கோயில்தான் உள்ளது. தாரகேஸ்வரர் ஆலயத்துக்குள் சந்தித்த காவலர் எங்களைக் அழைத்துச் சென்று கோயிலைக் காட்டினார். அந்தக் கோயில் தோட்டக்கலை வளாகத்துக்குள் உள்ளது. சின்னஞ் சிறிய கோயில். ஆனால் தாரகேஸ்வரர் கோயிலுக்குச் சற்று முந்தைய வடிவத்தைச் சேர்ந்தது.

ஹங்கலில் இருந்து பனவாசிக்கு வந்தோம். பனவாசி கதம்ப மன்னர்களின் இரண்டாம் தலைநகரமாக இருந்தது. உண்மையில் இது ஒரு புதையுண்ட நகரம். ஹங்கல், பனவாசி இரு நகரங்களிலும் ஏராளமான புதைபொருள் ஆய்வுகள் பலகாலமாகத் திட்டமிட்டு நடத்தப்படாமல் உள்ளன, நிதி நெருக்கடியால். இன்னும் அகழப் படாத ஒரு வரலாறு கதம்பர்களுடையது.

வடகர்நாடகத்தில் ஷிவ்மொக்கே மாவட்டத்தில் உள்ள பனவாசி பலவகையிலும் முக்கியமானது. கர்நாடகத்திலேயே மிகத்தொன்மை யான ஊர் இது என்று சொல்லப்படுகிறது. இன்று இது இந்துக்களின் புண்ணியத்தலம். இங்குள்ள முக்தேஸ்வர் (மதுகேஷ்வரா) ஆலயம் ஒன்பதாம் நூற்றாண்டில் கட்டப்பட்டது. சிவாலயம் இது. இதன் கூரையின் சரிவு இங்குள்ள அதீத மழைக்கு அவசியமானது போலும். இது ஓடுபோட்ட கோயில்களை நினைவுறுத்துகிறது. கோயிலின் முகப்பும் அமைப்பும் கூட ஓடுபோடப்பட்ட ஆலயம் என்ற எண்ணத்தை உருவாக்குவதாகவே உள்ளது.

ஆனால் ஆலய வளைப்புக்குள் நுழைந்தால் கோயில் நம்மை மூச்சுத்திணறச்செய்யும் அளவுக்கு பிரமாண்டமானது என்பது தெரியும். கல்லாலான அலைகளாக விரிந்து விரிந்து சென்றது கோயிலின் இணைப்புவரிசை. நான்கு பக்கமும் அஷ்டதிக்பாலகர்களின் சிலைகள்.

மதுகேஷ்வர் கோயில், பனவாசி

எருமைமேல் அமர்ந்த எமனின் பெரிய சிலையைக் கண்டபோது நான் எமனின் சிலையைப் பார்த்ததே இல்லை என்ற எண்ணம் வந்தது. கருவறைக்குள் உள்ள லிங்கம் மதுகேஸ்வரர் என்று சொல்லப் படுகிறது. சாளகிராமத்தால் ஆனது, தேன் நிறமானது.

வழக்கம்போல மலைக்க வைக்கும் முகமண்டபம். தமிழ் சிற்பக்கலை எப்படி கோபுரங்களில் தன் உச்சத்தைத் தொட்டதோ அப்படி இவர்கள் சிற்பத்தூண்களிலும் மண்டபங்களிலும் உச்சத்தைக் கண்டிருக்கிறார் கள். குளிர்ந்து கிடந்த கோயில் மண்டபங்கள் வழியாகக் காலமற்ற ஒரு அந்தரங்க வெளியில் சுற்றியலைந்துகொண்டே இருந்தோம். இங்கே மிகத்தொன்மையான நாணயங்கள் கிடைத்துள்ளன. அவற்றில் கி.பி. ஐந்தாம் நூற்றாண்டைச்சேர்ந்த கதம்ப மன்னர் இரண்டாம் கிருஷ்ண வர்மனின் நாணயம் முக்கியமானது. அதில்தான் முதன்முதலாக கன்னட எழுத்துக்களின் முதல் வடிவம் காணக்கிடைக்கிறது. அதில் மகாபாரதத்தில் உள்ள சசாங்கரின் சித்தரிப்புடன் நிலவு என கன்னடத்தில் எழுதப்பட்டுள்ளது.

பனவாசிக்கு ஒரு முக்கியத்துவம் உண்டு. ஆதிகவி பாம்பா இங்கேதான் பிறந்தார். பாம்பா கன்னடக் கவிஞர்களில் முதன்மையானவர். கன்னட இலக்கியமே மும்மணிகள் என அழைக்கப்படும் பாம்பா, பொன்னா, ரண்னா ஆகிய மூன்று கவிஞர்களால் உருவாக்கப்பட்டது என்கிறார் கள். மூவருமே சமணக் கவிஞர்கள். பாம்பா, சாளுக்கிய மன்னர் இரண்டாம் அரிகேசரியின் அவைப்புலவராக இருந்தார். அரிகேசரி அன்று ராஷ்டிரகூடப் பேரரசின் கீழ் சிற்றரசராக ஆட்சி செய்துவந்தார். உரையிட்ட பாட்டுடைச் செய்யுள் என்ற வடிவில் (சம்பு) எழுதிய

பாம்பா விக்ரமார்ஜுன விஜயம், (இது பாம்பா பாரதம் என அழைக்கப்படுகிறது) ஆதிபுராணம் என இரு பெரும் காவியங்களை எழுதியிருக்கிறார்.

பாம்பா பனவாசியில் பிறந்தார் என்பதற்குச் சில ஆதாரங்கள் உள்ளன. சிலர் அவர் அன்னிகேரியில் பிறந்தாரென்று சொல்கிறார்கள். பனவாசி ஒருகாலத்தில் கதம்பா ஆட்சியாளர்களின் தலைநகரமாக இருந்துள்ளது. கதம்பர்கள் கி.பி.இரண்டு-மூன்றாம் நூற்றாண்டு முதல் ஆட்சி செய்தவர்கள். இவர்கள் சமணர்கள். இவர்களுக்குச் சமானமான காலகட்டத்தில்தான் தமிழகம் சமணர்களான களப்பிரர் ஆட்சியில் இருந்தது. கதம்பர்களுக்கும் களப்பிரர்களுக்கும் உள்ள உறவு இன்னும் விரிவாக ஆராயப்படவில்லை.

பனவாசி வழியாக வரதா ஆறு ஓடுகிறது. இது இங்கே மழையில்லாத காலம். ஜுன் ஜுலைதான் மழைக்காலம். ஆகவே ஆற்றில் பெரிதாக நீர் இல்லை. ஆற்றை காரில் தாண்டி வந்தபோது அது பெரிதாக கவனத்தைக் கவரவில்லை. மதியம் அங்கேயே அன்னசத்திரத்தில் சாப்பிட்டோம். அலைந்து திரிந்த பின் சூடான சோறும் சாம்பாரும் மோரும் கிடைத்தபோது ஆவேசமாக சாப்பிட வைத்தது. எந்த ஊர் என்று கேட்டுவிடுவார்களோ என்று தோன்றிவிட்டது. உண்டபின் குளிர்ந்த கல்திண்ணையில் சற்று நேரம் அமர்ந்துகொண்டோம்.

பனவாசி சமணர்களுக்கு முக்கியமான ஊர். ஹங்கல் பலகாலம் முன்னரே கைவிடப்பட்டு இடிபாடுகளாகக் கிடந்து நூறு வருடம் முன்பு மெல்லமெல்ல மக்கள் குடியிருக்க ஆரம்பித்த ஊர். கோயிலைச் சூழ்ந்தே குடிசைகளையும் வீடுகளையும் கட்டி வைத்திருந்தார்கள். நேர்மாறாக, பனவாசி அழகான பழைய ஊர். மண்ணைக் குழைத்துக் கட்டப்பட்ட பழைமையான அழகிய வீடுகள் வரிசையாக அமைந்த தெருவில் நடந்தோம். ஓட்டு வீடுகள். குளிர்ந்த திண்ணைகள். மண்சுவரின் செம்பழுப்பு நிறம். சமண பஸதி ஒன்று பனவாசியில் இருப்பதாகச் சொன்னார்கள். தேடித்தேடிக் கடைசியில் ஒரு சமணரைக் கண்டு கொண்டோம். அவர் எங்களைக் கூட்டிச்சென்று காட்டிய கோயில் முப்பதாண்டுகளுக்கு முன்னர் கட்டப்பட்டது. அங்கே கிடைத்த சமணச் சிலைகளைக் கொண்டுவந்து வைத்திருந்த இடத்தில் கட்டியிருக்கிறார்கள். மொத்தம் ஆறே ஆறு சமணக் குடும்பங்கள்தான் பனவாசியில் உள்ளன. ஆனால் பனவாசியில்தான் சமணம் ஒரு காலத்தில் தலைமையிடம் கொண்டிருந்தது. ஹும்பஜ் மடத்தின் முதல் தலைமையகம் இங்குதான் இருநூறாண்டுக் காலம் முன்பு வரை இருந்தது. எதிர்பார்க்கவே இல்லை. நாங்கள் நினைத்து வந்தது இந்த ஊரே சமணர்களுடையதாக இருக்கும் என்று. ஊரெல்லாம் பஸதி கட்டிய கதம்பர்களின் தலைநகரத்தில் பஸதிகளே இல்லை என்பதில் ஓர் அபூர்வமான விதிவிளையாட்டு இருப்பதாகப் பட்டது.

இன்றே லட்சுமேஸ்வர் சென்றாகவேண்டும் என முடிவெடுத்தோம். லட்சுமேஸ்வரை வந்தடைய நான்கு மணி ஆகியது. இங்கே பிதார் சுல்தானால் கட்டப்பட்ட அழகிய மசூதி ஒன்று உள்ளது. தொல் பொருள் துறைப் பராமரிப்பில் உள்ள இந்த மசூதி முழுக்க முழுக்கக் கல்லால் ஆனது. மிக நுட்பமான செதுக்கு வேலைகள் கொண்டது. கல்லால் ஆன சங்கிலிகளும் பூவேலைப்பாடுகளும் அழகியவை. தொழுகை நடக்கிறது. உள்ளே பெயிண்ட் அடித்திருந்தார்கள்.

லட்சுமேஸ்வரம் கன்னட வரலாற்றில் முக்கியமான ஊர். இதற்கு ஹுலிகெரே அல்லது புலிகெரே என்று பெயர். புலிக்குளம் என்று பொருள். கன்னட ஆதிகவி பாம்பா இந்த ஊரில் வாழ்ந்து அவரது காவியங்களை எழுதியிருக்கிறார். இங்கே புகழ்பெற்ற பல சமண ஆசாரியர்கள் வாழ்ந்திருக்கிறார்கள். சங்கணாச்சாரியர், ஹேமதேவாச் சாரியர், பத்மசேனர், திரிபுவன சந்திர பாதமிதா, ராமதேவாச்சாரியர் போன்றவர்கள் முக்கியமானவர்கள். இங்கே கன்னட மொழியின் புராதனமான பல கல்வெட்டுகள் வாசிக்கப்பட்டுள்ளன.

லட்சுமேஸ்வரம் சமணர்களுக்கு முக்கியமான ஊர். ஆனால் மிகமிகச் சில சமணர்களே இங்கிருந்திருக்கிறார்கள். இரு சமண பஸதிகள் உள்ளன. ஒன்று சிக்க பஸதி. அதை நோக்கிச்செல்லும்போது எங்களுக்கு முன்னால் ஒரு திகம்பர முனி செல்வதைக் கண்டோம். முழு நிர்வாணமான உடல். கையில் மயில் தோகை. சிரித்த முகம். அவர் சென்றது சிக்க பஸதிக்குத்தான். அது முழுக்க முழுக்க இடிந்து பாழடைந்து கிடந்தது. அதை மூடி செங்கல்லால் கட்டியிருந்தார்கள். அதைச் செப்பனிட்டு மீட்டுக்கொண்டிருந்தார்கள். நேமிநாதருக்கான பஸதி. ஆனால் வழிபாடு ஏதும் இல்லை. வேலை நடந்து கொண்டிருந் தது. முனிவரிடம் ஆசி பெற்றோம். இரு சமணர்கள் எங்களை வண்டியில் வழிகாட்டி தொட்ட பஸதிக்கு அழைத்துச் சென்றார்கள்.

தொட்ட பஸதி, சங்க பஸதி என்றும் அழைக்கப்படுகிறது. அந்த ஆலயத்துக்குள் நுழைந்ததும் ஓர் அதிர்ச்சி ஏற்பட்டது. முதன் முறையாக ஒரு சமண ஆலயத்தில், அதிலும் திகம்பர சமண ஆலயத்தில், போக சிற்பங்களைப் பார்த்தோம். பலவகையான உடலுறவுச்சிலைகள். நிறைய சிலைகளைச் செதுக்கி உடைத் திருந்தார்கள். கோயிலின் முகப்பு மண்டபம் மிக அழகானது. நுட்பமான செதுக்குவேலைகள் கொண்ட பலகணியால் ஆனது. ஆனால் கருவறையைக் கண்டதும் இன்னும் அதிர்ச்சி. மிக விசித்திர மான ஆலயம். முன்பு எப்போதோ இருந்த ஒரு பேராலயம் முற்றாக இடிந்து குப்பைக் குவியலாக ஆகிவிட்டிருக்கிறது. அந்த இடிந்த உடைந்த சிற்பங்களை அப்படியே அள்ளிக் கைக்குக் கிடைத்தபடி அடுக்கிக் கட்டி அந்த கோயிலைக் கட்டியிருந்தார்கள். கோயில் 12 ஆம் நூற்றாண்டில் சுல்தான்களால் இடிக்கப்பட்டு 16 ஆம் நூற்றாண்டில்

உள்ளூர் சிற்றரசரால் எடுத்துக்கட்டப்பட்டது எனத் தெரிந்து கொண்டோம். சிற்பங்களால் ஆன ஒரு கொலாஜ் அது. சிற்பங்கள் சம்பந்தமே இல்லாமல் ஒன்று மீது ஒன்று அமர்ந்திருந்தன. அங்கே எங்கே பார்த்தாலும் சிற்பங்கள். உடைந்த சிற்பத்தை ஸ்டம்ப் ஆக்கி இரு பயல்கள் கிரிக்கெட் ஆடிக்கொண்டிருந்தார்கள்.

சோமேஸ்வர் ஆலயம்

மாலை ஐந்து மணிக்கு சோமேஸ்வர் ஆலயம் வந்து சேர்ந்தோம். பத்தாம் நூற்றாண்டின் இறுதியில் கல்யாணி சாளுக்கியர்களால் கட்டப்பட்ட இந்தப் பேராலயம் ஒரு நூற்றாண்டுக் காலம் கூட முழுமையுடன் இருக்க வில்லை. சுல்தானியப் படையெடுப்பு களால் இடிக்கப்பட்டபின் வெறும் இடிபாடுகளாகப் பல நூற்றாண்டுக் காலம் இது மண்மூடிக் கிடந்தது. இப்போதும் இடிபாட்டுக்குவிய லாகவே உள்ளது. கோயில் வளாகம் முழுக்கப் பல்வேறு சிறு சன்னிதிகள் ஆளில்லாமல் கிடந்தன. கோட்டை போன்ற சுற்றுமதிலுக்குள் ஹம்பியின் ஒரு துண்டு மட்டும் எஞ்சுவது போல பிரமை எழுந்தது. ஹம்பியை ஒரு கெட்டகனவில் திடுக்கிட்டு எழுந்த சிற்பி நினைவு கூர்ந்த காட்சி என்று கவிஞர் மோகனரங்கன் சொன்னதாகக் கிருஷ்ணன் சொன்னார். அப்படித்தான் இருந்தது. இந்த ஆலயத்தின் மிகப்பெரிய கவர்ச்சி என்பது இங்குள்ள குளம். இது ஒரு கிணறுதான். குளம் அளவு அகலமானது. நூற்றைம்பதடி ஆழம் கொண்டது. பெரும் கோட்டை போல மதில் கட்டி இறக்கியிருந்தார்கள். உள்ளே இறங்க பல அடுக்குகளாகச் செல்லும் கற்படிகள். விஷ்ணுபுரத்தில் சித்தனும் சீடனும் சென்று பார்க்கும் ஆழத்துக் குளம் போல் இருந்தது என்றார் சீனு.

அந்தி இறங்கும்வரை சோமேஸ்வர் ஆலயத்திலேயே இருந்தோம். அந்திச்சிவப்பில் இப்படி ஆலயத்தில் இருப்பது சாதாரணமான அனுபவம் அல்ல. உள்ளுக்குள் ஏதோ உருகி வழிவது போல. குருதி எல்லாம் வழிந்து மறைவது போல. ஆனால் கிளம்பும்போது தோன்றியது, அதுவும் இயற்கையே என. பேரழகுடன் பிறக்கும் குழந்தை தொண்டுக் கிழமாகிச் சாவது போல.

- 6 -

மூல்குந்த், லக்குண்டி, டம்பலா, ஹலசி

காலையில் எழுந்தது ஐந்து மணிக்கானாலும் கிளம்பத் தாமதமாகி விட்டது. காலையின் குளிர் ஒரு காரணம். வடக்குநோக்கி வர வர, பகலின் வெப்பத்துக்கும் இரவின் குளிருக்கும் இடையேயான வேறுபாடு அதிகரித்தபடியே வந்தது. காலை ஆறரைக்குத்தான் கிளம்பினோம். நேராக மூல்குந்த் என்ற முலுகுந்து மலைக்குச் சென்றோம். சமணர்களின் முக்கியமான ஒரு தலமாக இருந்தது இந்த ஊர். ஆனால் நாங்கள் வழி விசாரித்து அங்கே செல்வதற்குள் ஆயிரத்தைந்நூறு வருடங்கள் தாண்டி அந்த ஊர் புழுதி மண்டிய இடிபாடுகளின் குவியலாக மாறிவிட்டிருந்தது.

முலுகுந்து இன்று முக்கியமான தொல்லியல் மையமாக அறியப் பட்டிருந்தாலும் அதிகமான ஆய்வுகள் ஏதும் செய்யப்படவில்லை. இடிபாடுகளைக்கொண்டு கட்டப்பட்ட பாழ்வீடுகள். சாக்கடை ஒழுகும் தெருக்கள். பன்றிகள். வறுமை திகழும் முகங்கள் கொண்ட மனிதர்கள். அதிகமும் முஸ்லிம்கள். அவர்கள் அங்கே வருபவர்களை வேறு ஏதோ உலகத்தில் இருந்து வேடிக்கை பார்த்தார்கள். மூல்குந்தின் தெருவில் இருந்த ஒரு ஆயா கடையில் இட்லி சாப்பிட்டோம். இட்லி இங்கே ஒரு தின்பண்டம், வடைபோல, ஜிலேபி போல. உணவு அல்ல. ஒரே ஒரு இட்லிக்கு சாம்பார் விட்டு ஸ்பூன் போட்டுக் கொடுத்தார்கள். நான்கு பூரி எட்டு ரூபாய். ஒரு இட்லி நான்கு ரூபாய். டீ குடித்தபின் சமண பஸதியை விசாரித்து நடந்தோம்.

பார்ஸ்வநாதருக்குக் கட்டப்பட்ட புகழ்வாய்ந்த சமண பஸதி ஜினகிரி என ஒரு காலத்தில் அழைக்கப்பட்ட குன்றின் பாதி உயரத்தில் இருந்தது. பலரிடம் வழிகேட்டபோது விசித்திரமாகப் பார்த்து சந்தேகத்துடன் சொன்னார்கள். அங்கே செல்லச்செல்ல ஒன்று

தெரிந்தது. அப்பகுதியை மொத்த ஊரும் கழிப்பிடமாகப் பயன் படுத்திக்கொண்டிருந்தது. மக்கள் கைகளில் பிளாஸ்டிக் செம்புகளுடன் சாரிசாரியாக மேலேறிச்சென்றார்கள். கழிவிறக்கத்தை ஒரு சமூகச் செயல்பாடாகச் செய்வதை இங்கேதான் பார்த்தேன். மொத்தமாக ஒரு பெரும் மலக்காடு. சமணக் கோயில் பெரியது. உள்ளே மூலச்சிலை ஏதும் இல்லை. பாறைமேல் ஒரு பெரும் தீர்த்தங்கரர் சிலை செதுக்கும் பணி ஆரம்பித்துப் பாதியில் நின்றிருந்தது. துணியால் முகம்மூடி நிற்கும் குழந்தை போலத் தீர்த்தங்கரர் பாறைக்குள் மெல்லிய புடைப்பு களாகத் தெரிந்தார். கோயில் வளாகம் முழுக்க இடிந்த கோயில் துண்டுகள், சிற்பங்கள். கதம்பர்களின் காலகட்டத்தில் கட்டப்பட்ட கோயில் இது.

சமணம் செழித்திருந்த முலுகுந்து நகரில் இன்று ஒரு சமணக் குடும்பம் கூட இல்லை. இப்படிக் கைவிடப்பட்டுக் கிடந்த பல சமணக் கோயில்கள் தமிழகத்திலும் இருந்ததை பதினேழாம் நூற்றாண்டுப் பயணிகளும் எச் ஆர் பேட்ச், ஜெ எச் நெல்சன் போன்ற ஆங்கில ஆட்சியாளர்களும் பதிவுசெய்திருக்கிறார்கள். ஒரு இடிபாட்டுப்பகுதி மனிதவாசம் இல்லாமல் கிடக்கும். ஆனால் மக்கள் தொகை அதிகரிக்கையில் அவை ஊர்களாகின்றன. அந்த ஆலயங்கள் சைவ வைணவ மதங்களின் பயன்பாட்டுக்கு வருகின்றன. என்றாவது இந்தக் கோயிலும் உயிர்பெறலாம்.

கீழே வந்தோம். வெயில் நன்றாக ஒளிவீச ஆரம்பித்திருந்தது. கீழே தொல்லியல் துறையின் கட்டுப்பாட்டில் இருந்த சித்தேஸ்வரர் கோயில் இருந்தது. கதம்பர்களின் பாணியில் அமைந்த வட்டத் தூண்களும் அழகிய முகமண்டபமும் கொண்ட கோயில். பல இடங்களில் கோயில் சாதாரணப் பாறைகள் இடைசெருகிச் செப்பனிடப்பட்டிருந்தது, கம்பராமாயணத்தில் இடைச்செருகல் பாடல்களைப்போல.

எட்டரை மணிக்கெல்லாம் அங்கிருந்து கிளம்பிவிட்டோம். அருகே உள்ள இன்னொரு சமணத்தலமான லக்குண்டிக்குச் சென்றோம். இருபது கி.மீ. தூரமானாலும் சாலையின் புழுதியால் ஒருமணி நேரமானது. லக்குண்டியில் தொல்லியல்துறையின் வரவேற்பு மையம் உள்ளது. அங்கே உள்ள கோயில்கள் பெரும்பாலும் தொல்லியல் துறைக் கட்டுப்பாட்டில் உள்ளன.

கதக் மாவட்டத்தில் உள்ள லக்குண்டி ஒரு முக்கியமான புராதன நகரம். இன்று ஒரு சிற்றூர். இங்குள்ள வீடுகள் பெரும்பாலும் மண்ணைக் குழைத்துக் கட்டப்பட்டு ஓடு வேய்ந்து பெரிய வராந்தாக்களுடன் உள்ளன. மிக அபூர்வமாகவே ஒரு சிமிண்ட் கூரை வீடு கண்ணுக்குப்

படுகிறது. சுற்றியுள்ள நிலம் பெரும்பாலும் வறண்டது. தென் கன்னடத்தின் பசுமை மறைந்து விட்டிருப்பதை முன்னரே கண்டோம் என்றாலும் மண் பெரும்பாலும் புழுதி மண்டிய செம்பழுப்பு வெளியாகத் தெரிய ஆரம்பித்தது இப்போதுதான்.

லோக்கி குண்டி என்ற பெயரில் பழைய ஆவணங்களில் உள்ளது இந்நகரம். உண்மையில் இங்குள்ள சிற்றூருக்கு நடுவே வீடுகளுக்குள் புதைந்தும் மண்ணில் அமிழ்ந்தும் ஒரு கைவிடப்பட்ட நகரமே கிடக்கிறது. கல்யாணி சாளுக்கியர்களின் கட்டடக்கலைக்கு சிறந்த உதாரணமாக அமைந்த பல கோயில்கள் இங்குள்ளன. கிட்டதட்ட 50 கோயில்கள் இங்கே உள்ளன என்றது செய்தி நிலையம். பல குளங்கள், புராதனமான கிணறுகள்.

லக்குண்டியின் காசிவிஸ்வேஸ்வரர் ஆலயம் முக்கியமான ஒரு கலைப்படைப்பு. கல்செதுக்குக் கலையின் நுண்மையின் உச்சங்களை இங்கே காணலாம். கதம்பா-கல்யாணி கட்டடக்கலையின் சிறப்பம் சங்களான மண்டபமும் வட்டத்தூண்களும் இங்கும் இருந்தன. ஆனால் கோயில் வாசல்களைச்சுற்றி செதுக்கப்பட்டிருந்த சிற்ப அடுக்குகள் வேறெங்கும் காணக்கிடைக்காதவை. கட்டை விரல் அளவே கொண்ட சிற்பங்கள். மலர்க்கொடிகளில் பின்னிப்பிணைந்த கின்னரர்கள். யட்சிகள். மலர்களைப் பற்றிய சால பஞ்சிகைகள். கட்டைவிரல் அளவுள்ள ஒரு மோகினி காதில் அணிந்திருந்த குழையில் பதிக்கப்பட்ட கற்களையும் வளையல் களின் செதுக்குவேலையை யும் கல்லில் கொண்டு வந்திருந்தார்கள்.

லக்குண்டி- காசிவிஸ்வேஸ்வரர் ஆலயத்தில் கீர்த்திமுக வேலைப்பாடு

ஒரு கட்டத்தில் சலிப்பே ஏற்பட்டுவிட்டது. மிகமிக நுட்பமான பல்லாயிரம் சிற்பங்கள். இங்கே ஒரு விஷயத்தை கவனித்தோம். இதற்கு முன்பே பார்த்த கோயில்களில் இல்லாத ஒன்று. கோயில்களின்

அடித்தளம் முழுக்க யானைகளின் வரிசைகள். கோயிலே யானைகள் மேல் அமைந்திருப்பது போல. அரை அடி உயரமான யானைகள். போரிடும் யானை, திரும்பிப் பார்க்கும் யானை, உடல் ஒசிந்த யானை. இந்த அமைப்பை முன்னர் நல்கொண்டா பகுதியின் காகதீயர் கட்டடங்களில் கண்டிருக்கிறேன்.

லக்குண்டியின் மல்லிகார்ஜுனர், வீரபத்ரர், மாணிகேஸ்வரர், நன்னேஸ்வரர், லட்சுமிநாராயணன், சோமேஸ்வரர், நீலகண்டேஸ்வரர் ஆலயங்கள் குறிப்பிடத்தக்கவை. நன்னேஸ்வரர் ஆலயம் அழகான தூண்கள் கொண்டது. கோயிலுக்குள் சென்றால் அங்கே போர் போடுவதற்கான இரும்புக்குழாய்களைக் கட்டுமான ஒப்பந்ததாரர் குவித்துப் போட்டிருந்தார். அவற்றை எடுக்கும்போதும் போடும் போதும் சிலைகள் தட்டுப்பட்டு உடைவதைத் தவிர்க்க முடியாது. புகார்ப் புத்தகத்தை எடுத்துப் புகாரைப் பதிவுசெய்தோம். அங்கிருந்த ஊழியரிடம் சொன்னோம். அவருக்கு அக்கறையே இல்லை. எழுதிவிட்டுப் போங்கள் என்றார்.

சோமேஸ்வர் ஆலயத்து வளாகத்தில் உள்ள நகல்யாணி புஷ்கரணி என்ற 101 படிகொண்ட கிணறு முக்கியமானது. அதை கூட்டிப் பெருக்கிக் கொண்டிருந்தார்கள். படிகள் வழியாக இறங்கிச்சென்று ஓங்கி உயர்ந்த மதில் கட்டுகளைப் பார்க்கையில் மலைப்பு உருவானது. எந்தக் கோடையிலும் நீர் வற்றாத குளமாக இதை உருவாக்கியிருக் கிறார்கள். இது இந்தப் பகுதியின் வறட்சிக்கும் ஒரு சான்று. நேற்று

நகல்யாணி புஷ்கரணி

மாலை லட்சுமேஸ்வர் கோயிலில் பார்த்த நீராழியைப் போலவே இருந்தது இது.

இங்குள்ள சமண ஆலயத்தை ஆற்றிமாப்பி என்னும் அரசி கட்டியதாகச் சொல்லப்படுகிறது. ஆற்றிமாப்பி கன்னடத்தின் முக்கியமான கவிஞரான ராண்ணாவின் புரவலராக இருந்தார். அவர் தன்னுடைய அஜிதபுராணம் என்னும் நூலில் ஆற்றிமாப்பிக்குப் புகழ்மாலை சூட்டியிருக்கிறார். பொன்னாவும் அவரது சாந்திபுராணத்தில் ஆற்றிமாப்பியைப் பணிவுடன் குறிப்பிடுகிறார். கன்னட வரலாற்றில் ஆற்றிமாப்பி ஒரு முக்கியமான நட்சத்திரம். ஆற்றிமாப்பி பத்தாம் நூற்றாண்டின் பிற்பகுதியில் வாழ்ந்தவர். அவரது முன்னோர் வெங்கிநாட்டைச் சேர்ந்தவர்கள். புனகனூரு என்பது அவர் பிறந்த ஊர் என்கிறார்கள். தந்தை மல்லப்பையா, தாய் அப்பாக்கப்பி. அவரது தந்தை கவிஞர்களை ஆதரித்தவர். அவரது சபையில்தான் கன்னடப் பெருங்கவிஞர் பொன்னா வாழ்ந்தார். சாளுக்கிய சக்ரவர்த்தி ஆகவமல்ல சோமேஸ்வரரின் தளபதியாக இருந்த நாகதேவரை மணந்தார். ஆற்றிமாப்பியின் தங்கை குண்டம்மாப்பியும் நாகதே வரையே மணந்துகொண்டார். ஆற்றிமாப்பி ஒரு மகனைப் பெற்றார், அன்னிகதேவர். குண்டம்மாப்பிக்கு மைந்தர்கள் இல்லை. ஆகவே நாகதேவர் இறந்தபோது அவர் உடன்கட்டை ஏறினார். ஆற்றிமாப்பி தன் மகனுக்காக உயிர்வாழ்ந்தார். எஞ்சிய வாழ்க்கையை ஒரு பெரும் விரதமாக ஆக்கிக்கொண்டார். தன்மொத்த சொத்தையும் தர்மத்துக்காக செலவிட்டார். ஆகவே தம்மசிந்தாமணி என்று பெயர் பெற்றார் ஆற்றிமாப்பி. லக்குண்டியில் ஒரு பெரிய சமணக் கோயிலைக் கட்டினார். அவர் ஆயிரத்தைந்நூறு ஜினதேவ சிலைகளைப்

சமண ஆலயம், லக்குண்டி

பொன்னிலும் வெள்ளியிலும் செய்து வினியோகம் செய்ததாகச் சொல்லப்படுகிறது. பொன்னாவின் சாந்திபுராணாவை ஆயிரம் ஓலைப்பிரதிகள் எடுத்து எல்லா அறிஞர்களுக்கும் அளித்தார். ஆற்றிமாப்பியின் தியாக வாழ்க்கையை ராண்ணா கவித்துவமாகப் புகழ்ந்து எழுதுகிறார். கர்நாடக அரசு ஆற்றிமாப்பியின் பெயரால் பெண் படைப்பாளிகளுக்காக ஒரு விருது வழங்கிவருகிறது. லக்குண்டியில் அவர் கட்டிய ஜினாலயத்தைச் சென்று பார்த்தோம். தொல்பொருள்துறைப் பராமரிப்பில் உள்ள அக்கோயில் கதம்பக் கட்டடக்கலைப் பாணியிலேயே உள்ளது.

லக்குண்டியில் இருந்து டாம்பால் கிளம்பினோம். பலரால் வழிசுட்டப் பட்டு இருமுறை சுற்றி வந்தபின் ஒன்று தெரிந்தது. அது டாம்பால் அல்ல, டம்பலா. டம்பலா உண்மையில் ஒரு பௌத்தநகரம். 12ஆம் நூற்றாண்டுவரை பௌத்தம் செழித்த ஊர். சாதவாகனர் ஆட்சிக்காலம் முதலே கர்நாடகத்தில் பௌத்தம் செழித்திருந்தது. டம்பலாவுக்கு உள்ள முக்கியத்துவம் என்னவென்றால் பௌத்தப் பெண் தெய்வமான தாராதேவிக்கு மட்டுமாக அமைந்த முக்கியமான ஆலயம் இங்கேதான் உள்ளது என்பதுதான். பத்தாம் நூற்றாண்டில் பதினாறு வணிகர்கள் சேர்ந்து இதைக் கட்டினார்கள் என்று ஒரு கல்வெட்டு சொல்கிறது. பன்னிரண்டாம் நூற்றாண்டுவரை இங்கே ஒரு பெரிய பௌத்தக் கல்விநிலையம் இருந்தது.

டம்பலாவில் உள்ள தொட்ட பாஸப்பா கோயில் மேலைசாளுக்கிய கட்டடக்கலைக்கு சிறந்த உதாரணம். இது பதினாறு மடிப்புகள்

தொட்ட பாஸப்பா கோயில், டம்பலா

கொண்ட நட்சத்திர வடிவில் அமைந்துள்ளது. தூண்கள் மிக மிக நுட்பமான மடிப்புகள் கொண்டவை. இங்கும் வாசலைச் சுற்றியிருக்கும் விதானத்தில் நெருக்கமாக செதுக்கப்பட்டிருந்த சிற்பங்கள் பிரமிப்பை ஊட்டின. சிற்பங்களால் ஆன மணிமாலை என்றும் சிற்பங்களின் மலர்க்குவியல் என்றும் சிற்பங்கள் தானிய மணிகளாக மாறிவிட்டன என்றும் தோன்றிக்கொண்டே இருந்தது. எல்லாச் சிற்பங்களும் நடன நிலைகளில் இருந்தன. கோயிலே நடனமிட்டுக்கொண்டிருப்பது போலத் தோன்றியது.

டம்பலாவில் பல சமணக் கோயில்களும் உள்ளன. பெரும்பாலும் எல்லாமே அழிந்த நிலையில்தான் உள்ளன. சிறிய கோயில்கள் அவை. சமணம் பொதுவாகவே வட கர்நாடகத்தில் அழிந்துவிட்டது என்று தோன்றியது. கர்நாடகத்தைப் பொறுத்தவரை சமணத்தின் வடக்கு எல்லை கும்ச்சாதான் என்று தோன்றியது.

கர்நாடகத்தில் நாங்கள் திட்டமிட்டிருந்தது ஒரு வாரம். அது முடியப் போகிறது. நாரேகால் போகவேண்டும். அதைத் தாண்டிச்செல்ல முடிவெடுத்தோம். ஹுப்ளியையும் பார்க்க எண்ணியிருந்தோம். அதையும் விட்டுவிட்டோம். ஒரே மூச்சில் கதக், ஹுப்ளி, தார்வாட் நகரங்களைத் தாண்டி வந்தோம். வரும் வழியில் திட்டமிட்டிருந்த ஒரே ஊர் ஹலசி. மையச்சாலையில் இருந்து விலகி ஒரு மணி நேரத்துக்கும் மேலாகப் புழுதி நிறைந்த சாலையில் சென்று ஹலசியை அடைந்தோம். மாலையில் ஒரு குளத்தருகே குளிப்பதற்காக இறங்கினோம். ஆனால் தண்ணீர் கலங்கி அழுக்காக இருந்தது, தவிர்த்துவிட்டோம்.

ஹல்ஸி என்றும் ஹல்ஷி என்றும் அழைக்கப்படும் ஹலசி பெல்காம் அருகே உள்ளது. கதம்ப வம்ச மன்னர்களின் இரண்டாம் தலைநகரமாக இருந்தது. ஒரு முக்கியமான வரலாற்றுத் தலம் இது. மிகச்சிறிய பஞ்சாயத்து இது. பழைய வீடுகள். சிறிய பள்ளிக்கூடம். சுற்றும் வறண்ட நிலம். சமண பஸதி ஒன்று உண்டு என்று வாசித்துத் தேடிச் சென்றோம். கண்டுபிடிக்க முடியவில்லை. ஊர் நடுவே உள்ள பூவராகர் ஆலயத்துக்குச் சென்றோம். பெரிய ஆலயம். அதிகமான சிதிலங்கள் இல்லாமல் இருந்தது. முன்னால் ஒரு ஆழமான நீராழி பல படிகளுடன் இருந்தது. இப்பகுதியில் கோயில்களில் இப்படி நீர் அறாத பெரும் நீராழிகளை அமைப்பது தேவையாக இருந்தது போல. கோயிலுக்குள் உள்ள பூவராகமூர்த்தியின் சிலை மிகமிக அழகானது. நான் பார்த்த பூவராகர் சிலைகளிலேயே ஒரு பெரும் கலைப்படைப்பு அதுதான். கல்லில் உலோகத்தின் மினுமினுப்பு. கண்களில் மதம் பரவிய பன்றிமுகம், ஆனால் அது கடவுள்முகமும் கூட! தோளில் பூமியை ஏந்தி ஆதிசேடன் மேல் கால் வைத்து நிற்கும் சிலை. எதிரில் பெருமாள்

இருந்த திருக்கோலத்தில். கோயிலில் ராஜு என்ற உள்ளூர் நிலப்பிரபு அறிமுகமானார். அவர் ஒரு உதவியாளரை அனுப்பி சமண பஸதியைக் காட்டினார். ஊரில் சமணர்கள் எவரும் இல்லை என்றார். பஸதி அவரது வீடு அருகிலேயே உள்ளது. இடிந்து காலியாகக் கிடந்தது. ஆனால் மலினப்படுத்தப்படவில்லை. கதம்பமன்னர்களின் புராதனமான செப்பேடு இங்கே கிடைத்துள்ளது. காகுஸ்தவர்மன் என்ற மன்னன் ஒரு சமணப் பள்ளி அமைக்க அளித்த நிவந்தம் சம்பந்தமானது. இந்த சமணர் கோயில் பதினொன்றாம் நூற்றாண்டைச் சேர்ந்தது.

இங்கே ஒரு கோட்டையும், கோகர்ணேஸ்வரர், கலிலேஸ்வரர், ஸ்வர்ணேஸ்வர், ஹடகேஸ்வரர் ஆலயங்களும் உள்ளன. இந்த ஊரில் ஒரு நாள் முழுக்கத் தங்கினால்தான் சரிப்படும். அதற்கு நேரமில்லை. கிளம்பிவிடலாம் என்று நினைத்தோம். அந்த ஊரில் தங்கமுடியுமா என ராஜுவிடம் கேட்டோம். ஊரில் எந்த வசதியும் இல்லை என்றார். ஆகவே கிளம்பினோம். மறுநாள் வந்தால் ஊரைக் காட்டித்தருவதாக ராஜு சொன்னார். ஆனால் நாங்கள் பெல்காம் சென்று தங்குவதாக முடிவெடுத்தோம்.

- 7 -

ஆயிரத்து எண்ணூறு கிலோமீட்டர்கள் கடந்து

பெல்காம், கித்ராபூர், கும்போஜ்

காலையில் பெல்காமில் தூங்கி எழுந்தோம். முந்தைய இரவு பெல்காமில் உள்ள கமல் பஸதியைப் பற்றி வாசித்தபோது அதனருகே பெல்காம் ராமகிருஷ்ண மடம் இருக்கும் தகவல் தெரிந்தது. அங்கே தங்கலாமென முடிவெடுத்துப் போய் விசாரித்தோம். மிகப்பெரிய கோயிலும், கட்டடங்களும் கொண்ட அமைப்பு அது. ஆனால் உள்ளே இருந்த சாமியார் தேனொழுகப் பேசி கிட்டதட்ட துரத்தியடித்தார். ராமகிருஷ்ண மடம் அல்லது அதற்கு நன்கொடை அளிப்பவர்களின் சிபாரிசுக் கடிதத்துடன் வருபவர்களுக்கு மட்டுமே இடம் என்று சொல்லிவிட்டார். வேண்டுமானால் காலையில் வாருங்கள் ஒரு வாய் சோறு போடுகிறேன் என்றார். நண்பர்கள் பேசிய எதையுமே அவர் காதில் வாங்கவில்லை. அப்படி 'அன்னியர்களை'த் தங்க வைக்க விதியே கிடையாது என்று சொல்லிவிட்டார்.

எனக்கு ராமகிருஷ்ண மடம் என்ற அமைப்பு மீது எப்போதுமே பெரிய மரியாதை இல்லை. ஆகவே எதிர்பார்ப்பும் இல்லை. நான் உள்ளே செல்லவே இல்லை. திரும்பிச்சென்று ஓர் ஓட்டலில் ஆயிரம் ரூபாய் செலவில் அறைகள் அமர்த்திக்கொண்டோம். இரவில் அறைக்கு வந்ததும் அந்த சாமியார் ஃபோனில் அழைத்து நாளைக்கு அவரைச் சந்திக்க வரும்படி முத்துக்கிருஷ்ணனிடம் சொன்னார். அந்தக் குற்றவுணர்ச்சியை என்னால் புரிந்துகொள்ள முடிந்தது. ஆனால் அங்கே செல்லவேண்டாம், அவர்களைப் பற்றி ஊடகங்கள் உருவாக்கியிருக்கும் சித்திரத்துக்கும் உண்மைக்கும் சம்பந்தமில்லை என்று நான் சொன்னேன். நன்கொடை வசூலித்து, உண்டு, உறங்கும்

கும்பல் அன்றி வேறெதுவும் அல்ல அவ்வமைப்பு. நம்மை வரச்சொல்லி உபதேசமும் சுயவிளக்கமும் சொல்லவே அவர் முனைகிறார் என்றேன்.

காலையில் எழுந்ததும் சமண பஸதிக்குச் சென்று பார்த்தோம். அப்போது ஒருவர் நாங்கள் செல்லும் கார் எண்ணைப் பார்த்து வந்து சாமியார் அழைப்பதாகச் சொன்னார். வேறு வழியில்லாமல் சென்றோம். ஒரு பெரிய போஜனசாலையில் தட்டுகளைக் கழுவி வந்து அமர்ந்தோம். எல்லா ராமகிருஷ்ண மடாலயங்களையும் போல பிரமாண்டமான கூடம். அமைதி. சுத்தம். மாபெரும் கட்டடங்கள். ஒரு வகை உப்புமா போட்டார்கள். என்னால் அள்ளி வாயில் வைக்கவே முடியவில்லை. குமட்டிக்கொண்டு வந்தது. நான் இரந்துண்டு வாழ்ந்தவன். வரிசைகளில் கால்கடுக்க நெடுநேரம் நின்றிருக்கிறேன். கிடைத்ததை உண்டிருக்கிறேன். அவமதிப்பும்கூட பெரிய விஷயமல்ல. அது அவமதிப்பவனின் மனநிலையைக் காட்டுகிறது, அவ்வளவுதான். இது அப்படி அல்ல, இதன் பின்னால் உள்ளது ஒரு மாபெரும் மனச்சிறுமை. என் முன்னால் அமர்ந்து தின்றுகொண்டிருந்த அந்தக் காவிதாரி எங்களை மதிப்பிடுகிறார். நான் வைரமோதிரம் போட்டிருந்தால் அவர் என் முன்னால் வந்து நின்று இளித்திருப்பார் என்று எனக்குத் தெரியும் என்பதே என் பிரச்சினை.

சுற்றிலும் பிரமாண்டமான கான்கிரீட் கட்டடங்கள். அவை எல்லாமே தங்குமிடங்கள். பெரும்பாலும் காலியாகவே இருக்கவும் கூடும் என அங்கே பார்த்ததுமே தெரிந்துகொண்டேன். அது மெல்ல மெல்ல மனக்கொதிப்பை உருவாக்கியது. உடனே அங்கிருந்து சென்று விடவேண்டும், ஒரு சொல் கூட அந்தக் காவிதாரியிடம் பேசக்கூடாது என நினைத்தேன். அவரைப் பார்க்காமலேயே வெளியேறினேன்.

கிட்டதட்ட ஒரு நூற்றாண்டுக்கு முன்பு சுவாமி விவேகானந்தர் அமெரிக்கா சென்றபோது அவரிடம் கேட்டார்கள், அமெரிக்காவில் உங்களைக் கவர்ந்தது என்ன என்று. இங்குள்ள பொது அற அமைப்புகள்தான் என்று அவர் சொன்னார். பின்னர் எழுதினார், இந்தியா நூற்றாண்டுகளாகப் பெரும் அறநிலைகளை அறநெறிகளை உருவாக்கி நிலைநாட்டி வந்தது. அவையெல்லாம் நவீன கால கட்டத்தில் மெல்ல மெல்ல அழிந்து வருகின்றன, நவீன அற அமைப்பு களை உருவாக்கி அந்தப் பிரச்சினையை சமாளிக்க வேண்டும் என்று. அவ்வாறு அவர் உருவாக்கிய அமைப்புதான் ராமகிருஷ்ண மடம். அதற்கு அவருக்குத் தெளிவான நோக்கம் இருந்தது.

விவேகானந்தர் பல இடங்களில் சொல்லியிருக்கிறார், இந்த நாட்டின் பாரம்பரியமும் கலைகளும் ஆன்மிகமும் நிலை நிற்பதே உலகியலை

உதறி இந்த நாட்டு நிலவெளி முழுக்க அலைந்து திரியும் அந்நியர் களால்தான் என. இங்குள்ள பெரும்பாலான ஆன்மிக வழிகளில் துறவி ஆவதற்கு முன் பிச்சை எடுத்து உண்டு அலையும் வாழ்க்கை கட்டாய மாக்கப்பட்டுள்ளது. ஏனென்றால் லௌகீகம் சம்பந்தமான பயமும் கவலையும்தான் ஆன்மிகமான சிந்தனைக்குப் பெரும் தடைகள். அவற்றில் இருந்து முற்றாக விடுபட்டவனே உண்மையில் எதையாவது ஆழத்தில் சென்று சிந்தித்தறிய முடியும். ராமகிருஷ்ணரே அவரது மாணவர்களைப் பிச்சை எடுக்க அனுப்பியிருக்கிறார். விவேகானந்தரும் அப்படி பவிராஜக வாழ்க்கை வாழ்ந்தவர்தான்.

ஆன்மிகத்தில் மட்டும் அல்ல, கலையிலும் கூடத்தான். இந்நாட்டின் முக்கியமான எல்லா எழுத்தாளர்களும் பிச்சை எடுத்து அலைந்து திரிந்த வாழ்க்கை கொண்டவர்களே. பஷீராக இருந்தாலும், காரந்தாக இருந்தாலும். அவர்களைப் பேணும் அமைப்புகள் இந்நாடெங்கும் இருந்தன. ஒவ்வொரு இந்துவும் சமணரும் பௌத்தரும் சீக்கியரும் அந்த மனநிலை கொண்டிருந்தார்கள். அந்நியர்களை ஐயப்படு வதற்கும் புறக்கணிப்பதற்கும் பதிலாக அவர்கள் அந்நியர்கள் என்பதற் காகவே அவர்களைப் பேணும் ஒரு பண்பாடு. இன்றும் அந்தப் பண்பாடு நம் கிராமங்களில் உள்ளது. சாவடிக்குச் சென்று இரவுணவுக்கு எவராவது உள்ளனரா என்று பார்த்து உணவிட்ட பின்னரே ஊர்த்தலைவர் உண்ணவேண்டும் என்ற மரபு இன்றும் கூட பல்லாயிரம் தமிழகக் கிராமங்களில் உள்ளது.

சென்ற நூற்றாண்டில் பிரம்மசமாஜம் இந்த விழுமியங்களுக்கு எதிராகப் பிரசாரம் செய்தது. அலைந்து திரிபவர்களை சோம்பேறிகள் என்றும் குற்றவாளிகள் என்றும் அது சொன்னது. அந்த மனநிலை பெருகி ஒருகாலத்தில் அலைந்து திரியும் அந்நியர்கள் பேணப்படாது போய்விடுவார்கள் என விவேகானந்தர் அஞ்சினார். ஒருநாட்டின் ஆன்மிக சாரம் அந்த அந்நியர்களால், நாடோடிகளால்தான் நிலைநிற்கும் என்று அவர் சொன்னார். ஆகவே அதற்கான நவீன அமைப்பை உருவாக்க வேண்டுமென விரும்பி அவர் ராமகிருஷ்ண மடங்களை உருவாக்கினார். ஓர் இளைஞன் இன்னதென்றறியாத மன எழுச்சியால் உந்தப்பட்டவனாகத் தன்னிடம் உள்ள அனைத்தையும் உதறி எங்கு செல்வதென்றில்லாமல் செல்லும் அந்தப் பயணத்தில் எந்நேரத்திலும் அடையா வாசலும் உணவும் தலைசாய்க்க இடமுமாக அந்த அமைப்பு இருக்க வேண்டும் என ஆசைப்பட்டார்.

அங்கேதான் இந்த ஆசாமிகள் காவிகளைக் கட்டிக்கொண்டு வந்து அமர்ந்திருக்கிறார்கள் இன்று. இன்று இவர்கள் செய்யும் வேலை என்ன? விவேகானந்தர், ராமகிருஷ்ணர் பெயரைச்சொல்லி பெருநகர்களில் அமைப்புகளை உருவாக்குகிறார்கள். பெரும்

பணக்காரர்களின் இல்லங்களைத் தேடிச்சென்று தொடர்புகளை உருவாக்குகிறார்கள். பல்லிளித்துப் பசப்பி நன்கொடைகளைப் பெற்று பெரும் கான்கிரீட் கட்டடங்களைக் கட்டுகிறார்கள். அவற்றுக்குள் நெய்விட்டு சோறு தின்று ஊன் வளர்த்து அமர்ந்திருக்கிறார்கள். சில வீணர்கள் சிலரை ஏமாற்றித் தின்று வாழ்வது பற்றி எனக்கு ஒன்றுமில்லை. ஆனால் அதற்கு இந்த தேசம் கண்ட விடிவெள்ளியின் பெயர் பயன்படுத்தப்படுவதே கொந்தளிக்கச் செய்கிறது.

என்னால் மிக எளிதாக ஓர் சிபாரிசைத் தொலைபேசியிலேயே ஏற்பாடு செய்திருக்க முடியும். ஆனால் அது இன்றைய நான். முப்பதாண்டு களுக்கு முன், பதறும் கண்களும் தயங்கும் நடையுமாக, கையில் பைசா இல்லாமல், பசித்துக் களைத்து நான் வந்து இந்த வாசலில் நின்றிருந்தால் என்னை இவர்கள் கழுத்தைப்பிடித்து வெளியே தள்ளியிருப்பார்கள். இந்த இடத்தில் இன்றும் என் அகம் அந்த அவமதிப்பை உணர்கிறது. இந்தக் காவி அணிந்த குமாஸ்தா ஒவ்வொரு அரசாங்க அமைப்பிலும் அமர்ந்திருந்து விதிகளைக் கொண்டு அந்த அமைப்பையே தோற்கடிக்கும் அதே ஆன்மாதான்.

நான் சென்ற ஒவ்வொரு முறையும் அரவணைத்து உணவிட்ட சமண நிலையங்களும் குருத்வாராக்களுமே எனக்கானவை. இது அல்ல. இது இந்து சமூகம் மேல் இருக்கும் ஒரு சீழ்க்கட்டி.

வடகர்நாடகத்தின் முக்கியமான நகரங்களில் ஒன்று பெல்காம். மாவட்டத் தலைநகரும் கூட. சமணர்களின் முக்கியமான நகரமாக இரண்டாயிரம் வருடங்களாக விளங்கியிருக்கிறது பெல்காம். பெல்காமைச்சுற்றி உள்ள பெல்காம் கோட்டை முக்கியமானது. இன்றும் ஒரு நல்ல கோட்டையாக அது உள்ளது. ராணுவ முகாம் ஒன்று உள்ளே உள்ளது. கோட்டைக்குள் இரு சமணக் கோயில்கள் உள்ளன. கமல் பஸதி எனப்படும் தாமரை வடிவமான சமணக் கோயில் கர்நாடகத்தின் புகழ்பெற்ற கோயில்களில் ஒன்று. இரு சமணக் கோயில்களும் பிற்கால சாளுக்கிய பாணியில் அமைந்தவை.

கமல் பஸதி 1204ல் ரால்ட்டா வம்சத்தைச்சேர்ந்த நான்காம் கார்த்தவீரியரின் அமைச்சர் பிச்சிரரால் கட்டப்பட்டது. இரு தூண்களில் நாகரி லிபியில் கன்னட மொழியில் எழுதப்பட்ட கல்வெட்டுகள் உள்ளன. கதம்ப நாகர பாணியில் அமைந்த கோபுரம் இக்கோயிலில் உள்ளது. கமல் பஸதியில் நேமிநாதர் வீற்றிருக்கிறார். மிக அழகான கட்டடம். வட்டவடிவ கதம்ப பாணி மண்டபம். உருட்டி வடிவமைக்கப்பட்ட தூண்கள்.

கமல் பஸதி அதன் சிகரத்தின் விசேஷமான தாமரை வடிவம் காரணமாகவே அவ்வாறு அழைக்கப்படுகிறது. அது 72 இதழ்கள்

கமல் பஸதி, பெல்காம்

கொண்டதாக அமைக்கப்பட்டுள்ளது. காலை வேளையில் கோயிலைச் சுற்றி நடந்தது ஒருவகையான ஆழ்ந்த மனநிறைவைக் கொடுத்தது. அருகே சிக்க பஸதி என்ற ஜினாலயம் இடிந்து கிடந்தது. கமல் பஸதியில் பூசை செய்யும் பூசாரி இருந்தார். வழிபாட்டுக்கு அந்தக் காலையிலும் ஆட்கள் வந்திருந்தார்கள். இடிந்தும் அழிந்தும் கிடந்த ஜினாலயங்களைக் கண்ட கண்களுக்கு அந்த மங்கலத்தோற்றம் நிறைவை அளித்தது.

பெல்காம் கர்நாடகத்தின் வட எல்லை. உண்மையில் மராட்டி அதிகமாகப் பேசப்படும் பகுதி இது. இதை மகாராஷ்டிரத்துடன் சேர்க்க வேண்டும் என்ற கோரிக்கை பல வருடங்களாக அரசியலில் உள்ளது. இந்தக் கோயிலுடன் எங்கள் கர்நாடகப்பயணம் முடிவுக்கு வருகிறது. மகாராஷ்டிர எல்லைக்குள் நுழைகிறோம்.

கர்நாடகத்தின் சமணக் கட்டடக்கலை பல பருவங்களாகப் பிரிக்கப் பட்டிருக்கிறது. முதல் காலகட்டம் சாதவாகன காலகட்டம். சாதவா கனர்கள் ஆந்திரம், கர்நாடகம், மகாராஷ்டிரத்தின் தெற்குப்பகுதி ஆகியவற்றை ஒருங்கிணைத்து ஆட்சி செய்திருந்தார்கள். கி.மு.230 முதல் இவர்களின் ஆட்சிக்காலம் ஆரம்பிக்கிறது. கி.பி.இரண்டாம் நூற்றாண்டுவரை ஆண்டார்கள். சாதவாகனர்கள் பௌத்தமதத்தைச் சார்ந்தவர்கள். ஆனால் சமணத்துக்கும் ஆதரவளித்தார்கள். இந்தியாவை ஏறத்தாழ ஐநூறாண்டுக்காலம் ஆண்ட சாதவாகனர்களே இந்த தேசத்தின் பழங்குடிச்சமூகங்களை அமைதியான முறையில் ஒருங்கிணைத்து ஒரு வலுவான வணிக வலையை உருவாக்கியவர்கள்.

இந்தியா என்ற தேசியக் கட்டமைப்பை உருவாக்கியவர்கள் மகதர்களும் சாதவாகனர்களுமே என்றால் மிகையல்ல.

கர்நாடகத்தின் பல சமண பஸதிகளில் சாதவாகனர் காலக் கல்வெட்டுகள் கிடைத்துள்ளன. சாதவாகனர் காலத்தில் சிறப்புடன் இருந்த பல சமண நகரங்கள் அழிந்து ஐநூறாண்டுகளுக்குப்பின் மீண்டும் கண்டடையப்பட்டுப் புதுப்பிக்கப்பட்டன. ஆகவே சாதவாகனர்களின் தடயங்கள் மிகக்குறைவாகவே கிடைக்கின்றன.

கதம்பர்கள் இரண்டாம் கட்ட சமண மறுமலர்ச்சிக்குக் காரணமாக அமைந்தவர்கள். பனவாசி, ஹலசி போன்ற ஊர்களில் நிறைய கதம்பர்களின் கல்வெட்டுகள் கிடைத்துள்ளன. பிற்காலத்தைய சமணக் கோயில்கள் பலவும் கதம்பர்களால் கட்டப்பட்டவை. கதம்பர்கள் வடகர்நாடகம், கொங்கணம் ஆகிய நிலப்பகுதிகளை ஆண்டவர்கள். இவர்களின் தலைநகரம் பனவாசி. கதம்ப மன்னர்களில் முக்கிய மானவர் காகுஸ்தவர்மர். அவர் பல சமணக் கோயில்களைக் கட்டியிருப்பதைக் கல்வெட்டுகள் காட்டுகின்றன.

கதம்ப வம்சம் கி.பி. 345 வாக்கில் மயூரசன்மன் என்ற மன்னரால் நிறுவப்பட்டது. மாயூரசன்மன் காஞ்சிப் பல்லவர்களை தோற் கடித்தான். தமிழகத்துடன் பனவாசிக்குள்ள வணிகத்தொடர்பு நேரடியானது. கதம்ப மன்னர்களில் சிவகோடி முதலில் சமண மதத்தைத் தழுவினார் எனப்படுகிறது. இதே காலகட்டத்தில் மேற்குப்பகுதியை கங்க வம்சம் ஆண்டது. அவர்களுடன் கதம்பர்கள் மண உறவு கொண்டார்கள். ஆகவே வலுவான ஒரு ஆதிக்கசக்தியாக இப்பகுதியில் திகழ்ந்தார்கள். பின்னர் ராஷ்டிரகூடர்களுக்குக் கீழேயும் சாளுக்கியர் களுக்குக் கீழேயும் சிற்றரசர்களாக ஆட்சி செய்தார்கள். அவர்களின் குடும்பக் கிளைகள் ஹலசி போன்ற ஊர்களிலும் இருந்தன.

சமணக் கோயில்களின் மூன்றாம் காலகட்டம் பதாமி சாளுக்கியர் களுடையது. முன்பு பதாமி வாதாபி என அழைக்கப்பட்டது. இவர்கள் மேலைச்சாளுக்கியர் என்றும் சொல்லப்படுகிறார்கள். ஆரம்பத்தில் ஐஹோல்-பட்டக்கல் போன்ற ஊர்களில் ஆட்சிசெய்த இவர்கள் பின்னர் பதாமியைத் தலைநகரமாகக் கொண்டார்கள். தென்னிந்தியாவில் பாறைக்குடைவுக்கோயில்களை உருவாக்கிய வர்கள் இவர்களே. பதாமியின் சமண ஆலயங்கள் முக்கியமானவை. வாதாபி சாளுக்கியர்களின் காலகட்டம் ஐந்தாம் நூற்றாண்டு முதல் ஏழாம் நூற்றாண்டு வரை எனலாம்.

சமண ஆலயக்கலையின் அடுத்த காலகட்டம் ராஷ்டிரகூடர்களின் கட்டடங்களாலானது. இவர்களின் தலைநகரம் இன்றைய மத்தியபிர தேசத்தில் உள்ள மான்பூர். நெடுங்காலம் இவர்கள் வடகர்நாடகத்தை

ஆண்டிருக்கிறார்கள். ராஷ்டிரகூட மன்னர்கள் சமண மதத்தைத் தங்களின் இரண்டாவது மதமாகப் பேணினார்கள். கர்நாடகம் முழுக்க அவர்கள் கட்டிய பல்வேறு சமண பஸதிகள் உள்ளன. ராஷ்டிரகூடர்கள் ஏழாம் நூற்றாண்டுமுதல் இரு நூற்றாண்டுக்காலம் ஆதிக்கம் செலுத்தினர்.

சமணக் கட்டடக்கலையின் முக்கியமான காலகட்டம் கல்யாணி சாளுக்கியர்களுடையது. இவர்கள் ஒன்பதாம் நூற்றாண்டு முதல் கர்நாடகத்தின் கிழக்குப்பகுதியை ஆண்டார்கள். இவர்களின் தலை நகரம் கல்யாணபுரம் என அழைக்கப்பட்டது. பஸ்வாகல்யாண் என்றும் பெயருண்டு. இந்நகரம் இப்போது மறைந்துவிட்டது. இவர்களின் முக்கியமான நகரமாக பனவாசி குறிப்பிடப்படுகிறது. ஹங்கலிலும் இவர்கள் ஆண்டிருக்கிறார்கள். கல்யாணி சாளுக்கியர்கள் பெரும் பாலும் சமணர்கள். சிலசமயம் மன்னர்கள் சைவர்களாக இருந்தபோது அவர்களின் மனைவியர் சமணர்களாக இருந்திருக்கிறார்கள்.

தேவகிரியைத் தலைமையகமாகக் கொண்டு ஆண்ட செவ்வுன மன்னர்கள் வடக்குக் கர்நாடகத்தையும் மகாராஷ்ட்ரத்தையும் ஆண்டிருக்கிறார்கள். கல்யாணி சாளுக்கியர்களுக்குப்பின்னர் இவர்கள் ஆதிக்கம் செலுத்தினார்கள். பன்னிரண்டாம் நூற்றாண்டு வரை இவர்களின் ஆதிக்கம் நிலவியது. இவர்களில் பல மன்னர்கள் சமண ஆலயங்களைக் கட்டியிருக்கிறார்கள்

அதன் பின்னர் விஜயநகரக் காலகட்டம் பதின்மூன்றாம் நூற்றாண்டில் தொடங்கி முந்நூறு வருடங்கள் நீடித்தது. விஜயநகர மன்னர்கள் எவரும் சமணர்கள் அல்ல. ஆனால் ஏராளமான சமண மடங்களுக்கும் ஆலயங்களுக்கும் பெருமளவில் நிதி வழங்கியிருப்பதை அவர்களின் கல்வெட்டுகள் காட்டுகின்றன. விஜயநகர மன்னர்களின் அமைச்சர் களிலும் சிற்றரசர்களிலும் பலர் சமணர்கள். வேணூரின் திம்மண்ண அஜிலரைப்போல. அவர்கள் முக்கியமான சமண ஆலயங்களைக் கட்டுவித்தார்கள்.

விஜயநகரப்பேரரசின் வீழ்ச்சிக்குப் பின்னர் சமணர்களின் கட்டடக் கலை பெரும்பாலும் தனிப்பட்ட வணிகர்களையே நம்பியிருந்தது. பின்னர் பிரிட்டிஷ் ஆட்சிக்காலத்தில் சமண வணிகர்கள் மீண்டும் பொருள் ஆதிக்கம் பெற்றபோது பழைய சமண பஸதிகளை எடுத்துக் கட்ட ஆரம்பித்தார்கள். இன்று பெருநகரங்களில் உள்ள பல சமணக் கோயில்கள் வணிகர்களால் சென்ற இருநூறாண்டுகளில் கட்டப்பட்ட வையாகும்.

இந்தப் பயணத்தில் வாதாபி சாளுக்கியர்களின் கட்டடக்கலையை அனேகமாக பார்க்கவே இல்லை எனலாம். விஜயநகரக் கட்டடக் கலைக்கும் முக்கியமான உதாரணங்களைக் காணவில்லை. நாங்கள்

அதிகம் பார்த்தது கதம்பர்கள், கல்யாணி சாளுக்கியர்களின் கட்டடங்களையே.

கோலாப்பூர் செல்லும் தேசிய நாற்கரச்சாலையில் சென்றோம். இருபக்கமும் காய்ந்த புல் பொன்னிறமாக விரிந்த பெரும் நிலவெளி. அப்பால் சூரியன் வந்துகொண்டே இருந்தது. கிருஷ்ணன் சட்டென்று குன்றுமேல் ஒரு கோட்டையைச் சுட்டிக்காட்டினார். ஏறலாமே என்றார். காரைத் திருப்பி மேலே சென்றோம். கோட்டையின் பெயர் வல்லப்கர். சிவாஜி காலத்தைய கோட்டை. மண்வெட்டுக் கல்லால் ஆனது. ஒரு குன்றுமீது இருந்த கோட்டை. முந்நூறாண்டுகளுக்கு முன்னர்கூடப் புழக்கத்தில் இருந்திருக்கலாம். இடிந்த கட்டடச் சுவர்கள் இருந்தன. உள்ளே செல்லும் வழி வளைவாக, உள்ளே செல்பவர்களை மதில்மேலிருந்து தாக்கும்படியாக அமைக்கப் பட்டிருந்தது.

கோட்டைக்குள் ஒரு பெரிய சுரங்கப்பாதை இறங்கிச்சென்றது. கொஞ்சதூரம் செல்லலாம் என்ற நினைப்பு வந்தாலும் உள்ளே கேட்ட வௌவால்களின் ஒலி அச்சுறுத்தியது. இருண்ட சுரங்கப்பாதை எங்கே திறக்கிறது என மறுபக்கம் சென்று நோக்கினோம். எங்கும் அதன் மறுமுனை காணப்படவில்லை.

சாலையில் இருந்து பிரிந்து சென்றுகொண்டே இருந்தோம். சட்டென்று வளமிக்க மண் தெரிய ஆரம்பித்தது. கண்ணுக்கு எட்டிய தூரம்வரை கரும்பு வயல்கள். பல இடங்களில் கரும்பு வெட்டிக் கொண்டிருந்தார்கள். ஒரு இடத்தில் கரும்பு வெட்டுவதற்காக மகாராஷ்டிரத்தின் உள்கிராமங்களில் இருந்து வந்த மக்கள் கரும் புத்தாள்களினாலேயே கட்டியிருந்த குடிசைகள் தெரிந்தன. ஒரு நகரும் கிராமம். ஆயிரம் குடிசைகள் இருக்கும். அவர்களுடைய மாட்டு வண்டிகளும் காளைகளும் நின்றன. குழந்தைகளும் கிழவர்களும் மட்டுமே இருந்தனர். ஊர்த்தலைவர் போன்ற ஒருவர் நாங்கள் யார் என்று கேட்டறிந்தார். சென்னை என்றோம். தமிழ்நாடு என்றோம். தெரியும், பாலாஜியின் ஊர் என்றார். மொழிவழிப்பிரிவினைக்கு முந்தைய தமிழ்நாட்டை அவர் உத்தேசிக்கிறார் எனப் புரிந்தது.

மதியம் ஒன்றரை மணிக்கு கோபேஸ்வர் என்றழைக்கப்படும் கித்ராப்பூரை சென்றடைந்தோம். மிகச்சிறிய கிராமம். இது கிருஷ்ணா ஆற்றின் கரையில் உள்ளது. ஆற்றில் இறங்கி நீந்திக்குளித்தோம். உடலெங்கும் இருந்த செம்புழுதி போனதும் வரும் விடுதலை அற்புதமான அனுபவம். கோபேஸ்வரில் உள்ள ஆலயமே இந்தப் பயணத்தில் கண்ட கோயில்களில் சிற்பக்கலையின் உச்சம். இதுவரை கண்டுவந்த எல்லா சிற்ப வேலைப்பாடுகளையும் விட அளவிலும் அழகிலும் பலமடங்கு பெரிதாகிவிட்டிருந்தன.

கோபேஸ்வர் ஆலயம், கித்ராப்பூர்

'ஒவ்வொரு முறையும் இதைத்தான் சொல்றோம் சார். ஒரு கலை இன்னொரு கலையைத் தோக்கடிச்சுட்டே போய்ட்டிருக்கு' என்றார் கிருஷ்ணன். கோபேஸ்வர் கோயிலின் சுவரில் உள்ள நூற்றுக் கணக்கான அழகிகளின் சிற்பங்கள் பேதலிக்கவைப்பவை. பெண்ணுடல் என்ற இயற்கை அற்புதத்தைக் கடவுளைக் காணும் பரவசத்துடன் தரிசித்திருக்கிறார்கள் சிற்பிகள். தேவ வடிவங்களில் சாமுத்ரிகா லட்சணங்கள் பேணப்படுவதனால் அவற்றின் முகங்கள் எப்போதும் மாறுவதில்லை. இவை அப்படி அல்ல. ஒவ்வொரு பெண்ணும் ஒவ்வொரு முகம், ஒவ்வொரு உடல்நளினம். நிற்பில், அசைவில், கண்ணில் நிறைந்துள்ள கனவில். இந்த வேறுபாட்டை ஹளபீடு சிற்பங்களில் மட்டுமே நான் இந்த அளவுக்குப் பார்த்திருக்கிறேன்.

இங்கே கேளி சிற்பங்கள் அல்லது காதல் சிற்பங்கள் குறைவே. யானைகள் இங்கே மும்மடங்கு பெரிதாக இருந்தன. யானை உடலை, பெண்ணுடல் அளவுக்கே கொண்டாடியிருந்தார் கள். தேவதைகள், தேவர்கள் நடுவே சமண தீர்த்தங்கரர்களும் புத்தரும் நின்றிருந்தார்கள். நடனமிடும் மகிஷாசுரமர்த்தனி, பேய்கள் சூழக் கூத்தாடும் சாமுண்டி சிலைகள் மகத்தான கலைப்படைப்புகள். இங்குள்ள சிலைகளைப் பட்டியலிடுவதோ விளக்குவதோ முடியாத காரியம். சிலைகளைக் கொண்டே கட்டப்பட்ட பெரும் கோயில் இது. ஒரு மகத்தான கனவில் சிலைகளைக் கண்டுகொண்டு பல வருடம் வாழ்ந்து வாழ்ந்து வாழ்ந்து தீராமல் உலுக்கி விழித்தெழும் அனுபவம்.

கோபேஸ்வர் ஆலயம் புஷ்பவிதானம்

கோயில் முகப்பில் உள்ள பெரும் புஷ்பவிதானம் இடிந்திருந்தது. துல்லியமான வட்டமாக மேலே வானம் தெரிந்தது. மிக அபூர்வமான ஒரு கல்லில் கட்டப்பட்ட கோயில் இரும்பைக் காய்ச்சி வடித்தது போல மின்னும் கருமை. உள் மண்டபத்தில் இருளை உருக்கிக் கட்டியது போன்ற தூண்கள். மிக அபூர்வமாகக் கருவறைக்குள்ளும் ஏராளமான நடனமோகினிகளின் அழகிய சிலைகள்.

இந்தக் கோயில் சிலாகார் அரசனான கண்டராதித்தனால் கட்டப் பட்டது. பின்னர் விஜயாதித்யனும் இரண்டாம் போஜவர்மனும் இதை விரிவாக்கம் செய்தார்கள். 1109 முதல் 1178 வரை இது தொடர்ச்சியாகக் கட்டப்பட்டது. காலகட்டத்தை வைத்துப்பார்த்தால் இது தஞ்சைப் பெரிய கோயிலுக்குச் சமானமான காலகட்டத்தைச் சேர்ந்தது. ஆனால் அன்றுவரையிலான நம்முடைய சிற்பக்கலையை வைத்துப்பார்த்தால் இதனுடன் ஒப்பிடுகையில் அது உருவாகி வரும் நிலையில்தான் இருந்தது. நாம் வியக்கும் சிற்பங்கள் எல்லாமே நாயக்கர் கால கட்டத்தில், மேலும் ஐந்நூறு வருடங்கள் கழித்துக் கட்டப்பட்டவை. இந்த அளவுக்கு சிற்ப நுட்பத்தை நாம் எப்போதுமே அடையவும் இல்லை.

இந்தக் கோயிலின் விமானம் உடைக்கப்பட்டிருக்கிறது. சிற்பங்களில் உடையாத சிற்பங்கள் குறைவே. இதன் விமானத்தை வைத்துப்

கோபேஸ்வர் கோயிலின் சுவரில்
நூற்றுக்கணக்கான அழகிகளின் சிற்பங்கள்

பார்த்தால் கஜுராஹோவின் பெரிய கோபுரமும், தஞ்சைப் பெரிய கோயிலின் முன்மாதிரியுமான காந்தரிய மகாதேவர் ஆலயத்தின் பாணியிலான அதே அளவுக்குப் பெரிய விமானம் இங்கே இருந்திருக்கிறது என்று தோன்றியது. பன்னிரண்டாம் நூற்றாண்டின் இறுதியில் அலாவுதீன் கில்ஜியால் இந்த ஆலயம் முழுமையாக இடிக்கப்பட்டது. கருவறைக்குள் உள்ள அனைத்துச் சிற்பங்களும் தலை உடைக்கப்பட்ட நிலையில் உள்ளன. வெளியேயும் சிற்பங்கள் பெரும்பாலும் உடைக்கப்பட்டிருக்கின்றன. கலைச்சிறப்பில் கஜுராஹோவுடனும் ஹலபீடுடனும் ராமப்பா கோயிலுடனும் ஒப்பிடத்தக்க இந்தப் பேராலயம் இன்று கலையின் கசாப்புசாலை போல கிடக்கிறது.

கோபேஸ்வரில் ஒரு ஜைன ஆலயம் உள்ளது. ஒரு காலத்தில் இது சமணர்களின் முக்கியமான புனிதநகரம். இந்துப் பண்பாடும் சமணப் பண்பாடும் இணைந்து வளர்ந்தன. கோபேஸ்வர் கோயிலைக் கட்டிய அதே சிலாகார் மன்னர்களால் கட்டப்பட்ட பெரிய ஜினாலயம் இங்குள்ளது. அது அலாவுதீன் கில்ஜியால் முழுக்க இடிக்கப்பட்டு நெடுநாட்கள் இடிபாடுகளாகக் கிடந்தபின் சமீபத்தில் அதன் மேல் ஒரு கான்கிரீட் கோபுரம் எழுப்பப்பட்டுள்ளது. இங்கும் கோயில் புறச்சுவர்களில் கோபேஸ்வர் கோயிலில் உள்ளது போலவே போக

சிலைகளும் மோகினிச்சிலைகளும் இருந்தன. அதே பாணிக் கோயில்தான் இதுவும்.

ஜைன ஆலயம், கோபேஸ்வர்

கோலாப்பூரில் இருந்து மகாராஷ்டிர மையநிலத்துக்குள் நுழைந்தோம். இங்கேதான் கிருஷ்ணா உற்பத்தியா கிறது. பிரமாண்டமான வண்டல் சதுப்பு. எங்கும் கரும்பு. போகிற வண்டிகளில் இருந்தெல்லாம் கரும்பு வாங்கித் தின்றுகொண்டே சென்றோம்.அதிகம் தின்றால் வாய் புண்ணாகும் என்று தெரிந்தாலும் சாப்பிடாமல் இருக்க முடியவில்லை. எங்கள் அடுத்த இடம் கும்போஜ். கும்போஜ் ஊருக்கு வெளியே ஒரு சமண மடாலயமும் பள்ளிக் கூடங்களும் சமண வழிபாட்டிடங்களும் உள்ளன. இப்பகுதி பாகுபலி என்றே அழைக்கப்படுகிறது.

கோலாப்பூரில் இருந்து 27 கி.மீ. தெற்காக மலைமீது இந்த பாகுபலி கோயில் உள்ளது. நானூறு படிகள் ஏறிச்செல்லவேண்டும். மேலே முன்னூறுவருடம் பழைமையான துறவியர் மடம் இருந்தது. கல்லால் ஆனது. அதனருகே இப்போது புதியதாகக் கான்கிரீட்டில் கட்டப்பட்ட சமண ஆலயங்கள் உள்ளன. ஆலயங்களுக்குள் வெண்சலவைக் கல்லில் அமர்ந்த தீர்த்தங்கரர் சிலைகள். ஒரு பீடத்தில் எட்டடி உயரமான பாகுபலி சிலை நின்றது. சலவைக்கல் சிலை.

அங்கே மலை விளிம்பில் அமர்ந்து சூரிய அஸ்தமனத்தைப் பார்த்தோம். கீழே நிலம் பசுமையும் செம்மையுமாக விரிந்து கிடந்தது. குளிர் பரவ ஆரம்பித்த நேரம். பறவைகள் அணையும் ஒலி. கீழே வரும் வழியில் புதியதாக அமைக்கப்பட்ட ஒரு பெரிய கோயில் வளாகம். அது பல படிகளாக ஏறிச்சென்றது. மேலே பாகுபலியின் பெரிய வெண்சல வைக்கல் சிலை. 28 அடி உயரமான சிலை. அங்கே நிலவிய அமைதியில் இருட்டும் வரை அமர்ந்திருந்தோம்.

திரும்பிவந்து சமண தர்மசாலாவில் தங்குமிடம் கேட்டோம். எந்த வினாவும் இல்லை. வசதியான இடம். என்ன பிரச்சினை என்றால் சமணர்கள் ஆறுமணிக்கு மேல் சாப்பிடுவதில்லை. ஆகவே உணவே இல்லை. நண்பர்கள் காரில் நகருக்குள் சென்று உணவு வாங்கி வந்தார்கள்.

- 8 -

கோலாப்பூர், நந்திகிரி, கட்ரஜ்

காலையில் கும்போஜ் மடம் அருகே உள்ள அருகர் கோயிலுக்குச் சென்றோம். அங்கே எங்களை உள்ளே அனுமதிக்கவில்லை. நண்பர்கள் சிமிண்ட் நிற சாய வேட்டி கட்டியிருந்தார்கள். அதை அங்குள்ள வாட்ச்மேன் லுங்கி என்றே எடுத்துக்கொண்டார். பாண்ட் அணிந்து வருவது அனுமதிக்கப்பட்டதென்றாலும் குட்டை பாண்ட் அல்லது கால்சட்டை பூஜை உடையாக எண்ணப்படவில்லை.

வழியில் இன்னொரு சமணக் கோயில். வாடேகாம் என்ற ஊரில். கோயில் புதியதாகக் கட்டப்பட்டது. சலவைக்கல்லில் அழகாக ஒரு ரதம்போல கட்டியிருந்தார்கள். தந்தத்தால் ஆன சிலை போல் இருந்தது. அங்கும் இதே பிரச்சினை, பூஜை உடை அணியவில்லை என்று. பதிலுக்கு உள்ளே வரச்சொல்லி சாய் சாப்பிடுகிறீர்களா என்று உபசரித்தார் ஒருவர்.

காலை ஒன்பது மணிக்கு கோலாப்பூர் வந்து சேர்ந்தோம். கோலாப்பூரி செருப்புகள் வழியாக அறிமுகமான ஊர். ஊர் நடுவே ஒரு பிரமாண்டமான கோட்டைச்சதுக்கம் இருந்தது. கோட்டைமேல் உள்ள கட்டடங்கள் இன்றும் கூட புழக்கத்தில் இருந்தன. கர்நாடகத்துக்கான நுழைவாயிலாக உள்ள ஊர் கோலாப்பூர். இது தொன்மையான சமண வணிக மையம். பதினொன்றாம் நூற்றாண்டில் ஷிலாகார் வம்சத்து மன்னர்களின் காலகட்டத்தில் இந்த ஊர் இன்றைய வடிவில் உருவாகி வந்திருக்கலாமென ஊகிக்கப்படுகிறது. ஷுல்லகபுரா என்ற சொல்லின் மரூஉதான் ஷோலாப்பூர். ஷில்லகர் என்பது இளம் சமணத் துறவிகளைச் சுட்டும் சொல். இங்கே முக்கியமான கடவுளாக பத்மாவதி யட்சி வணங்கப்பட்டாள். பத்மாவதி யட்சியை இங்குள்ள இந்துக்கள் மகாலட்சுமியாக வழிபடுகிறார்கள்.

கொங்கண நாட்டை ஆண்ட ஷிலாகார் வம்சத்தினர் ராஷ்டிரகூடர் காலகட்டத்தில் அவர்களுக்குச் சிற்றரசர்களாக உருவாகி வந்தவர்கள். இவர்களின் வம்சாவளியினர் இன்றும் மகாராஷ்டிரத்தில் உள்ளனர். தேரதலா என்ற ஊரில் கிடைத்த கல்வெட்டுகளின் படி ஒரு சிலாஹார் வம்சத்து மன்னரை பாம்பு கடித்தபோது சமண முனிவர் ஒருவர் அவரைக் காப்பாற்றினார். அவர் சமணராக மாறி நிறைய சமணக் கோயில்களைக் கட்டுவித்தார். இவை கொங்க ஜினாலயா என அழைக்கப்படுகின்றன. தேராதலா, கோலாப்பூர் அருகே உள்ள சிற்றூராகும்.

கோலாப்பூரின் நடுவே ஒரு பேராலயம் உள்ளது. கோலாப்புரி மாதா என அழைக்கப்படும் மகாலட்சுமி ஆலயம். இன்றும் பெருங்கூட்டம் வந்து குவிகிறது. தெருவெங்கும் பக்தர்கள். இளவெயிலில் குளிருக்கு இதமாக நடந்தோம். கூட்டம் நெரியும் கோயிலுக்குள் நுழைய வேண்டாமென்றே நினைத்தோம். ஆனால் சிலாஹார் மன்னர்களின் கட்டடக்கலைக்கு மிகச்சிறந்த ஆதாரம் என்று இக்கோயில் சொல்லப் படுவதனால் உள்ளே சென்றோம்.

ஆச்சரியமும் வருத்தமும் அடையச்செய்யும் காட்சி. ஒரு காலத்தில் பிரமாண்டமான ஆலய வளாகமாக இருந்திருக்கிறது. கோபுரம்

கோலாப்புரி மாதா என அழைக்கப்படும் மகாலட்சுமி ஆலயம்

முழுமையாக உடைந்து போய் புதியதாக சிறிய கான்கிரீட் கட்டடம் கட்டி வைத்திருக்கிறார்கள். கீழே உள்ள கட்டடத்தின் அழகும் பிரமாண்டமும் அந்தப் பழைய கோயிலைக் கனவில் எழுப்பி பிரமிக்கச் செய்தன. எஞ்சிய கோபுர அடித்தளத்தைக்கொண்டு பார்த்தால் கஜுராஹோ காந்தரிய மகாதேவர் ஆலய பாணியில் தஞ்சைப் பெரிய கோயிலை விட உயரமான கோயிலாக இருந்திருக்கலாம். எட்டாம் நூற்றாண்டில் கட்டப்பட்ட இந்த ஆலயம் அலாவுதீன் கில்ஜியால் அழிக்கப்பட்டது. கோயிலை முழுமையாக இடிக்க சிலமாதங்கள் ஆனது என வரலாற்றில் குறிப்பிடப்படுகிறது. அற்புதமான கருங்கல் சிலைகள். அனைத்தும் ஒன்றுவிடாமல் உடைக்கப்பட்டுள்ளன. கோபுரம் பெரும் கற்குவியலாக மேலே விழுந்து கிடந்தமையால் அடித்தளம் தப்பியிருக்கிறது.

உள்ளே பதினைந்தாம் நூற்றாண்டு வாக்கில் மராட்டியர்களால் மீண்டும் நிறுவப்பட்ட தேவி அமர்ந்திருக்கிறாள். உள்ளே சென்று தூரத்திலேயே தேவியை தரிசித்துவிட்டுத் திரும்பினோம்.

சிலாஹார் மன்னர்கள் சமணர்களுக்கும் ஆதரவளித்தவர்கள். இந்தப் பகுதியில் இஸ்லாமியர் காலகட்டத்தில் இடிக்கப்பட்ட நூற்றுக் கணக்கான பஸதிகள் உள்ளன. சிலாஹார் மன்னரான முதலாம் போஜனின் காலகட்டத்தில் ஆச்சாரிய மகாநந்தி அடிகள், ரூபநாராயண பஸதி என்ற ஓர் அமைப்பை நிறுவி சமணக்கல்வியைப் பரப்பினார். கொங்க மன்னர்கள் பெரும்பாலும் மகாநந்தி அடிகளின் மாணவர்கள். மகாநந்தி அடிகள் கோலாப்புரியர் என்று அழைக்கப்படுகிறார். சித்தாந்த கேசரி என்றும் அவர் சிறப்பிக்கப்படுவதுண்டு. அவர் தேஷிய கண புஸ்தக கச்சா என்ற சமண குருமரபைச் சேர்ந்தவர். மூடுபிதிரி, சிரவணபெலகொலா போன்ற ஊர்களின் பட்டாரகர்கள் இந்த மரபைச் சேர்ந்தவர்கள். நேமிசந்திர ஆச்சாரியாருக்கும் சாமுண்டராயருக்கும் இருந்த குருசீட உறவைப்போலவே சிலாஹார மன்னர் கண்டராதித்தனுக்கும் மகாநந்தி அடிகளுக்கும் உறவிருந்தது என்று நூல்கள் காட்டுகின்றன.

கோலாப்பூர், ஜைனாச்சாரிய பரம்பரா மகிமா என்ற நூலில் முக்கியமான சமணத்தலமாகக் குறிப்பிடப்படுகிறது. அதில் கண்டராதித்தன் 770 சமணக் கோயில்களைக் கட்டினான் என்றும் மகாநந்தி அடிகளுக்கு 770 சீடர்கள் இருந்தார்கள் என்றும் சொல்லப்பட்டுள்ளது. திரிபுவன திலகம் என்ற பெயரில் நேமிநாதருக்குக் கண்டராதித்தர் ஒரு ஆலயத்தை அர்ஜுரிகா என்ற சிற்றூரில் கட்டினார். சோமதேவர் இங்குதான் சப்தர்னவ சந்திரிகா என்ற பெருநூலை இயற்றினார். கண்டராதித்தர் எல்லா மதங்களையும் ஆதரித்தார். ஒரு கல்வெட்டு, அவரை சர்வ தர்சன சக்ஷுகா என்று சிறப்பிக்கிறது. கண்டராதித்தரின் தளபதி

நிம்பதேவரும் சமண மதத்தைப் பரப்பியவர்தான். கோலாப்பூர் மகாலட்சுமி ஆலயத்தின் கல்வெட்டில் அது நிம்பதேவரால் கட்டப் பட்டது என்று சொல்லப்பட்டுள்ளது.

கண்டராதித்தரின் மகன் விஜயாதித்தன் ஆச்சாரிய மகாநந்தி அடிகளின் சீடரான மகாநந்தி அடிகளுக்கு மாணவராக இருந்தார். அவரது தளபதிகளும் தளபதிகளின் சேவகர்களும் கூட கோயில்களைக் கட்டியிருக்கிறார்கள். விஜயாதித்தனின் தளபதி காமதேவனின் ஊழியரான பிராமணர் வாசுதேவா ஒரு சமண ஆலயத்தைக் கட்டிய தகவல் கல்வெட்டில் உள்ளது. சிலாஹார் வம்சத்தின் வீழ்ச்சிக்குப் பின்னர் மெல்லமெல்ல கோலாப்பூரின் சமணக் காலகட்டம் அழிய ஆரம்பித்தது. இங்கே இரு பட்டாரக மடங்கள் உள்ளன. லட்சுமிசேன சுவாமி பட்டாரக மடம், ஜினசேன சுவாமி பட்டாரக மடம். அது நந்தினி என்ற ஊரில் இருந்து இங்கே கொண்டுவரப்பட்டது.

சமண பஸதியைத் தேடி கோலாப்பூரில் அலைந்தோம். திகம்பர் ஜெயின் கோயில் என அகப்பட்டவர்களிடமெல்லாம் கேட்டோம். ஒருவர் வாருங்கள் என அன்புடன் அழைத்தார். குடிசைகள். இடிந்த மண்டபங்களில் அமைந்த இல்லங்கள். தயங்கியபோதெல்லாம் வாருங்கள் எனக் கட்டாயப்படுத்திக் கூட்டிச்சென்றார். கடைசியில் ஒரு வீடு. அதைக்காட்டி இதுதான், உள்ளே செல்லுங்கள் என்றார். அங்கிருந்த அழகான அம்மணி வாருங்கள், உள்ளே வாருங்கள் என்றார். திகம்பர் ஜெயின் எனத் தயங்கினோம். அவர் வெளியே போயிருக்கிறார், வந்துவிடுவார், நீங்கள் அமருங்கள் என்றார். நாங்கள் இந்தி, தமிழ், கன்னடம், மலையாளம் கலந்து ஆங்கிலத்தில் தாளித்து விஷயத்தைச் சொன்னோம். தெருவெங்கும் ஒரே சிரிப்பு. துணி துவைத்துக்கொண்டிருந்த ஒரு அழகி சிரித்தது மகிழ்ச்சியாக இருந்தது.

ஒருவழியாக மடத்தைக் கண்டடைந்தோம். தொன்மையான கட்டடம். கிட்டதட்ட கைவிடப்பட்ட நிலை. ஆளே இல்லை. ஆனால் சுத்தமாக இருந்தது. கோயிலுக்கு வெளியே திறந்த வெளியில் 9 மீட்டர் உயரமான பகவான் ஆதிநாதரின் சிலை லட்சுமிசேன மடத்தில் உள்ளது. நேமிநாதருக்கு ஓர் ஆலயம் இருந்தது. வணங்கிவிட்டு கிளம்பினோம்.

பூனாவுக்குச் செல்லும் வழியில் நந்தகிரி என்ற சமண மலையைத் தேடிச்சென்றோம். இந்த இடம் எந்த சுற்றுலா வழிகாட்டியிலும் இருக்காது. தொல்பொருள் துறையின் குறிப்பில் கண்ட ஊர். விசாரித்து ஒரு சின்ன கிராமத்துக்குச் சென்றோம். அவர்கள் ஒரு மண்பாதை வழியாக மேலே செல்லச்சொன்னார்கள். மண்ணை வெட்டி உருவாக் கப்பட்ட பாதை செங்குத்தான மலைமேல் ஏறிச்சென்றது. அபாயகர மான சாலை. சில இடங்களில் உண்மையிலேயே குலைநடுங்கியது.

சமண குகைக் கோயில், நந்தகிரி

மலை உச்சியில் ஒரு சமணக் கோயில். சிறிய கோயில்தான். அருகே ஒரு அனுமான் கோயிலும் இருந்தது. அதனருகே ஒரு படி இறங்கிச் சென்றது. கொஞ்சதூரம் சென்ற டிரைவர் பிரசாத், சார் வாருங்கள் வாருங்கள் என அழைத்தார். குரலில் பரபரப்பு, துள்ளல். அது ஒரு பெரிய குகை. நிலத்துக்குள் செல்லும் குகைகளுக்குத் தமிழில் பிலம் என்று பெயர். குனிந்து செல்லவேண்டும். சில இடங்களில் நிற்கலாம். பல இடங்களில் குனிந்து வளைய வேண்டும். ஆனால் இரண்டு ஏக்கர் அளவுக்கு அகலம். உள்ளே இரு குளங்கள். குளங்களுக்குள் இருந்து குகைகள் மேலும் பிரிந்து சென்றன. கண்ணைக் குத்தும் இருட்டு. கைவிளக்கு ஒளியால் உள்ளே சென்றோம். இரு சிறு சமண ஆலயங்கள். ஆதிநாதர், பார்ஸ்வநாதர் சிலைகள் இருந்தன.

நெடுங்காலமாக சமண முனிகள் தியானத்துக்குப் பயன்படுத்திய இடம் அது.

விளக்கை அணைத்துவிட்டு இருளில் அமர்ந்தோம். கோயிலில் வைக்கப்பட்ட சிறிய விளக்கு மட்டும் முத்துப் போல, பழுத்த மிளகாய் போல மின்னிக்கொண்டிருந்தது. அமைதி. உள்ளுக்குள் நிறையும் அமைதி. இருபது நிமிடங்கள் அமர்ந்துவிட்டு கிளம்பினோம். சீனு பின்னர் அந்த அனுபவத்தை அற்புதமாகச் சொன்னார். அலைகளில் ஆடும் மலரிதழ் போல ஆடிஆடி மலைமேல் சென்றோம். பிரமாண்டமான நிலம். அதன் நடுவே தகதகக்கும் பொற்கோபுரம் போல சூரியன். மெல்லமெல்ல உள்ளே சென்ற இருட்டு. இருட்டுக்குள் சின்னஞ்சிறு சுடராக ஒளி. அதே சூரியனின் சிறு துளி. மீண்டும் மேலே வந்தால் நிலம் புதியதாகப் பிறந்து வருகிறது புறச்சூரியன்!

பூனாவுக்கு அருகே உள்ள கட்ரஜ் எங்கள் அடுத்த இலக்கு. ஸ்வேதாம்பர் சமணர்களின் மிகப்பெரிய கோயில். ஒரு சிறு குன்று மீதிருந்தது. பழைய தலம். ஆனால் கோயில் புதியதாகக் கட்டப்பட்டது. வெண்பளிங்கில் கட்டப்பட்ட ஆலயத்தின் தூண்கள் முழுக்க நுண்ணிய சிற்பங்கள். கருவறையின் சிற்பங்கள் சட்டென்று புத்தம் புதிய அழகியலைத் திறந்து வைத்தன. வஜ்ரகிரீடம் அணிந்த தீர்த்தங்கரர் சிலைகள் பொன் முலாமிட்ட உலோகத்தில் செய்யப் பட்டிருந்தன. கிரீடங்களிலும், காதணிகளிலும் பல வகையான கற்கள். ஆடம்பரமும் கலையும் கலக்கும் அழகு. திபெத்திய புத்தர் சிலைகளை நினைவூட்டும் சிலைகள்.

கட்ரஜுக்கு நண்பர் பாலா மும்பையில் இருந்து வந்திருந்தார். அவருடன் அவரது நண்பரின் விருந்தினர் விடுதிக்குச் சென்றோம். அங்கே இரவு தங்குதல். அரங்கசாமி அங்கேயே விடைபெறுகிறார். நாளை நாங்கள் மட்டும் கிளம்புகிறோம், செந்தில்குமார் தேவன் சேர்ந்து கொள்கிறார்.

- 9 -

கார்லே, ஃபாஜா, ஃபெட்ஸா

பூனாவில் இருந்து காலையில் கிளம்பிச் சென்றோம். செல்லும் வழியிலேயே ஃபாஜா குகைகள் இருக்கின்றன என்று கூகிள் மேப் சொல்லியதனால் அதைத் தேடிச்சென்றோம். ஆனால் நாங்கள் சென்ற குக்கிராமத்தில் அந்தக் காலையில் அரைத்தூக்கத்தில் விழித்திருந்த எவருக்கும் ஃபாஜா குகை பற்றி எதுவும் தெரியவில்லை. ஒரு பெரியவர் கார்லே குகைகளைப் பற்றிச் சொல்லி அங்கே செல்லும்படி ஆலோசனை சொன்னார்.

கார்லே குகைக்கு வழி விசாரித்துச் சென்றோம். மையச்சாலைக்கு மீண்டும் வந்து கார்லே குகைக்குச் சென்று சேர்ந்தோம். செல்லும் வழியில் ஓர் இடத்தில் காலையுணவு. இங்கே புகழ்பெற்ற காலையுணவு என்பது பாவ்பாஜி. அது ஒரு கலவை உணவு. நாட்டு ரொட்டிக்குள் உருளைக்கிழங்கு போண்டாவை வைத்து மிளகாய்ப் பொடியுடன் சாப்பிடுகிறார்கள். தொட்டுக்கொள்ளப் பச்சைமிளகாய்.

கார்லேவை நெருங்க நெருங்க சந்தேகம் வந்தது. கார்லே குகைகள் தானா? பெரும் கூட்டம். சாரிசாரியாக வாகனங்கள். கீழே மலையடி வாரம் முதல், படிகள் முழுக்க எறும்பு வரிசை போல மக்கள். வழியெங்கும் சோப்பு சீப்பு கண்ணாடி விற்பனை. ஆடல் பாடல். நடனமாடிச்செல்லும் பெண்களின் வரிசை. மேலே இடித்து முண்டியடித்துத்தான் ஏற முடிந்தது. ஆயிரம் படிகள் இருக்கும்.

பூனாவிலிருந்து 70 கி.மீ.தூரத்தில் உள்ள மூன்று குகைகள் முக்கிய மானவை. இவை சஹ்யாத்ரி மலையில் உள்ளவை. இந்த மலை, வட இந்தியாவையும் தென்னிந்தியாவையும் பிரிப்பது. இந்த மலைக் கணவாய்கள் வழியாகவே தக்காணப்பீடபூமியுடன் புராதன

வணிகப்பாதைகள் அமைந்தன. ஆகவே இந்த வணிகப் பாதைகளெங்கும் சமணமும் பௌத்தமும் தழைத்தன.

ஃபெட்ஸா, கார்லே, ஃபாஜா ஆகிய மூன்று குகைவிகாரங்களும் பௌத்த மதத்தைச்சார்ந்தவை. ஆனால் அவை எல்லாமே சமண நிலையங்களும்கூட. வணிகர்கள் தங்குமிடமும் பண்டகசாலைகளும் இப்பகுதியெங்கும் இருந்திருக்கலாம். ஆகவேதான் இங்கே இந்த குகைவிகாரங்கள் பெரும் புரவலர் ஆதரவுடன் வளர்ந்தன.

டிடி கோஸாம்பி இந்த குகைகளைப்பற்றி விரிவாகவே எழுதியிருக்கிறார். எப்படி வணிகப்பாதைகள் பண்பாட்டுப் பரிமாற்ற மையங்களாக அமைந்தன என்று அவர் கார்லே குகைகளை ஆதாரமாகக் கொண்டே பேசியிருக்கிறார். நான் இக்குகைகளை இப்போதுதான் முதன்முதலாகப் பார்க்கிறேன்.

இந்தியாவின் பழைமையான குகை விகாரங்களில் ஒன்று என கார்லே அடையாளப்படுத்தப்பட்டுள்ளது. கி.மு. இரண்டாம் நூற்றாண்டைச் சேர்ந்த குகைகள் இவை. கி.பி. பத்தாம் நூற்றாண்டுவரைக்கும் இவை சிறப்பாகச் செயல்பட்டு வந்திருக்கின்றன. இது மிகமுக்கியமான வணிகப்பாதையில் அமைந்துள்ள ஒரு இடம் என்று சொல்லப் படுகிறது. இயற்கையான கணவாய்கள் வழியாக இந்த இடம் வழியாகவே சாலைகள் அக்காலத்தில் சென்றிருக்கின்றன. கீழே பண்டகசாலைகள் அமைந்த கிராமங்கள் இருந்தன.

மகாசாங்கிக பௌத்த மரபைச்சேர்ந்தவை இந்த குகை விகாரங்கள். தேரவாதம் என்றும் இந்தப்பிரிவு சொல்லப்படுகிறது. ஹீனயானம் என இதை மகாயான பௌத்தர்கள் சொல்வார்கள். இவை அக்காலத்தில் மக்களின் பெரும் ஆதரவைப் பெற்றவையாக இருந்தன. ஆனால் இந்தக் குகைகளில் சமணர்களும் சாதாரணமாக வந்துசென்றிருக் கிறார்கள். இதை அக்காலகட்டத்து கல்விச்சாலை என்று ஆய்வாளர்கள் சொல்கிறார்கள். இங்கே 15 மீட்டர் உயரமான இரு கல் கொடிமரங்கள் இருந்தன. ஒன்றுதான் இப்போதுள்ளது.

இக்குகைகள் உருவாக்கப்பட்ட காலகட்டத்தில் இந்த மலைப் பிராந்தியத்தில் கிட்டதட்ட ஆயிரம் குகைகள் செதுக்கப்பட்டிருக் கின்றன என ஆய்வாளர்கள் சொல்கிறார்கள். கார்லே குகைகள் உறுதியான கருங்கல் பாறைகளைக் குடைந்து செய்யப்பட்டவை. இவற்றின் சிறப்பம்சமே லாடவடிவிலான மாபெரும் கூரைமுகடு வளைவுகள்தான். மரத்தாலான கட்டடங்களின் கலையழகைக் கல்லில் கொண்டுவருவதற்கான முயற்சி இது.

கார்லே, ஃபாஜா, ஃபெட்ஸா குகைகள்
மூன்று குகைவிகாரங்களும் பௌத்த மதத்தைச்சார்ந்தவை

மேலே சென்றபோது ஒன்று தெரிந்தது, அந்தப் பெரும்கூட்டம் முழுக்க கார்லே குகை வாசலில் இருந்த இந்து ஆலயம் ஒன்றுக்குத்தான் சென்றுகொண்டிருந்தார்கள். மிகமிகச்சிலரே அக்கோயிலுக்குப் பின்னால் இருந்த குகைகளுக்குள் சென்றவர்கள். ஆறுதலாக இருந்தது. கார்லே குகைகள் செதுக்கப்பட்ட காலகட்டத்தில் இப்பகுதி முழுக்க கோலிகள் என்ற பழங்குடிகளின் கட்டுப்பாட்டில் இருந்தது. அவர்கள் பௌத்தர்களாகவும் அதேசமயம் தங்கள் கடவுளான ஏகவீரரை வழிபடுபவர்களாகவும் இருந்தார்கள். கார்லே குகைகளின் இடது வாசல் விளிம்பில் ஏகவீரரின் சிலை செதுக்கப்பட்டிருந்தது. அவர்கள் அச்சிலைக்குப் பூஜைசெய்தும் வந்தார்கள்.

கோலிகள் ஏகவீரருக்கு உயிர்ப்பலி கொடுத்து வந்தார்கள். பௌத்தம் அதைத் தடைசெய்தாலும் வருடத்தில் ஒருமுறை இம்மலையருகே வேறு ஒரு இடத்தில் பலி கொடுக்கலாமென்ற நெகிழ்வையும் அனுமதித்தது. பௌத்தம் அழிந்தபின் கோலிகள் அங்கேயே ஏகவீரரை வழிபட்டனர். இருநூறாண்டுகளுக்கு முன் வெளிவாசல் விளிம்பில் இருந்த அச்சிலையை உள்ளடக்கி ஒரு கருவறை கட்டிக் கோயிலாக்கி வழிபட ஆரம்பித்தார்கள். கோலிகளின் முக்கியமான புனிதத் தலமாக அந்த இடம் இன்றிருக்கிறது. பின்னால் உள்ள மாபெரும் குகைவிகாரம் அவர்களுக்குப் பொருள்படவில்லை.

கார்லே குகை விகாரம் ஐம்பதுக்கும் மேற்பட்ட விகாரங்களும் இரண்டு சைத்யங்களும் கொண்டது. புத்த பீடிகை அல்லது புத்தர் சிலையுள்ள கருவறை அமைந்த வழிபாட்டிடம் சைத்யம் எனப்படுகிறது. ஆசிரியர்களும் மாணவர்களும் தங்கும் அறைகளும் வகுப்பு நடக்கும் கூடங்களும் கொண்ட இடங்கள் விகாரங்கள் எனப்படுகின்றன. இவற்றில் மைய சைத்யம் பிரமாண்டமானது. மிகப்பெரிய உருளைத் தூண்களுக்கு மேலே வளைவான மேல்விதானம். தூண்கள் மீது பெரும் எருதுகளிலும் யானைகளிலும் அமர்ந்த தேவதேவியர்.

குகைக்கு வெளியே இருபக்கமும் பதினைந்தடி உயரமான யானைச் சிற்பங்கள் தூண்களில் இருந்து புடைத்தெழுந்து மேலே தேவர்களுடன் நெருக்கி நின்றன. கல்லில் இருந்து திமிறி எழுவது போல. தேவியர் கூந்தல் அலங்காரங்களும் அணிகளும் எல்லாம் யவன பாணியிலானவை. தேவியர் முகங்கள் கூட வெள்ளைக்காரிகள் போலிருந்தன. இக்கோயில்களைக் கட்டப் பெரும் நிதியுதவி செய்தவர்கள் யவன வணிகர்கள். சாதவாகனர் காலகட்டம் என்பது இந்தியப்பண்பாட்டின் பொற்காலம். அன்று உலகமே இந்தியாவை நோக்கிக் கல்விக்கும் வணிகத்துக்கும் தேடி வந்துகொண்டிருந்தது.

கார்லே குகைவிகாரங்கள் இருநூறாண்டுக்காலம் தொடர்ந்து செதுக்கப் பட்டுக் கொண்டே இருந்திருக்கின்றன. சமீபகாலமாக சில

ஆய்வாளர்கள் இவை பௌத்த வணிகர்கள் தங்குவதற்கான விடுதிகள் மட்டுமே, ஆகவேதான் இத்தனை சிற்பவேலைகள் இங்குள்ளன என்று சொல்கிறார்கள். ஆழமான இந்திய வெறுப்பு மட்டுமே தெரியும் 'ஆய்வு' இது. இக்குகைகளைப் பார்க்கும் எவரும் இது ஒரு பல்கலைக் கழகம் என்பதை உணர முடியும். இதன் கல்விச்சாலை அமைப்புகளை இந்தியா முழுக்கவே காணமுடியும். எந்த வணிகரும் இந்த உச்சத்தில் வந்து 'ஓய்வு' எடுக்கவேண்டிய அவசியமில்லை. மரத்தாலான பெரிய கட்டடங்களும் தாசிகளும் எல்லாம் கீழே இருந்திருக்கும். வணிகர்கள் தங்க இத்தனை பெரிய கலைக்கூடத்தை சாதவாகன மன்னர்கள் அமைக்கவேண்டிய அவசியமும் இல்லை. இடதுசாரிகளும் ஐரோப்பிய இனவாதிகளும் எழுதும் வரலாறு அவர்களின் அடிமைகளால் மெல்லமெல்ல நம் மீது சுமத்தப்படுகிறது.

கார்லே குகைகளில் நெடுநேரம் நிற்க முடியவில்லை. அங்கேயிருந்த சந்தடி எங்களைத் துரத்தியது. அங்கிருந்து ஃபாஜா குகைகளுக்குச் சென்றோம். கார்லேயில் வழி விசாரித்தபோது நாங்கள் ஏற்கெனவே சென்று திரும்பிய அதே ஊரில்தான் அக்குகை விகாரங்கள் இருப்பதை அறிந்துகொண்டோம். திரும்பிச்சென்று புழுதி பறக்க மலையடிவாரம் வரை சென்றோம்.

ஃபாஜா குகைகள் கிட்டதட்ட 22 குகைகளின் தொகுதி. கி.மு. இரண்டாம் நூற்றாண்டைச் சேர்ந்தவை இவை. கார்லே குகைகளின் அதே அமைப்பு கொண்டவை. காலத்தால் இன்னும் முந்தையவையாக இருக்கலாமென சொல்லப்படுகிறது. கார்லே குகை போலவே உயரமான வளைந்த லாடவடிவ கூரைச்செதுக்கு. நடுவே புத்த பீடிகை. ஒருவர் அமர்வதற்கான கட்டில் போன்ற பீட அமைப்பு கொண்ட செதுக்கு அறை. குளிர்ந்து சில்லென்று இருந்தது. குளிர்காலத்தில் இளம்சூடாக இருக்கும்.

இக்குகைகளில் ஏராளமான புடைப்புச்சிற்பங்கள் உள்ளன. அவை இந்து தொன்மங்களைச் சார்ந்தவை. பௌத்த ஜாதகக்கதைகள் உருவான காலகட்டம் இது. இந்து தொன்மங்கள் பௌத்த புராண மரபுக்குள் மறு விளக்கம் அளிக்கப்பட்டு உள்ளிழுக்கப்பட்ட காலம் இதுவே.

அருகே ஒரு அருவி உள்ளது. மழைக்காலத்தில் அங்கே நீர் கொட்டும். அஜந்தாவை நினைவுறுத்தியது அந்த அருவி. நாங்கள் சென்ற போது கரிய தடமாக மலையில் இருந்து இறங்கிச் சென்று கொண்டிருந்தது.

ஃபாஜாவில் இருந்து ஃபெட்ஸா குகைவிகாரங்களுக்குச் சென்றோம். ஞாயிற்றுக்கிழமை ஆனதால் கொஞ்சம் மக்கள் நடமாட்டம் இருந்தது. மற்றபடி முழுமையாகவே மனிதவாசமில்லாமல் கிடக்கும் இடம்.

மற்ற இரு குகைகளுக்கும் காவல் இருந்தது, இங்கே அதுவும் இல்லை. கார்லே குகைகளைப் போலவே இரு சைத்ய மண்டபங்களும் சில விகாரங்களும். சைத்யங்கள் மிக உயரமாக வளைவான கூரையுடன் மரத்தாலான பட்டியல் போன்ற அமைப்புடன் செதுக்கப்பட்டிருந்தன. ஒரு பெரும் மாளிகை முகப்பு போல.

ஃபாஜா, ஃபெட்ஸா குகை விகாரங்களைப்பற்றி ஒரு கதை உண்டு. இந்தக் குகைகளில் நிறைய ஓவியங்கள் இருந்திருக்கின்றன. நூறு வருடம் முன்பு ஏதோ வெள்ளைய அதிகாரி இதைப்பார்க்க வந்திருக்கிறார். அனேகமாக அது லார்ட் ராபர்ட் ஸிவேல் (Robert Sewell, 1845-1925) ஆக இருக்கலாம். பெரும் கலை ஆய்வாளர் அவர். விஜய நகரத்தை மீட்டெடுத்தவர். அவர் இப்பகுதியில் நிறையப் பயணம் செய்து எழுதியிருக்கிறார். அவர் வருகைக்காக குகையில் அழிந்த நிலையில் இருந்த எல்லா ஓவியங்களையும் துப்புரவாகச் சுரண்டி வெள்ளையடித்து வைத்திருந்தார்களாம். ஃபெட்ஸாவில் ஒரு இடத்தில் ஏராளமான புத்த பீடிகைகள் அமைந்துள்ளன. இந்த அமைப்பை எங்கும் பார்த்ததில்லை. இந்தக் குகைகளைச் செதுக்க உதவிசெய்த மாண்டவியின் இளவரசி சமாதினாகாவைக் குறிப்பிடும் ஒரு கல்வெட்டு இங்குள்ளது. குகைகளைப் பெரும்பாலும் நேர்த்திக் கடனாகவே மன்னர்களும் இளவரசிகளும் கட்டி அளித்திருக்கிறார்கள்.

இப்பகுதியில் கோலிகள் என்னும் மகாராஷ்டிர ஜாதியினர் இருந்திருக்கிறார்கள். அவர்கள் அக்காலத்தில் பௌத்தமதத்தினராக இருந்திருக்கலாம். அவர்களின் தெய்வமான யாமை என்ற தெய்வத்துக்கான சிலை இங்கே செதுக்கப்பட்டுள்ளது. சிவப்பு செந்தூரம் பூசி வைத்திருக்கிறார்கள், பூசை என ஏதும் இல்லை.

ஃபெட்ஸாவில் இருந்து நாசிக் அருகே உள்ள நானேகட் என்ற பழங்காலக் கணவாய்க்குச் செல்லலாம் எனத் திட்டமிட்டிருந்தோம். ஆனால் பூனாவுக்குள் திரும்ப நுழைந்து கடந்து நாசிக் சாலைக்கு வருவதற்குள் மாலையாகி விட்டது. ஆகவே வழியில் ஜுன்னார் அருகே சிவ்நேரி என்ற ஊரில் ஒரு விடுதியில் தங்கினோம்.

- 10 -

லென்யாத்ரி, நானேகட்

ஜுன்னார் நகரை நகர் என்று சொல்ல முடியாது. நம்முடைய தென்காசி அளவுள்ள ஊர். நாங்கள் தங்கியிருந்த விடுதிக்கு எட்டுப் பேருக்கு ஆயிரத்தைந்நூறு ரூபாய் சொன்னார்கள். எங்கள் பயணத்தைப்பற்றி சொன்னதும் ஆயிரம் ரூபாய்க்கு ஒப்புக் கொண்டார்கள். கல்லும் கரையும் இந்த கானத்தை எதிர்காலத்திற்கும் சேர்த்து வைக்கவேண்டும் என நினைத்துக்கொண்டேன்.

எப்போதும் நான் அறைக்குள் வந்ததுமே முதலில் குளித்துவிடுவேன். உடனே அமர்ந்து பயணக்குறிப்புகளை எழுதுவேன். பழங்கள் உண்பேன். உடனே தூக்கம். அனேகமாக தினமும் பதினொரு மணிக்குத் தூங்கிக் காலை ஐந்து மணிக்கு விழித்தோம். தேவையான அளவுக்கு மட்டுமே தூங்குவதனால் அனைவரும் படுத்ததுமே தூங்கி விடுவோம். பயணங்களில் நல்ல தூக்கம் அமைந்தாலே நாள் அழகானதாக ஆகிவிடுகிறது.

காலையில் விடுதிக்காரர் வந்து எங்களை வழியனுப்பினார். அவரே அருகே லென்யாத்ரி குகைகள் இருப்பதைச் சொன்னார். லென்யாத்ரியை விசாரித்துச் சென்றோம். காலையில் குளிரும் இளவெளிச்சமும் விரிந்த கிராமங்கள் வழியாகச் செல்வது எப்போதுமே மனம் சிறகடித்தெழும் அனுபவம்.

குகாடி ஆற்றின் கரையில் அமைந்துள்ள லென்யாத்ரி குகைகள் ஒரு காலத்தில் பௌத்த குகைகளாக இருந்திருக்கின்றன. சில குகைகள் சமணக் குகைகளாக இருந்திருக்கலாம் என்று ஊகிக்கப்படுகின்றன. இப்பகுதியில் உள்ள குகைக் குடைவுக்கோயில்களிலேயே இங்குள்ள குகைகளின் எண்ணிக்கைதான் அதிகம். கீழே நின்று பார்க்கையில்

லென்யாத்ரி குகைகள், ஜுன்னார்

மலையின் மடிப்பு முழுக்கத் தேனடைகளாகத் தெரிந்தன குகைகள். சிறப்பான படிகள் கட்டப்பட்டிருந்தன. இங்கும் மக்கள் நிறைய வந்து போகும் தடம் தெரிந்தது. துணிப்பந்தல். ஒலிபெருக்கி பாடல் பிளிறும் கடைகள்.

மேலே சென்றோம். குன்றின் மீது உள்ள குகைகளில் மையக்குகை ஐம்பதடி அகலமும் அறுபதடி நீளமும் கொண்ட ஒற்றைக்கல்லில் குடையப்பட்டது. இது இன்று இந்துக்கோயில். இங்குள்ள கருவறைச் சிற்பத்துக்கு ஒரு சிறப்புள்ளது. அது பின்பக்கமாகத் திரும்பியிருக்கிறது. அது சுயம்பு சிலை என்கிறார்கள் அதை வழிபடும் கோலிகள். அதன்மேல் செந்நிறமாகக் குங்குமமும் சாந்தும் பூசப்பட்டுள்ளன. அது என்ன என்று கண்டுபிடிக்க முடிந்ததில்லை.

லென்யாத்ரி குகைகளின் உள்ளே பலவகையான குறியீடுகளும் எழுத்துக்களும் செதுக்கப்பட்டுள்ளன. அவை என்ன என்றும் இன்று வரை ஆய்வாளர்கள் அறிய முடியவில்லை. ஏதாவது குறிமொழியா அல்லது பழங்குடிமொழியா என தெரியவில்லை.

லென்யாத்ரி கிரிஜாத்மகா என்றும் அழைக்கப்படுகிறது. மலைகளின் அரசி. குன்றுக்குமேலே செல்ல மேலும் 283 படிகள் ஏறவேண்டும். குறுகலான ஆபத்தான படிகள் அவை. இங்கே ஏராளமான குரங்குகள்

உள்ளன. இப்படிகளில் ஏறும்போது குரங்குகள் கொஞ்சம் தாக்க வந்தால்கூட நிலைதடுமாறி ஆழமான பாறைமடிப்புக்குள் விழ வேண்டியதுதான்.

இக்குகைகள் அனைத்திலும் உள்ள அமைப்பு மிகப்பெரிய நீர்த்தேக் கங்கள். அருகே உள்ள குக்கடி ஆற்றின் அருவியில் இருந்து உள்ளே பாறைஇடுக்கு வழியாக ஊறிவரும் நீரைப் பெரிய பிலங்களிலும் செயற்கையாக வெட்டப்பட்ட நீர்த்தொட்டிகளிலும் சேமிக்கிறார்கள். அவை அன்று குடிநீர்த் தேக்கங்களாக இருந்திருக்கலாம். மேலே இருந்த கல்வி நகருக்கான தேவைகள் அந்தத் தொட்டிகளாலேயே தீர்க்கப்பட்டிருக்கின்றன.

லென்யாத்ரி குடைவரைக்கோயில்களைச் சுற்றிப்பார்த்துக்கொண்டு வந்தோம். மலைகளின் துளைகள். அல்லது கங்காருவின் பைகள். இன்று மலைக்குடைவே இல்லாமலாகிவிட்டது. ஒருகாலத்தில் நாம் கட்டும் கட்டடங்கள் அனைத்தும் அழியும். அப்போதும் இக்குடைவுக் குகைகள் எஞ்சியிருக்கும்.

லென்யாத்ரியில் இருந்து நானேகட் கிளம்பினோம். சென்றுசேர மூன்று மணி நேரமாகியது. மிக மோசமான ஜல்லி பரவிய சாலை. வழிகேட்டபோது ஒருவர் வந்து தன்னை ஏற்றிக்கொண்டு செல்லும்படி கோரினார். அந்தச்சாலையில் எந்த வண்டியை எதிர்பார்த்து அவர் நின்றிருந்தார் என்று ஆச்சரியமாக இருந்தது. ஏற்றிக்கொண்டோம். மராட்டி பேசுபவர். காந்திகுல்லாய், பைஜாமா ஜிப்பா அணிந்த மெல்லிய மனிதர்.

நாங்கள் கிளம்பிப் பத்துநாளாகிறது. இன்றுவரை சந்தித்த அத்தனை மனிதர்களிடமும் நட்பார்ந்த மனநிலையை, உபசரிப்பை, எதிர்பார்ப் பில்லாத அன்பை மட்டுமே கண்டோம். முற்றிலும் அந்நியர்களைக் கண்டதும் இந்த மனிதர்களின் முகம் மலர்வது மனநிறைவளிப்பது. எத்தனையோ பேர் வழிசொன்னார்கள், உணவளித்தார்கள். நான் மட்டும் தனித்துப் பயணம் செய்து வந்து இதைச்சொன்னால் கற்பனை என்றே நம்மவர் சொல்வார்கள். நண்பர்கள் அதை வியந்து வியந்து சொல்லிக்கொண்டிருந்தார்கள். விதிவிலக்கான அனுபவம் பெல்காம் ராமகிருஷ்ண மடத்தில் மட்டும்தான்.

இப்பயணக்குறிப்புகளில் ராமகிருஷ்ண மடம் பற்றி எழுதியிருந்ததற்கு சில எதிர்வினைகள் வந்தன. அவர்கள் எவருமே நான் என்ன எழுதியிருக்கிறேன் என்பதைப் புரிந்துகொள்ளவில்லை. புரிந்து கொள்ள முடியவில்லை என்பதே சரி. மிகமிகக் குறுகிய சுயநல வட்டத்துக்குள் வாழ்ந்து வேறொன்றும் அறியாத நடுத்தர வர்க்க மனிதர்கள். எந்த அந்நியனைப் பார்த்தாலும் அவனால் என்னென்ன

தீங்குகள் நிகழக்கூடும் என்று மட்டுமே எண்ணக் கூடியவர்கள். ராமகிருஷ்ண மடம் எப்படி அந்நியர்களை நம்ப முடியும், அந்நியர்கள் குடித்துக் கூத்தடித்தால், இல்லை குண்டு வைத்தால் என்ன செய்வது என்றெல்லாம் கேள்விகள். அந்தக் கேள்விகளே எழாத ஒரு மனிதாபி மான நிலையை நான் உத்தேசிக்கிறேன். அதுவே இந்தியாவின் ஆன்மா.

அந்த ஆன்மா இந்த எளிய மக்கள் ஒவ்வொருவரிடமும் இருக்கிறது. முற்றிலும் அந்நியர், மொழியே தெரியாதவர்கள் வந்து கேட்கும்போது எதை நம்பி வழி சொல்கிறார்கள்? எதை நம்பிக் கூட்டிச்சென்று காட்டுகிறார்கள்? அந்த நம்பிக்கையே இந்த தேசம். காவியணிந்து கான்கிரீட் கோபுரத்தில் அமர்ந்திருக்கும் குமாஸ்தாவுக்கும் சரி, அதே மனநிலையில் தன் திண்ணையில் சகமனிதனை வெறுத்து ஐயப்பட்டுக் கொண்டு அமர்ந்திருக்கும் மனிதர்களுக்கும் சரி, இது புரியாது. இந்த ஆன்மாக்களுக்காகத்தான் ஆங்கில இதழாளர்கள் இந்திய எதிர்ப்புக் கட்டுரைகளை எழுதித் தள்ளுகிறார்கள்.

நானேகட் செல்லும் வழியில் இருந்த காட்கர் கிராமத்தில் சகபயணியை இறக்கிவிட்டு விட்டுச் சென்றோம். செல்லும்வழியில் மேலே செல்லத் தெரியாமல் நின்றோம். ஒரு வீடு இருந்தது, உள்ளே யாருமே இல்லை. பூட்டப்படவும் இல்லை. வினோத் உள்ளே சென்று பார்த்துவிட்டு வந்தார். அதுதானா பாதை என்று தெரியவில்லை. ஒருவரை தூரத்தில் கண்டு அருகே போய் விசாரித்தோம். விரிவாக மராட்டியில் சொன்னார். எங்களில் கிருஷ்ணனும் முத்துக் கிருஷ்ணனும் ஓரளவு இந்தி பேசுவார்கள். அதுதான் சாலை என்பதை உறுதி செய்துகொண்டோம்.

அவர் எங்களை உள்ளே வந்து சாய் சாப்பிட்டுச் செல்லும்படி கேட்டுக் கொண்டார். அவருக்கு வீடே இல்லை. அவரே கட்டிய தொழுவத்துக்குள் நாலைந்து காளைகள், பசுக்கள், கன்றுக்குட்டிகள் நின்றன. அவர் தன் வீட்டை இடித்துத் தானே கட்டிக்கொண்டிருந்தார். அருகே சின்னக் கூடாரம் ஒன்றைக் கைக்குக் கிடைத்த பொருட்களைக் கொண்டு கட்டியிருந்தார். 'மலை ஏறிவிட்டு வருகிறோம், சாப்பாடு தயார் செய்து வையுங்கள்' என்று கேட்டுக்கொண்டோம். இருநூறு ரூபாய் பணமும் கொடுத்தோம்.

நானேகட் எங்கிருக்கிறது என தெரியவில்லை. கொஞ்சதூரம் சென்றால் சாலை ஒரு மலையருகே முட்டிநின்றது. மலையின் நடுவே ஒரு இடுக்கு தெரிந்தது. இறங்கிப்பார்த்தால் பெரும் வியப்பு. எட்டடி அகலமான ஒரு சாலை மலையிடுக்கு வழியாக சுழன்று சுழன்று இறங்கி பல கிலோமீட்டர் ஆழத்தில் கிடந்த சமவெளிநோக்கிச் சென்றது.

பழங்காலத்தில் சரிவான கல்படிகளாக இருந்திருக்கலாம். கற்கள் இளகிக் குவிந்து கிடந்தன. மொத்தம் பதினாறு கிலோமீட்டர். இதுதான் உண்மையில் சஹ்யாத்ரி மலையின் வாசல்.

இரண்டாயிரம் வருடத்துக்கு மேல் பழைமை கொண்ட கணவாய்ப் பாதை இது. சாதவாகனர் காலகட்டத்தில் இந்தப் பாதை கல்யாணுக்குச் செல்லும் முக்கியமான பாதையாக இருந்தது என கல்வெட்டுகள் சொல்கின்றன. நான் என்றால் நாணயம், கட் என்றால் வழி. இது ஒரு சுங்கமுனையாக இருந்திருக்கிறது. இங்குள்ள குகைகளில் கிடைக்கும் கல்வெட்டுகள் மௌரியர் காலத்திலேயே இந்தப் பாதை பயன்பாட்டில் இருந்ததாகச் சுட்டுகின்றன.

வட இந்தியாவில் இருந்து தென்னகத்துக்கு வரும் வழிகளில் இது முக்கியமானதாக இருந்திருக்கலாம். ஏனென்றால் இதற்குக் கீழே உள்ள பகுதிகள் எல்லாமே வளமானவை. நீர் வசதி கொண்டவை. அன்றெல்லாம் குறைந்தது பத்து கிலோமீட்டர் தூரத்தில் உணவும் நீரும் இல்லையேல் பயணம் செய்ய முடியாது.

நேர்மாறாக, மத்தியப்பிரதேசம் வழியாகத் தெக்காணத்துக்கு இறங்கும் பாதை அன்று வறண்ட ஆளற்ற நிலம் வழியாக வரக்கூடியதாக இருந்திருக்கும். தண்டகாரண்யக் கொடுங்காடுகளும் அதற்குப்பின் பிரமாண்டமான அரைப்பாலைவெளியுமாக இருந்த அந்த வழி மிகப்பிற்காலத்திலேயே பயன்பாட்டுக்கு வந்திருக்கிறது. வழியெங்கும் சத்திரங்களும் அருகே குளங்களும் அமைந்தபின்னர். அதற்கு முன்னால் இந்தப் பாதையே வணிகர்களுக்குரியது. வழியெங்கும் வணிகர்களுக்கான கிராமங்களும் பண்டகசாலைகளும் இருந்திருக்கின்றன.

சாதவாகனர்களின் வலுவான அரசியான நாயனிகா இந்தப் பாதையை விரிவாக்கம் செய்திருக்கிறாள் என கல்வெட்டுகள் சொல்கின்றன. இவள் கி.மு. 180 முதல் 170 வரை ஆண்ட சதகர்ணி என்ற மன்னரின் மனைவி. விதவை. இந்தியாவின் மையநிலத்தை வணிகம் மூலமும் வேளாண்மை மூலமும் நாகரிகத்துக்குக் கொண்டுவந்ததில் முக்கிய மான பங்களிப்பாற்றியவள் இந்த அரசி. இந்தியாவின் பேரரசிகளில் இவளுக்கே முதலிடம் என்று வரலாற்றாசிரியர்கள் சொல்வதுண்டு. நாயனிகா என்றும் அழைக்கப்பட்ட இந்த அரசி, மராத்தாவின் சிற்றரசர் ஒருவரின் மகள்.

சுங்க வம்சத்தைச்சேர்ந்த மகத மன்னர் புஷ்யமித்ர சுங்கருக்கும் கலிங்கத்தை ஆண்ட காரவேலருக்கும் சதகர்ணி சமகாலத்தவர். இவரைப் பற்றிய முக்கியமான பல கல்வெட்டுகள் இந்தப் பாதையில் கிடைக்கின்றன. இவர் மால்வா, அனுபா, நர்மதா சமவெளி மற்றும்

விதர்ப்பத்தை வென்றார் என்றும் ஓர் அஸ்வமேத யாகத்தையும், ஓர் ராஜசூய யாகத்தையும் செய்தார் என்றும் தெரிகிறது.

அஸ்வமேதம் செய்தமையால் தன்னை சாம்ராட் என்றும் தென்னகத்தை வென்றமையால் தன்னை தட்சிணபதி என்றும் அழைத்துக்கொண்டார். அவர் இறக்கையில் வேதஸ்ரீ என்ற இளவரசன் குழந்தையாக இருந்தான். ஆகவே அவரது மனைவி நாயனிகா இருபதாண்டுக்காலம் நாட்டை வெற்றிகரமாக ஆண்டார்.

நாயனிகா இப்பகுதியெங்கும் வளர்ச்சிப்பணிகளுக்குப் பெரும் முக்கியத்துவத்தைக் கொடுத்தார். இங்குள்ள கல்வெட்டு நாயனிகாவின் முழுக் குடும்பத்தையும் குறிப்பிடுகிறது என்கிறார்கள்.

குக்காடி ஆறு இங்கே ஓடுகிறது. இங்கே இன்று அதிக மனிதவாச மில்லை. பெரும்பாலும் அடர்காடுகள்தான். வைஷாகெரே என்ற கிராமம் கொங்கணப் பக்கத்திலும் காட்கர் என்ற கிராமம் மகாராஷ்டிரப் பக்கத்திலும் இந்தக் கணவாய்க்கு இருபக்கத்திலும் காணப்படுகின்றன.

நாங்கள் காட்கரில் இருந்து கணவாய் வழியாக இறங்க ஆரம்பித்தோம். கிட்டதட்ட இரண்டாயிரம் அடி உயரமான செங்குத்தான ஒற்றைக் கருங்கல் மலைகள் இருபக்கமும். நடுவே அந்தச் சிறிய கணவாய்ப்பாதை பிரமாண்டமான படிக்கட்டு போல சுழன்று சுழன்று இறங்கியது. கற்களை அடுக்கிக் கட்டப்பட்ட அந்தக் கால அமைப்பு இன்றும் அப்படியே உள்ளது.

இந்தப் படிகளில் வெயிலே பட்டிருக்காது. ஏனென்றால், கிழக்கும் மேற்கும் இரு செங்குத்தான பாறைமலைகளும் வெயிலை மறைக்கின்றன. தெற்கில் இருந்து வடக்கு நோக்கி இறங்குகிறது இந்தப் பாதை. தென்னிந்தியாவின் தக்காணப் பீடபூமியின் விளிம்பு. வட இந்தியப்பெருநிலம் நோக்கி இரண்டாயிரத்தைந்நூறு அடி செங்குத்தாக இறங்கிச் செல்வதென்பது ஒரு மெய்சிலிர்க்கச்செய்யும் அனுபவம். கிட்டதட்ட எட்டு கி.மீ. அளவுக்கு இறங்கிச் சென்றோம். அதன் பின் கீழே விரிந்த நிலத்தைப் பார்த்துக் கொஞ்சநேரம் அமர்ந்திருந்தோம். பின்பு மேலேற ஆரம்பித்தோம்.

இன்றையப் பொழுதை முழுக்க விழுங்கிய மலையேற்றம். மூச்சுவாங்க வியர்த்து களைத்து அமர்ந்து அமர்ந்து மேலேறி வந்தோம். கிட்டதட்ட பூட்டான் புலிக்குகை விகாரத்துக்கு ஏறிய அனுபவத்துக்கு நிகர். மேலே வந்து அமர்ந்து கீழே விரிந்துகிடந்த நிலத்தைப் பார்த்துக் கொண்டிருந்தோம். நூற்றாண்டுகள் தாண்டிப் பின்னால் சென்றது போல. சாதவாகனர் காலகட்டத்தில் அவ்வழியாகச் சென்ற வணிகர்களின் காலடி ஒலிகளைக் கேட்க முடியும் போல...

மேலே வந்து எழுந்து உயர்ந்திருந்த மலைமேல் ஏறினோம். காய்ந்த புல்லால் ஆன மலைச்சரிவு பொன்வேய்ந்த கோபுரம் போலிருந்தது. மேலே மலையுச்சிவரை அங்கிருந்து காணும் காட்சியை ஊகிக்க முடிந்திருக்கவில்லை. அந்தக் கணவாய்க்கு இருபக்கமும் மலை மிகச்செங்குத்தாகக் கீழிறங்கிச்சென்றது. அமெரிக்காவின் கிராண்ட் கான்யன் மலைவிளிம்பில் நின்று கீழே பார்ப்பது போல் இருந்தது. இந்தியாவில் எங்கும் இப்படி ஒரு கால்நடுங்கச்செய்யும் செங்குத்தான சரிவை நான் கண்டதில்லை, இமயமலைகளில் கூட. சஹ்யாத்ரியின் விளிம்பு.

நாங்கள் திரும்பிவந்தபோது ஷிண்டே சாப்பிட அழைத்தார். அவரது கூடாரத்துக்கு வெளியே வயலில் சாக்கையும் கம்பளியையும் விரித்து அமரச்செய்து சூடான சப்பாத்தி, பருப்புக்குழம்பு, உருளைக்கிழங்கு பொரியல் பரிமாறினார். அவரே தன் கையால் பரிந்து வற்புறுத்திப் பரிமாறினார். சோறு வந்தது. உளுந்து சேர்த்து வடிக்கப்பட்ட சுவையான சோறு. போதும் என மறுத்த ஓட்டுநரை ஷிண்டே ஓர் அதட்டல் போட்டு சாப்பிடச் செய்தார். சட்டென்று ஓர் மன எழுச்சி என் கண்களைக் கசியச்செய்தது.

நான் சீனுவிடம் கேட்டேன், சிங்கப்பூரில் நான் ஆற்றிய உரையை வாசித்திருக்கிறீர்களா என. நானும் அதையேதான் நினைத்துக் கொண்டிருக்கிறேன் சார் என்றார் அவர். நான் இந்தியா என்று ஆரம்பித்துப் பேசும்போது என்னிடம் பேசவருபவர்கள் ஒரு அரசியல் கட்டமைப்பை, ஒரு வரைபடத்தை இந்தியா என எண்ணிப் பேசவருகிறார்கள். இந்த தேசத்து நிலப்பரப்பில் அலைய ஆரம்பித்து முப்பதாண்டுகளாகின்றன. நான் இந்தியா என நினைப்பது எனக்கு அன்னமிட்ட ஆயிரக்கணக்கான கைகளை. நான் மிக அபூர்வமாகவே பட்டினி கிடந்திருக்கிறேன். அனேகமாக எங்கும் இல்லறத்தாரால் கனிவுடன் மட்டுமே உணவிடப்பட்டிருக்கிறேன். எனக்கு என் தேசம் மனித உள்ளங்களில் குடியிருக்கும் அன்னபூரணிதான்.

இன்று நான் எழுதுவதை வாசிப்பவர்கள் இருக்கும் தமிழிலும் மலையாளத்திலும் என் உணர்வை, என் தரிசனத்தைப் புரிந்து கொள்ளும் திராணியுள்ளவர்களே குறைந்துவிட்டார்கள். வெற்று லௌகீகமும் அதற்கான நியாயங்களும் மட்டும் இங்கே ஒவ்வொரு உள்ளத்திலும் நிறைந்துள்ளன. இங்குள்ள அரசியலும் வெறும் உலகியல் வெறியின் அரசியலே, எந்த இலட்சியவாதத்தின் அரசியலும் அல்ல. இங்கே எல்லா விவாதங்களிலும் ஒலிப்பது அந்த ஆன்மா வறண்ட அரசியல் தர்க்கங்களே. இடதுசாரிகளும் இந்துத்துவர்களும் ஒரே உலகியல் அற்பத்தனத்தையே இரு மாறுபட்ட தரப்புகளாக நின்று பேசிக்கொண்டிருக்கிறார்கள்.

உண்மையில் எப்படி ஒரு வறட்டு மார்க்ஸியரால் இந்த ஆன்மிகத்தை, விவேகானந்தரும், நாராயணகுருவும், இன்றும் இந்த மண்ணில் அலையும் பல்லாயிரம் துறவிகளும் பிரதிநிதித்துவப்படுத்தும் பலமுகம்கொண்ட ஆன்மிகத்தைப் புரிந்துகொள்ள முடியவில்லையோ அப்படித்தான் வெறும் மத அமைப்பை, கட்சியமைப்பை வெறித் தனமாக நம்பி தங்கள் சடங்குகளையும் ஆசாரங்களையும் அனை வருக்குமென ஒற்றைப்படையாக வலியுறுத்தும் வலதுசாரிகளாலும் புரிந்துகொள்ள முடியவில்லை.

ஆனால் ஷிண்டேக்களை விளைய வைக்கும் வலிமை இந்த மண்ணுக்கு எப்போதுமிருக்கும் என்றே நினைக்கிறேன். அவரது மெலிந்த உறுதியான கரங்களைப் பற்றிக்கொண்டு என் நன்றியை, வணக்கத்தை, நெகிழ்ச்சியை சொன்னேன். அவரைப் போன்றவர் களிடம் இருந்து அண்ணா ஹசாரேக்கள் உருவாவார்கள். நம்மிடம் அண்ணாவை ஏளனம் செய்யும், நாறும் நாக்குகள் மட்டுமே பிறக்கும். ஷிண்டே என் தேசத்தின் முகம்.

- 11 -

மகாஸ்ருல், தௌலதாபாத், எல்லோரா

இன்றைய பயணம் பெரும்பாலும் சாலையிலேயே கழிந்தது. காலையில் எழுந்ததும் விடுதியில் இருந்து கிளம்பி விடியும் நேரத்தில் நாசிக் ஔரங்காபாத் சாலையில் இருபத்தைந்து கி.மீ. விலகியுள்ள கஜபாத குன்றுகளை அடைந்தோம். குளிரில் காலைப்பயணம். சிலசமயம் உற்சாகமாகப் பேச்சு நிகழும். பலசமயம் மௌனம்.

புகைப்படலம் போலத்தெரிந்த வானப்பின்னணியில் கஜபாத மலையை தூரத்தில் இருந்தே கண்டோம். பெரும்பாலான சமணக் குன்றுகளுக்கு இருக்கும் அதே அமைப்பு. சுற்றிலும் பிரமாண்டமான நிலவெளி. நடுவே ஒரு இயற்கையான வட்டக்கோபுரம் போல மலை. காற்று அரித்து அரித்துக் கதம்பர்களின் கோயில்களில் உள்ள வட்டத் தூண்களின் அமைப்பை உருவாக்கியிருந்தன. இந்த மலைகள்தான் அந்தத் தூண்களுக்கான முன்வடிவம் போலும்.

தீர்த்தராஜ் கஜபாதா என்ற பெயரில் சமண நூல்களில் குறிப்பிடப்படும் இந்தக் கோயில் மகாஸ்ருல் என்னுமிடத்தில் இருக்கிறது. கஜபாத மலைக்குக் கீழே ஒரு திகம்பர் சமணமடம் உள்ளது. பெரிய மடம். பல கான்கிரீட் கட்டடங்கள். அங்கே ஒரு சமண உண்டுறை பள்ளியும், ஆலயமும், முதியோர் இல்லமும் உள்ளன. நாங்கள் சென்றபோது ஓர் ஆனந்த அதிர்ச்சி. நாங்கள் ஒரு ராஜஸ்தானியப் பயணக்குழுவை சிரவணபெலகொலாவில் பார்த்திருந்தோம். பின்னர் வேணூர், கர்க்களா, வரங்கா எனப் பார்த்துக்கொண்டே வந்தோம். கடைசியாகக் கும்போஜில் அவர்களை மீண்டும் பார்த்தோம். வண்டிதான் நின்றது. எல்லாரும் அதிகாலையிலேயே மேலே சென்றிருந்தார்கள்.

நாங்கள் அங்கே நின்றிருந்தபோது ஒரு பெரியவர் வந்து இந்தியில் விசாரித்தார். உடைந்த இந்தியில் நாங்கள் தமிழ்நாட்டில் இருந்து வருவதைச் சொன்னோம். குளித்துவிட்டு வரும்படி சொல்கிறார் என்பதைக் கொஞ்சம் தாமதித்துப் புரிந்துகொண்டோம். மேலும் கொஞ்சம் தாமதித்துத்தான் அவர் நாங்கள் காரிலேயே இரவுப்பயணம் செய்திருக்கிறோம் என்று எண்ணுகிறார் என்று புரிந்தது. இல்லை, விடுதியில் தங்கியிருக்கிறோம் என்றேன். உங்களுக்குத் தங்குமிடமோ உணவோ தேவையா என்றார். உணவு தேவை என்றதும் உணவுச்சாலைக்கு அழைத்துச்செல்லும்படி சொல்லி ஆளைக் கூடவே அனுப்பினார்.

காலையில் உணவு அவல் உப்புமா. சுவையாகவும் சூடாகவும் இருந்தது. சமணர்களின் கண்டுபிடிப்புதான் அவல். அவல உணவு, எளிய உணவு என்று அதற்குப்பொருள். வீடுகளில் எந்நேரமும் அவல் இருக்கவெண்டும் என்பது அவர்களின் நெறி. விருந்தினர் கைகால் கழுவி வரும்போது உணவு தயாராக இருக்கவேண்டும். அவல் அதற்குரியது.

அந்தப் பெரியவர்தான் மடத்துக்கே தலைவர் எனத் தெரிந்து கொண்டோம். உள்ளே சென்று அவரிடம் பேசினோம். மேலே சென்று குகைக்கோயில்களைப் பார்த்து வரும்படி சொன்னார். 400 அடி உயரமான குன்றின்மீது உள்ளது இந்த ஆலயம். 435 படிகள் ஏறிச்செல்லவேண்டும். படிகள் மிகமிக செங்குத்தானவை. மூச்சு வாங்கப் பல இடங்களில் நின்றும் அமர்ந்தும்தான் மேலே சென்றோம்.

தீர்த்தராஜ் கஜபாதா சமண கோவில், மகாஸ்ருல்

இந்தக் கோயில் சமீபகாலமாக விரிவாக மறு கட்டமைப்பு செய்யப் பட்டுப் புத்தம் புதியதாக உள்ளது. ஆனால் இரண்டாயிரம் வருடத் தொன்மை கொண்ட கோயில் இது என்று சொல்லப்படுகிறது. மலையுச்சியின் இயற்கையான குகையைச் செதுக்கி உருவாக்கிய கோயில்.

புராதன சமண நூலான சாந்திநாத புராணம், மைசூரின் சாமராஜ உடையாரின் முன்னோர்களால் இங்குள்ள கோயில் அறுநூறு வருடங் களுக்கு முன்பு விரிவாக்கிக் கட்டப்பட்டது என்றும் ஆகவே அந்த குகைக்கோயில் சாமார் குகை என அழைக்கப்பட்டது என்றும் சொல்கிறது. கோயில் முன்பக்கம் விரிவாக்கிக் கட்டப்பட்டு பார்ஸ்வநாதருக்கும் பிற தீர்த்தங்கரருக்கும் தனித்தனியான சன்னிதிகள் உருவாக்கப்பட்டுள்ளன. பார்ஸ்வநாதரின் சிலை மார்பளவுக்குத்தான் செதுக்கப்பட்டுள்ளது, ஆனால் அதுவே பத்தடி உயரம் இருக்கும்.

மலைமுகட்டில் நின்று சுற்றிலும் விரிந்த நிலத்தைப் பார்த்துக் கொண்டிருந்தோம். நான் செல்லும் எல்லா ஊர்களிலும் நிலத்தின் அழகு என்னைக் கொள்ளை கொண்டிருக்கிறது. ஆனால் இந்தியாவில் நிலத்தின் அழகு இன்னொரு மன எழுச்சியை ஏற்படுத்துகிறது. இது என் நிலம் என்ற எழுச்சி. இந்த மண்ணில் அருகர்களும் முனிகளும் நடமாடியிருப்பார்கள். இந்த மண்ணில் ஒருவேளை நடராஜகுருவும் நித்யாவும் வந்திருக்கலாம். சுற்றிலும் மௌனம் திரண்டு எழுந்து நிற்கும் மலைகள் ஒரு சொல்லின் பருவடிவம் போலத் தோன்றின. ஓங்காரம் உச்சகட்ட ஒலியின் ஒலி. முழுமையான மௌனத்தின் ஒலி. ஆமோதிப்பின் ஒலியும்கூட. ஆம் ஆம் என ஆமோதித்தபடி நின்றன மலைகள்.

கீழே வந்து பெரியவரைச் சந்தித்தோம். தமிழ்நாட்டு பதிவெண்ணைக் காரில் கண்டு அவர் வந்து எங்களை வரவேற்றிருக்கிறார். தமிழகத்தில் பொன்னூரில் உள்ள சமண ஆலயத்தின் டிரஸ்டிகளில் அவரும் ஒருவர் என்றார். நான் அங்கே சென்றிருக்கிறேன். ஆச்சாரிய குந்துகுந்தருக்கு (திருவள்ளுவர்) அங்கே கோயில் ஒன்று உள்ளது. பெரியவர் ஏதேனும் உதவி தேவையா என்று கேட்டார். நாங்கள் எல்லோரா செல்லும் திட்டத்தைச் சொன்னோம். எல்லோரா குகை வாயிலிலேயே சமணக் கோயிலும் பெரிய கல்விச்சாலையும் இருப்பதைச் சொல்லி அங்கே தங்கலாம் என்றார். அவரே தொலைபேசியில் கூப்பிட்டு நாங்கள் வருவதைச் சொன்னார்.

எங்கள் திட்டத்தில் அடுத்ததாக இருந்த இடம் பாண்டவலேனி குகைகள். ஆனால் அவற்றுக்குச் செல்லும் வழி மிக விலகிச் செல்வதாக இருந்தமையால் எல்லோராவே செல்லலாம் என

முடிவெடுத்தோம். வழியில் ஓட்டுநரிடமிருந்து காரை வாங்கி வினோத் கொஞ்ச தூரம் ஓட்டினார். மிகச்சிறந்த ஓட்டுநர் அவர். ஆனால் பெரிய வண்டியின் அகலத்தைக் கணிக்கக் கொஞ்சம் தவறிவிட்டார். வழியில் நின்றுகொண்டிருந்த காரில் இருந்து ஒருவர் இறங்கியதும் அவரது புஜத்தில் வண்டியின் பக்கவாட்டு ஆடி இடித்து விட்டது. 'தட்' என்ற ஒலியுடன் கண்ணாடி உடைந்தது.

வினோத் காரை நிறுத்தாமல் ஓட்டிச் சென்றார். திறந்த காரின் கதவில்தான் ஆடி முட்டியது என நினைத்துக்கொண்டோம். மனிதர் மேல் முட்டியது தெரியவில்லை. வினோத் ஒரேயடியாக 'நான் பார்த்தேன், மனிதரை முட்டவில்லை. நான் சொல்கிறேன், நம்புங்கள்' என வாதிட்டார். காரை நிறுத்தி ஒரு வாக்குவாதத்துக்கு இடமளிக்க வேண்டாம் என நினைத்தோம். அந்த வண்டியில் நிறையப்பேர் இருந்தார்கள். இருவர் அருகே நின்றிருந்தார்கள்.

நாங்கள் கொஞ்சதூரம் ஓட்டியபின் எவரும் பின்னால் வரவில்லை எனக்கண்டு நிதானமடைந்தோம். மெல்லிய ஒரு முட்டல்தான், எங்கள் வண்டிக்கும் பெரிதாக எந்தச் சேதமும் இல்லை. ஆனால் அடுத்த டீசல் நிலையத்தில் நிறுத்தியபோது எதிர்த்திசையில் குறுக்குவழியாக அவர்கள் வந்து எங்களைப் பிடித்துவிட்டார்கள். ஏழெட்டுப்பேர் இருப்பார்கள். எல்லாருமே முரட்டு இளைஞர்கள். வரும்போதே உரக்கக் கத்தியபடி வந்து காரை எட்டி உதைத்தார்கள். எங்கே டிரைவர், டிரைவர் யார், அதைமட்டும் சொல்லு என்று கூச்சலிட்டார்கள். உச்சகட்ட கோபத்தில் கொந்தளித்த முகங்கள். அடிபட்டவர் கை சிவந்து வீக்கமடித்திருந்தது. அவன் தலையில் பட்டிருந்தால் இந்நேரம் செத்திருப்பானே என்றார்கள்.

நான் கும்பிட்டு முன்னால்சென்று மன்னித்துவிடும்படி கேட்டேன். கிருஷ்ணனும் ''நாங்கள் தமிழ்நாட்டில் இருந்து வருகிறோம், தீர்த்தாடனம் செல்கிறோம், மன்னித்துவிடுங்கள்'' என்றார். நான் காவியாடையுடன் தாடியுடன் சாமியார்க்கோலத்தில் இருந்தேன். ஆச்சரியமாக அத்தனைபேரும் அப்படியே அடங்கினார்கள். அப்போதுதான் தமிழகப் பதிவெண்ணைப் பார்த்தார்கள். 'தமிழ்நாட்டில் இருந்து வந்து விட்டீர்கள். மராட்டியராக இருந்தால் நடப்பதே வேறு' என்றார் ஒருவர்.

மிகச்சில நொடிகளுக்குள் நட்புடன் பேசத்தொடங்கினர். 'பார்த்துச் செல்லுங்கள். இவன் கையில் அடிபட்டிருக்கிறது' என்றார்கள். மெல்லமெல்ல சுமுகமாகி சிரித்துப் பேசிக்கொண்டோம். வினோத் அருகே சென்று அவர்தான் வண்டியை ஓட்டினார் என்று சொல்லி அடிக்க வேண்டுமென்றால் அடியுங்கள் என்றார். சிரித்தார்கள். 'போ சகோதரா... பார்த்துப்போ' என்றார்கள்.

கிளம்பும்போது ஒரு பெரும் பதற்றம் மெல்ல வடிந்த நிறைவை அடைந்தோம். கிருஷ்ணன் 'நல்லவேளை சார், தமிழ்நாட்டிலேன்னா அடி உறுதி... நண்பர் ஒருவர் அடிவாங்குவதை நானே பார்த்திருக் கிறேன்' என்றார். சிரித்துப்பேசத் தொடங்கினோம். அவரவர் அனுபவங்களைச் சொல்ல ஆரம்பித்தோம்.

இவ்விஷயங்களில் நானறிந்தவரை எந்தவகையான அறமும் இல்லாத பகுதி என்றால் மதுரைதான். எவர் தவறால் நடந்திருந்தாலும் அந்நியருக்குச் சரமாரியாக அடிவிழும். இதற்கென்றே கூட்டம் சேரும். ஆள் வர வர அடிப்பார்கள். அதன்பின் ஊரே கூடிப் பஞ்சாயத்துப் பேசிக் கையில் இருப்பதை எல்லாம் பறித்துக்கொண்டு விரட்டி விடுவார்கள். சமயங்களில் காரையே பணயமாகப் பிடித்துக்கொள்வார்கள். போலீஸுக்குப் போகலாமெனக் கெஞ்சினாலும் விடமாட்டார்கள். வெளிமாநிலப் பதிவெண் உள்ள வண்டி என்றால் கேட்கவே வேண்டாம். உள்ளூரில் ஏதாவது உறவோ அரசியல் பிடியோ இருந்தால் மட்டுமே தப்பிக்கலாம்.

வினோத் மிகவும் சோர்ந்துவிட்டார். ''என் வாழ்க்கையில் நான் ஒரு மனிதன் மேல் வண்டியால் முட்டுவது இதுவே முதல்முறை. அடிபட்டவன் அன்பாக சிரித்துக் கையாட்டிக்கொண்டு சென்றான். அவனுக்கு நல்ல வலி இருக்கும். இருந்தாலும் விட்டுவிட்டான்'' என்று சொல்லிக்கொண்டே இருந்தார். மராட்டியனாக இல்லாததனால் விட்டுவிடுவதாகச் சொன்னதும். 'பாயி' (சகோதரா) என்ற அழைப்பும் மிகுந்த மனச்சங்கடத்தை அளித்தன.

வெகுநேரம் அதையே எண்ணிக்கொண்டிருந்தோம். 'சொல்லி வச்சது மாதிரி படிப்பினைகளா நடந்திட்டிருக்கு சார்' என்றார் கிருஷ்ணன். உண்மையில் இந்தப் பயணத்தில் நம் கண்கள் கொஞ்சம் திறந்திருக் கின்றன. நம்மைச்சூழ வாழும் எளிய மனிதர்களைக் கொஞ்சம் கவனிக்கிறோம், அவ்வளவுதான்.

எல்லோராவை நான்குமணிக்குச் சென்றடைந்தோம். வழிகேட்ட இடத்திலேயே ஒருவர் சொல்லிவிட்டார், இன்று எல்லோரா விடுமுறை என்று. ஆகவே நேராக தௌலதாபாத் கோட்டைக்குச் சென்றோம். தேவகிரி என்று இந்தக் கோட்டை முன்பு அழைக்கப் பட்டது. எல்லோராவை உருவாக்கிய ராஷ்டிரகூடர்கள் இந்தக் கோட்டையைக் கட்டியிருக்கலாம் என்று ஆய்வாளர் கருதுகிறார்கள். ராஷ்டிரகூடர்களின் வீழ்ச்சிக்குப்பின்னர் அவர்களுக்குக் கீழே சிற்றரசர்களாக இருந்த யாதவர்கள் இக்கோட்டையை மையமாகக் கொண்டு தனியரசை உருவாக்கினார்கள். அவர்களே யாதவப்பேரரசை உருவாக்கியவர்கள். 1187 முதல் 1318 வரை யாதவர்களின் தலைநகரமாக இந்தக் கோட்டைநகர் இருந்தது.

அலாவுதீன் கில்ஜி இக்கோட்டையைப் பிடிக்க நீண்ட முற்றுகை இட்டார். கடைசியில் யாதவர்கள் சரண் அடைந்து கப்பம் கட்ட ஒத்துக் கொண்டனர். 1318 குத்புதீன்முபாரக் கில்ஜி தேவகிரியை வென்று யாதவ மன்னர்குலத்தையே கொன்றழித்தார். கடைசி மன்னர் ஹரபலதேவர் உயிருடன் தோல் உரிக்கப்பட்டுக் கொல்லப்பட்டார். அவரது உடல், தலைநகர் வாசலில் பலநாள் தொங்கவிடப்பட்டது. யாதவ அரசு முடிவுக்கு வந்தது. கோட்டை தௌலதாபாத் எனப் பெயர் மாற்றம் செய்யப்பட்டது.

தௌலதாபாத் இன்றும் வரலாற்றில் பேசப்படுவது இன்னொரு காரணத்துக்காக. 1327ல் சுல்தான் முகமது பின் துக்ளக் டெல்லியில் இருந்து தௌலதாபாதுக்குத் தலைநகரை மாற்றினார். ஒட்டுமொத்தக் குடிமக்களையும் இங்கே வரச்செய்தார். அதில் பெருமளவுக்கு மக்கள் மடிந்தனர். இங்கே கடுமையான குடிநீர்ப்பஞ்சம் இருந்தமையால் மீண்டும் டெல்லிக்குத் தலைநகரைக் கொண்டுசென்றார். எஞ்சியவர்களில் கணிசமானோர் மடிந்தனர்.

ஆனால் அந்த முடிவு உண்மையில் மிக விவேகமானது. அன்றே தலைநகர் மாற்றப்பட்டிருந்தால் பின்னர் நிகழ்ந்த மொகலாயப் படையெடுப்பு - நாதிர்ஷா அகமதுஷா அப்தாலி போன்றவர்களின் படையெடுப்புகளில் இருந்து தலைநகரைப் பாதுகாத்திருக்கலாம். பெருங்கொலைகளைத் தவிர்த்திருக்கலாம்.

தௌலதாபாத் கோட்டை

தௌலதாபாத் மலைகளைத் தாண்டி வரவேண்டிய தொலைவில் சமநிலத்தில் உள்ளது மட்டும் அல்ல காரணம், இது வெல்லவே முடியாத கோட்டை. இந்தியக் கோட்டைகளிலேயே அபூர்வமானது. ஓர் உயரமான மலைமேல் உள்ளது இந்தக் கோட்டை. கோட்டைக்குள் செல்ல மலையைக் குடைந்து உருவாக்கப்பட்ட வளைவான சுருள்பாதை மூலமே வழி உள்ளது. அந்த வழியல்லாமல் எந்தத் திசையிலும் இந்தக் கோட்டைக்குள் செல்ல முடியாது. துக்ளக் கோட்டையைச் சுற்றி கோட்டைகள் என ஆறடுக்கு பாதுகாப்பு வளையங்களை உருவாக்கியிருந்தார். பிரமாண்டமான அகழிகள் இரண்டு நகரை வளைத்துச் சென்றன.

இங்கே ஒரு பெரும் ஏரியை வெட்டியபின் தலைநகர்மாற்றம் செய்யலாமென துக்ளக் எண்ணியிருந்தால் இந்திய வரலாறே வேறு திசையில் சென்றிருக்கும். ஆனால் துக்ளக் எந்த அளவுக்கு அறிவாளியோ அந்த அளவுக்கு அகங்காரி. அவருக்கு ஆலோசகர்களே இல்லை, துதிபாடிகளை மட்டுமே அவர் தன்னுடன் வைத்திருந்தார். வரலாற்றின் கொடுங்கோலர்கள் எல்லாமே ஒரே வார்ப்புதான்.

1347 முதல் டெல்லி சுல்தான்களின் வலிமை குறைய தளபதிகள் தன்னாட்சி பெற்றார்கள். பாமினி சுல்தான்கள் தக்காணத்தில் வலுவாக உருவெடுத்தார்கள். 1499 முதல் இந்தக்கோட்டை அகமதுநகர் சுல்தானின் ஆட்சியின்கீழ் வந்தது. 1550 வாக்கில் மாலிக் அம்பர் என்ற பிராந்திய நிர்வாகி இக்கோட்டையை ஆண்டார். அவர்தான் காட்கி என்ற ஊரைக் கோட்டைக்குக் கீழே உருவாக்கினார். அதுதான் இன்று ஔரங்காபாத் என அழைக்கப்படுகிறது.

1633ல் இக்கோட்டை ஷாஜகானால் கைப்பற்றப்பட்டது. அதன்பின் 1724ல் ஹைதராபாத் நிஜாமால் கைப்பற்றப்படும்வரை இது முகலாயர்களின் தெக்காணத்துத் தலைநகரமாக இருந்தது. நடுவே இரண்டுவருடம் மராட்டிய பேஷ்வா சதாசிவ ஷாகு இக்கோட்டையைக் கைப்பற்றி ஆண்டார். மற்றபடி சுதந்திரம் கிடைக்கும்வரை ஹைதராபாத் நிஜாமின் ஆட்சியில்தான் இருந்தது.

மாலையில் கோட்டைமேல் ஏறிச்சென்றோம். இடிந்த பெரும் மதில்கள். பீரங்கித்தாக்குதலை எதிர்கொள்ளும்படி பெரிய கற்களால் வளைவாகக் கட்டப்பட்டிருந்தன. இந்தக் கோட்டையின் கீழ் அடுக்குகள் மகாகட் என்றும் உள்ளடுக்குகள் காலாகட் என்றும் அழைக்கப்படுகின்றன. குதிரைகள் கட்டுவதற்கான கல்மண்டபங்கள், வீரர்கள் தங்கும் அறைகள், வரிசையாக இருந்தன. வலப்பக்கம் யானைக்குளம் என்றழைக்கப்படும் பெரிய குளம். இதுவே கோட்டையின் முக்கியமான நீராதாரம்.

அப்பால் பழைய ஆலயம் ஒன்று இடித்துக் கட்டப்பட்ட நிலையில் இருந்தது. யாதவர்களால் கட்டப்பட்ட மாபெரும் சமணக்கோயில் இது. துக்ளக் அதை இடித்து ஒரு மசூதியாக ஆக்கினார். மசூதியாகக் கட்டப்பட்ட பகுதி தனித்துத் தெரிந்தது. சித்திரத்தூண்களில் இருந்த அருகர் சிற்பங்கள் சிற்பிகளைக்கொண்டு செதுக்கி நீக்கப்பட்டிருந்தன. அங்கே அகற்றப்பட்ட ஒரு சிலையைக் கோட்டையின் அடித்தளக்கல் ஒன்றில் கண்டோம். இப்போது ஒரு சிமிண்ட் சிலையை அந்தக் கருவறைக்குள் நிறுவியிருக்கிறார்கள், பாரதமாதா சிலை. கோயிலும் பாரதமாதாகோயில் என அழைக்கப்படுகிறது.

1948ல் ஹைதராபாத் நிஜாம் தோற்கடிக்கப்பட்டு இந்த நிலப்பகுதி இந்தியக் குடியரசுடன் இணைக்கப்பட்டதும் உள்ளூர்க்காரர்களால் இச்சிலை இங்கே வைக்கப்பட்டுவிட்டது. இன்று பார்க்கையில் பொருத்தமற்ற ஒரு வரலாற்றுப்பிழையாகவே இது தென்படுகிறது. நேற்று என்பது இன்று நாம் திருத்திக்கொள்ளக்கூடிய ஒன்றல்ல.

வலப்பக்கம் மிகப்பெரிய ஒரு ஸ்தூபம். இது சாந்த்மினார் என அழைக்கப்படுகிறது. சிவப்புக்கல்லில் உருவாக்கப்பட்ட கம்பீரமான கட்டடம் இது. மூன்று அடுக்குகள் கொண்ட ஒரு பெரும் தூண். குதுப்மினாருக்கு நிகரானது. 1447ல் சுல்தான் அகமது ஷா பாமினி இதைக் கட்டினார். குதுப்மினாருக்கு அடுத்தபடியாக உயரமான மினார் இது. உள்ளே சுழல்படிகள் செல்கின்றன. உள்ளே எவரையும் அனுமதிப்பதில்லை. 65 மீட்டர் உயரமானது.

கோட்டையின் மிக வியப்பூட்டும் அம்சம் மேலே செல்லும் வழிதான். பாறைக்குடைவுப்பாதை மிக இருட்டானது. அதைத் தாண்டிச்செல்ல இன்று வழி அமைத்திருக்கிறார்கள். நாங்கள் அந்த இருண்ட வழியாக டார்ச் அடித்துத் தடுமாறிச் சென்றோம். மேலே ஏராளமான வௌவால்கள். புழுதிவாசனை. இருட்டு வாசனை. அந்த வாசல் வழியாக உள்ளே வரும் எதிரிகளை ஏமாற்றி மறுபக்கம் அகழியில் விழச்செய்யும் போலி வாசல்கள் பல உள்ளன, அவை இப்போது மூடப்பட்டுள்ளன. பல வழிகள் பொய்யானவை. மேலே இருந்து எதிரிகள் மேல் கொதிநீரைக் கொட்டும் துளைகள் ஏராளமாக உள்ளன.

கோட்டைக்கு மேலே அரண்மனை உள்ளது. கல்லால் கட்டப்பட்டு சுதை பூசப்பட்ட சுவர்கள் கொண்டது. கிட்டதட்ட குன்றின் நெற்றியில் உள்ளது இந்தக் கட்டடம். இங்கிருந்து சுற்றிலும் உள்ள மலைகளையும் நிலத்தையும் காணலாம். ஒரு பிரமாண்டமான கிண்ணத்துக்கு நடுவே இருப்பது போல் இருந்தது. மலைகளே மதில்களாக சூழ்ந்துகொண்டதுபோல. மாலை வெயில் மலைகளின் உச்சியில் சுடர கீழே நிலத்தின் விரிவில் நிழல்கள் நீண்டு நீண்டு சென்றன.

தௌலதாபாத் கோட்டை மேல் கல்லால் கட்டப்பட்ட அரண்மனை

கண்ணெதிரே காட்சி மாறிக்கொண்டே இருப்பதைப் பார்த்துக்கொண்டு அமர்ந்திருந்தேன்.

இந்த மலைக்கு உச்சிநுனியில் ஒரு சிறு குகைக்கோயில் உள்ளது. இது ஒரு சமணக்குகை. அருகே ஒரு சமண முனியின் பாதுகைத்தடம் இருக்கிறது. இங்கே ஜனார்தன் சுவாமி என்ற இந்துத் துறவி தவம்செய்தார் என்று சொல்லப்படுகிறது. இவர் பாமினி சுல்தான்களின் கீழே கோட்டைப்பொறுப்பாளராகப் பணியாற்றினார். பின்னர் துறவு பூண்டு ஆன்மிக ஞானியாக ஆனார். அவருக்கு இக்குகையில் தத்தாத்ரேயர் காட்சியளித்தார் என்று சொல்லப்படுகிறது. ஆகவே இந்தக் குகை இன்று தத்தாத்ரேயர் குகை என்று சொல்லப்படுகிறது.

இருட்டியபின் எல்லோராவுக்கு வந்தோம். கஜபாத ஆலயத்துப் பெரியவர் கூப்பிட்டுச்சொன்ன மடத்துப் பொறுப்பாளர் எங்களைத் தொலைபேசியில் அழைத்து வரும் வழியை விவரித்தார். மடத்தில் இடம் கொடுத்து 'இது உங்கள் இடம், என்ன வேண்டுமானாலும் கேளுங்கள்' என்றார். 'எல்லாருக்கும் இங்கே இடம் கொடுப்பதுண்டா?' என்று கேட்டோம். 'இல்லை, சமணப் பயணிகளுக்காகக் கட்டப் பட்டவை இவை. அனைவருக்கும் அளித்தால் எங்களுக்குக் கட்டுப் படியாகாது. ஆனால் உங்களைப் பார்த்தாலே தெரிகிறதே' என்றார்.

இன்றிரவு இந்த சமண ஆலயத்து வளாகத்தில் தங்கவிருக்கிறோம். இங்கே ஒரு பெரிய ஆதரவற்றோர் விடுதியும் பள்ளியும் இருக்கிறது. அவர்களின் பாடல் கேட்டுக்கொண்டே இருக்கிறது. வசதியான அறை. இளங்குளிர் இருக்கிறது. ஆனால் ஈரமற்ற காற்று. மலையேறிய களைப்பில் உடல் சோர்ந்தாலும் இதை எழுதிக்கொண்டிருக்கிறேன்.

- 12 -

எல்லோரா

ஆயிரத்துத் தொள்ளாயிரத்து எண்பத்தாறில் நான் தன்னந்தனியனாக அஜந்தா எல்லோராவுக்கு வந்தேன். அது ஓர் இந்தியப்பயணம். காசகோட்டிலிருந்து கிளம்பி சென்னைவழியாக குஜராத் சென்று மும்பை வழியாக மங்களூர்சென்று ஊர்திரும்பினேன். அதன்பின் அஜந்தா வருவது இது நான்காவது முறை. சென்றமுறை 2006ல் குடும்பத்துடன் வந்தபோது அஜிதனுக்கு லஸ்ஸி ஒவ்வாமலாகி நாலைந்து நாள் மருத்துவமனையில் படுத்திருக்க நேரிட்டது. அந்த நினைவு இந்த ஊரை அணுகியதுமே வந்தது. இன்னும் சிலமுறை கூட நான் வரக்கூடும். பின் ஒருமுறை நான் இல்லாமலாவேன். இந்த மலைகளும் இந்த குகைகளும் என்றுமிருக்கும்.

காலையில் கிளம்பும்போது முந்தையநாள் விடுதி நிர்வாகி, அருகே உள்ள பஹாட் என்ற மலைமேல் இருக்கும் அருகர்கோயில் செல்லும்படி சொல்லியிருந்தார். காலையிலேயே மலை ஏற ஆரம்பித்தோம். காலையில் மலையேறுவது இயல்பான அன்றாட நடவடிக்கையாகவே ஆகிவிட்டிருந்தது. சொல்லப்போனால் நுரையீரலுக்கு மலை தேவைப்பட்டது

ஐந்நூறுபடிகள் இருக்கும். படிகள் நடுவே ஓர் ஆறு அறுத்தோடுகிறது, இப்போது அதில் நீர் இல்லை. காலை, அந்த மலைச்சரிவில் தன்னந்தனியாக, துல்லியமாக நிகழ்ந்துகொண்டிருந்தது. ஒரு பெரிய ஆசி போல, ஒரு மௌனமான இசை போல. சுற்றிலும் குட்டைமரங்கள் கடந்துசென்ற கோடைக்குச் சோர்ந்து இலையுதிர்த்து வரப்போகும் மழைக்காகக் காத்து நின்றிருந்தன. சின்னஞ்சிறு குருவிகள் உற்சாகமாக சிறகடித்து எழுந்து அமர்ந்து குதூகலித்தன. மலைகள் பொழிந்த அமைதி எங்கும் தேங்கிக்கிடந்தது.

எல்லோரா அருகில்
பஹாட் மலைமேல் இருக்கும்
அருகர்கோயில்

எல்லோராவிலேயே இருக்கும் இந்த மலையையும் கோயிலையும் நான் இதுவரை கேள்விப் பட்டதே இல்லை. இது சுற்றுலா வழிகாட்டி நூல்களில் வராது. பலமுறை இங்கு வந்துள்ள 'தமிழினி' வசந்தகுமார் கூடக் கேள்விப்பட்டதில்லை என ஃபோனில் பேசியபோது சொன்னார். சுற்றிச்சுற்றி இந்தியாவெங்கும் செல்கிறோம், நாங்கள் பார்க்கும் அற்புதங் களுக்கு அருகிலேயே பார்க்காத அற்புதங்கள் எவருமறியாமல் கிடக்கக்கூடும்.

மலையுச்சிக்குச் செல்லும்வரை அங்கே என்ன இருக்கும் என எதிர்பார்ப்பில்லாமல்தான் சென்றோம். மேலே களிமண்பாறையில் வெட்டிச்செய்யப்பட்ட இரு பெரிய யானைச்சிலைகள், உண்மையான யானையளவே பெரியவை. அவற்றின் கால்கீழ் மனித அளவுக்குப் பெரிய படைவீரர்கள். பாறைக்கு மேலே குடைவரைக்கோயில்களில் வர்த்தமானர், ஆதிநாதர் சிலைகள்.

பூசாரி வந்து எங்களை அழைத்தார். அவரிடம் நாங்கள் வருவதை நிர்வாகி சொல்லி அனுப்பியிருந்தார். பூசாரி அந்தக் கோயிலின் கதையைச் சொன்னார். ஔரங்கசீப் அந்தக் கோயிலை இடித்துத் தரைமட்டமாக்கினார். கருவறையில் இருந்த பார்ஸ்வநாதரை இடிக்க முற்பட்டபோது ஔரங்கசீபுக்குக் கண் தெரியாமலாகியது. ஆகவே அது மட்டும் தப்பியது.

பெரும்பாலான சமணக்கோயில்களில் ஏறத்தாழ இதே கதையைச் சொல்கிறார்கள். பெரும்பாலும் எல்லா சமணக்கோயில்களும் பன்னிரண்டாம் நூற்றாண்டுவாக்கில் சுல்தான்களாலும் பின்னர் மொகலாயர்களாலும் இடிக்கப்பட்டுள்ளன. குறிப்பாக ஔரங்கசீப் சமணக்கோயில்களை இடிக்க நிரந்தரமான ஆணையையே விடுத்திருந்தார். எதிர்ப்பைத்தெரிவிப்பது சமணர்களின் வழக்கமல்ல. உடனே மீண்டும் கட்ட ஆரம்பிப்பதே அவர்களின் பாணி. ஆனால் இடிக்கப்பட்ட தகவல்களை அவர்கள் மறப்பதில்லை, எல்லாமே தெளிவாகப் பதிவுசெய்யப்பட்டுப் பாதுகாக்கப்படுகின்றன.

மேலே புராதனமான குடைவரைக்கோயில் புதியதாகக் கட்டப் பட்டிருந்தது. ஆனால் உறுத்தாமல் கலையழகுடன் செய்திருந்தார்கள்.

கருவறைக்குள் முப்பதடி உயரத்தில் பார்ஸ்வநாதரின் பெரும் சிலை அமர்ந்திருந்தது. அய்யனின் பாதங்களே தலைக்கு மேலே சென்றன. கம்பீரமான மோனத்தில் அமர்ந்த சிலை. வெளிச்சம் பரவி அப்பகுதி பறவை ஒலிகளால் நிறைந்தது. மெதுவாக இறங்கிவந்தோம்.

சிற்றுண்டிக்குப்பின் எல்லோரா குகைகளைப் பார்க்கச்சென்றோம். எல்லோராவின் முப்பத்துநான்கு குடைவரைக்கோயில்களை மூன்று பெரும்பகுதிகளாகப் பிரிக்கலாம். ஒன்று முதல் பன்னிரண்டு வரையிலான குகைகள் பௌத்தர்களுக்குரியவை. இருபத்தொன்பது வரையிலான குகைகள் இந்துக்களுக்குரியவை. எஞ்சியவை சமணர் களுக்குரியவை.

இவை எல்லாம் கிட்டதட்ட ஒரே காலகட்டத்தில் செயல்பாட்டில் இருந்தன. எல்லாக் குகைகளுமே கைவிடப்படும் காலம் வரை மேலும் மேலும் விரிவாக்கப்பட்டுக்கொண்டே இருந்திருக்கின்றன. இவற்றைச் செதுக்கிய மன்னர்கள் ஒரே சமயம் மூன்று மதங்களுக்கும் சமானமான ஆதரவை அளித்திருக்கிறார்கள். மூன்று மதத்தினரும் ஒரே இடத்தில் வழிபாடுகளையும் மதக்கல்வியையும் நிகழ்த்தியிருக்கிறார்கள்.

பௌத்தக் குடைவரைக்கோயில்கள் பிரமாண்டமான சிற்ப நுணுக்கங் களுடன் இங்கே உருவாக்கப்பட்டுள்ளன. பல அடுக்குகளாக மேலே மேலே செல்லும் குகைவிகாரங்களில் இருண்ட கருவறைகளில் பத்தடி பதினைந்தடி உயரங்களில் புத்தர் அமர்ந்திருக்கிறார். கருவறை வாசல்களில் இருபதடி உயரமான துவார பாலகர்கள். கருவறைக்குள் இறங்கிப்பார்த்தால் பிரமாண்டமான போதிசத்துவர் சிலைகள். இருபக்கமும் சாமரம் வீசும் தேவர்கள். எதிரில் தாராதேவி.

இச்சிலைகளின் பேருருவங்கள் அவற்றைப் பார்த்துக் கண்ணை மூடினாலும் அப்படியே இமைகளுக்குள் தேங்கிநிற்பவை. இருண்ட கருவறைக்குள் இருந்து, இருட்டு கனத்து உருவாகி வருவதுபோல சிலைகள் தோன்றுவது விழிப்புநிலைக் கனவு போலிருந்தது.

விகாரங்கள் மரத்தாலானவை என்ற பிரமையை உருவாக்கும்படி நுட்பமான உத்தரங்கள் கழுக்கோல்களுடன் செதுக்கப்பட்டுள்ளன. பத்தாம் எண்ணுள்ள குகை சந்திரசாலா என அழைக்கப்படுகிறது. இது விஸ்வகர்மா குகை என்றும் சொல்லப்படுகிறது. பல மாடிக்கட்டடங் கள் போல நடுவே பிரார்த்தனைக் கூடமும் அதன் நடுவே ஸ்தூபமும் கொண்டவை. கூடத்தைச்சுற்றி இரண்டு அடுக்குகளாக வராந்தாக் களும் அவற்றில் இருந்து துறவியர் தங்கும் அறைகளும் உள்ளன.

பெரும்பாலான அறைகளில் இருவர் படுத்துறங்குவதற்கு ஏற்ற கல்லால் ஆன கட்டில்திண்டுகள் வெட்டப்பட்டுள்ளன. உள்ளே சுவர்களில் புத்தர் சிலைகளும் போதிசத்வர் சிலைகளும் உள்ளன.

எல்லோரா குகைக்கோயில் சிற்பங்கள்

குகைநடுவே கருவறை. 15 அடி உயரமான புத்தர் சிலை அமர்ந்த கோலத்தில் அமைந்துள்ளது.

எல்லோராவின் பழைமையான இந்துக் குடைவரைகள் காலச்சூரி வம்சத்து ஆட்சியில் அதாவது கி.பி. ஐந்தாம் நூற்றாண்டு வாக்கில் உருவாக்கப்பட்டவை. காலச்சூரிப் பேரரசு பெரும்பாலும் தக்காணத்தை ஆண்டிருந்த ஒரு அரசகுலத்தால் ஆனது. ஐந்தாம் நூற்றாண்டு முதல் பன்னிரண்டாம் நூற்றாண்டுவரை இவர்கள் விந்தியமலைப்பகுதிகளில் பல இடங்களை ஆண்டார்கள். காலச்சூரிப் பேரரசின் வடக்குக் கிளை மால்வாவையும்,மேற்கு தக்காணத்தையும் ஐந்து ஆறாம் நூற்றாண்டில் ஆண்டார்கள்.

காலச்சூரிகள் தங்களை புராதனமான யாதவர்குலமான ஹேஹயர் களின் வழிவந்தவர்கள் என நம்புகிறார்கள். ஹேஹயகுலத்துச் சக்கர வர்த்தியான கார்த்தவீரியார்ஜுனர் ஆண்ட மாகிஷ்மதிதான் அவர் களுக்கும் தலைநகர். நர்மதையாற்றின் கரையில் இருந்தது இந்நகரம். மகதப்பேரரசின் கீழ் சிற்றரசர்களாக இருந்தனர். குபதர்களுக்குப்பின் பேரரசர்களாக மாறினர். சுல்தான்களால் வென்று அழிக்கப்பட்டனர்.

பிற்காலக்குகைகள் ராஷ்டிரகூடர்களின் காலகட்டத்தைச் சேர்ந்தவை. ராஷ்டிரகூடர்கள் தேவகிரியை தலைநகரமாகக்கொண்டு ஆண்டனர். பின்னர் அங்கிருந்து சுல்தான்களால் தோற்கடிக்கப்பட்டு வரங்கலுக்கு இடம்பெயர்ந்தனர். அங்கிருந்தும் தோற்கடிக்கப்பட்டு விஜய நகரத்திற்குச் சென்றனர். ராஷ்டிரகூட என்னும் சமஸ்கிருதச்சொல்லின் பிராகிருத வடிவமான ரெட்டகுட்டா என்ற தெலுங்குச் சொல்லின் மரூ தான் ரெட்டி.

நெடுங்காலமாக இங்குள்ள சமண பௌத்த குகைகள் காலத்தால் முந்தையவை என்று நம்பப்பட்டு வந்தது. இப்போது இங்குள்ள இந்து குகைகளில் பல பௌத்த குகைகளை விடத் தொன்மையானவை என்பது நிறுவப்பட்டுள்ளது. பௌத்த குகைகள் எல்லாமே கி.பி.630 முதல் 700க்குள் வெட்டப்பட்டவை என்று ஆய்வாளர்கள் சொல்கிறார்கள்.

இங்குள்ள மகாசைத்யம் கார்லே குகை சைத்யத்தை விட சற்றே சிறியது. ஆனால் மகாயான பௌத்த மரபைச்சேர்ந்தது. புத்தபீடிகைக்கு முன்னால் முப்பதடி உயரத்தில் பிரமாண்டமான புத்தர் தர்மச்சக் கரத்தைத் தொடக்கிவைக்கும் முத்திரையுடன் அமர்ந்திருக்கிறார். இருபக்கமும் சுவருச்சிகளில் ஏராளமான சிலைகள். குளிர்ந்த கரிய தரையிலும் தூண்களிலும் இருட்டுக்குள் எண்ணெய்ப்பரப்பு போல ஒரு மெல்லிய பளபளப்பு.

குடைவரைக் கலை அடுத்தகட்டத்துக்குச் சென்று மொத்தப் பாறையையே கோயிலாகச் செதுக்கும் கலையைக் கண்டடைந்திருப் பதை நாம் எல்லோராவில் காணலாம். இங்குள்ள கைலாசநாதர் கோயிலே இந்திய சிற்பக்கலையின் மிகச்சிறந்த சாதனை. ஒற்றைக் கல்லில் செதுக்கப்பட்ட உலகிலேயே மிகப்பெரிய கட்டடம் இதுவே. ஒரு பெரும்பாறை வெட்டப்பட்டுக் கோயிலாகவும் சுற்றியுள்ள பிராகாரங்களாகவும் ஆக்கப்பட்டுள்ளது.

கைலாசநாதர் கோயில் கைலாயமலையாக உருவகிக்கப்பட்டுள்ளது. இது குடைவரை என்றாலும் மேல்பக்கம் திறந்து பாறைச்செதுக்குக் கோயிலாக ஆக்கப்பட்டுள்ளது. இதை மேலிருந்து கீழ் நோக்கி வெட்டிக்கொண்டே வந்திருக்கிறார்கள். அதாவது மொத்தக் கோயிலையும் வரைந்த பின்னர் கோபுர உச்சியின் கலசத்தைப் பாறைமேல் செதுக்க ஆரம்பித்து வெட்டிக்கொண்டே கீழிறங்கி கடைசியில் அடித்தளத்தையும் வாசலையும் அமைத்திருக்கிறார்கள். இந்தப் பேராலயத்தின் பிரமாண்டத்தை, இதிலுள்ள மகத்தான மானுட சாதனையை ஒருபோதும் சொல்லாலும் சித்திரத்தாலும் விளக்கிவிட முடியாது.

கைலாசநாதர் கோயில், எல்லோரா

மதிய உணவுக்குப் பின் கிட்டதட்ட ஒன்றரை மணிநேரம் இந்த ஆலயத்திலேயே செலவிட்டோம். ஆரம்பத்தில் இக்கோயிலின் மீது வெண்ணிற சுதைப்பூச்சு இருந்திருக்கிறது. அப்போது இது கைலாயமலை போலவே தோன்றியிருக்கலாம். ஒற்றைப்பாறையாலான இக்கோயிலின் அற்புதம் இதன் உச்சியில் உள்ள கோபுரம் முதல் கீழே இக்கோயிலைத் தாங்கி நிற்கும் பெரும் யானைகள் வரை நாம் காணும் பரிபூரணமான சிற்ப ஒருமைதான்.

கோயிலைச் சுற்றியுள்ள பெரும் பிராகாரமும் அதே பாறையில் செதுக்கப்பட்டுள்ளது. பிராகாரங்கள் எல்லாமே பெரும் சிற்பக் கூடங்கள். அங்கே பல இடங்களில் ஏறி நின்று கோயிலைப் பார்த்துக் கொண்டிருந்தோம். பிராகாரங்களில் இருந்து கோயிலுக்குச் செல்ல பாலம் போன்ற நடைபாதைகள் செதுக்கப்பட்டிருந்தன என்கிறார்கள். இப்போது அவை உடைந்துவிட்டிருக்கின்றன. இங்கே சிவனுக்கும் விஷ்ணுவுக்கும் இரு சன்னிதிகள் உள்ளன.

இந்த மாபெரும் கோயிலை உருவாக்கி முடிக்கக் கிட்டதட்ட நூறு வருடங்கள் ஆகியிருக்கின்றன. கி.பி.760ல் ராஷ்டிரகூட மன்னர் முதலாம் கிருஷ்ணர் இந்தக் கோயிலைக்கட்ட ஆரம்பித்தார். ஆனால் இன்னும்கூட பல இடங்களில் வேலை முடிவடையவில்லை. கட்டி முடிக்கமுடியாத ஒரு பேராலயம் என்று இதைச் சொல்லலாம். 32 மீட்டர் ஆழமும் 30 மீட்டர் அகலமும் 49 மீட்டர் நீளமும் உள்ள பெரும் பாறைக்குடைவுக்குள் இக்கோயில் இன்று நின்றிருக்கிறது. 200,000 டன் கருங்கல்லை வெட்டி விலக்கி உருவாக்கப்பட்டுள்ளது.

பார்த்துப்பார்த்துத் தீராத கோயில். பார்க்கப்பார்க்கப் பார்த்துவிட முடியவில்லையே என்ற ஏக்கத்தை மட்டுமே உருவாக்கும் கோயில். ஒருமுறை நான் கடல்நடுவே கட்டுமரத்தில் சென்றிருக்கிறேன். பேரலைகள் என்னைச் சூழ்ந்து கல்நீல நிறத்தில் பளபளத்து மேலெழுந்து வளைந்து இறங்கின. மலைகளாக மடுக்களாக கோபுரங் களாக குளங்களாக பலநூறு வடிவங்களைக் காட்டின. அந்த அனுபவம் இங்கே மீண்டு வந்தது. கல்லே அலைகளாகக் கொந்தளித்து சூழ்ந்து கொண்டது போல.

இக்கோயிலைப் பகுதி பகுதியாக வருணிக்கலாம். என்றாவது ஒரு பெரும் சொற்சித்திரமாக நான் எழுதவும் கூடும். விஷ்ணுபுரம் நாவலே ஒருவகையில் இந்த மகத்தான சிற்ப அற்புதத்துக்கு என் எளிய காணிக்கைதான். ஆனால் இன்று மனம் சொல்லற்று பிரமித்திருக்கிறது.

என்ன சொல்வது! சுவரெங்கும் நிறைந்திருந்த மாபெரும் சிற்பங்கள். பக்கவாட்டில் இருந்த, பிராகாரத்தில் இருந்த, விரிந்து பரந்த சித்திரசபையில் இருந்த இருபதடி உயரமான சிற்பங்கள். கோயிலைத்

தாங்கி நிற்பவை போல செதுக்கப்பட்ட யானைகள். கல் அருவியாகப் பொழிவது போலத் தோன்றவைத்த கோபுர எழுச்சிகள். கல் வானமாக ஆகிவிட்டது போல நினைக்கச்செய்த செங்குத்தான பாறை வெட்டு.

'இனி ஒண்ணுமே மிச்சமில்லைன்னு தோணுது சார்... வாழ்ந்தாகி விட்டது' என்று சீனு கண்களில் ஈரத்துடன் சொன்னார். 'இதக் கட்டி முடிக்க மனுஷனால முடியலைங்கிறதே மகத்தான விஷயமா இருக்கு' நான் சீனுவிடம் சொன்னேன். 'இங்கே நிகழ்ந்திருப்பது ஒரு சிறு வெளிப்பாடுதான். இதைத் தன் கனவில் கண்டவன் இங்கே இருப்பதில் பல மடங்கைக் கற்பனை செய்திருப்பான். எட்டமுடியாத ஏக்கத்துடன் இறந்திருப்பான்.'

எந்த செவ்வியல்படைப்பைப்போலவும் இது இன்னும் முழுமை பெறவில்லை. இதற்கு முழுமை என்ற ஒன்றே இல்லை. இந்தக் கோயில் முக்கியமே அல்ல. இந்தக் கோயில் வழியாக நாம் அந்தப் பெரும் கனவைச் சென்றடைகிறோம். அந்தக்கனவை மீட்டிக் கொள்வதற்கான கருவிதான் இக்கோயில். எப்பேற்பட்ட கனவு! ஒரு மலையையே கோயிலாக ஆக்கிவிடுவேன் என்ற அக எழுச்சி! அதை நினைக்கையில்தான் மயிர்க்கூச்செறிகிறது!

இங்குள்ள இந்துக் கோயில்களில் திரும்பத்திரும்ப வரும் சிலைகள் சில உள்ளன. ஒவ்வொரு சிலையும் ஒவ்வொரு நுட்பத்துடன்தான் மீண்டும் மீண்டும் நிகழ்ந்துள்ளன. ராஷ்டிரகூடர்களுக்குப் பன்றி குலச்சின்னம். ஆகவே பூமாதேவியைத் தூக்கித் தோளில் ஏற்றி நிற்கும் பூவராகன் சிலை பல இடங்களில் உள்ளது. பன்றிமுகத்தில் உள்ள மதமும் ஆண்மை நிறைந்த உடலும் கலந்து ஒரு பயங்கர வசீகரம் நிகழ்கிறது அவற்றைப்பார்க்கும் முதல்கணத்தில்.

இங்குள்ள சிலைகள் ஒவ்வொன்றும் ஒரு கலைச்சாதனை. திரிபுரம் எரிக்கும் சிவன் காதுவரை நாணை இழுத்து நிற்கும் தோரணை, உமையை மடியில் அமரச்செய்த உமா மகேஸ்வரன் தேவியை அணைத்திருக்கும் மெல்லிய தொடுகை, ஊர்த்துவ நடமிடும் சிவன் உறைநிலையில் அளிக்கும் உக்கிரமான சுழன்றாடல்தருணம், உமையை மணக்கும் சிவனின் கம்பீரமும் தேவியின் உடலில் நெளிந்து வழிவது போல தெரியும் நாணமும்...

ஆனால் வேறெங்கும் இல்லாமல் இங்குமட்டுமே நான் கண்ட சிற்பம் சிவனும் உமையும் தாயம் விளையாடும் காட்சி. குறைந்தது பத்து வெவ்வேறு சிலைகள் உள்ளன. காளிதாசனின் குமாரசம்பவத்தில் உள்ள காட்சி இது. பிரபஞ்ச நிகழ்வே அவர்களின் அந்த ஆட்டம்தான் என்கிறார் காளிதாசன். சில சிற்பங்களில் சிவன் பகடை உருட்டப்போக மெல்லிய எள்ளலுடன் தேவி பார்த்திருக்கிறார். சில சிற்பங்களில்

சிவன் மடியில் உமை - கைலாசநாதர் கோயில், எல்லோரா

உமையை மணக்கும் சிவன் - கைலாசநாதர் கோயில், எல்லோரா

கைலாய மலையோடு சிவனை தூக்க முனையும் ராவணன்
கைலாசநாதர் கோயில், எல்லோரா

பொய்விளையாட்டு விளையாடும் தேவியை சிவன் கைபிடித்துத் தடுக்கிறார்.

கைலாயம் மேல் அமர்ந்திருக்கும் சிவனை மலையோடு தூக்க முனையும் ராவணனின் சிலை மீண்டும் மீண்டும் பிரமாண்டமாகச் செதுக்கப்பட்டுள்ளது. சிரிப்புடன் கீழே குனிந்து சிவன் பார்க்க தேவி கருணையுடன் பார்க்கிறாள். ஒவ்வொரு சிவகணமும் ஒவ்வொரு உணர்ச்சியுடன் பார்த்திருக்கிறது. ஒரு சிலையில் ராவணன் கிட்டதட்ட சரிந்து மண்ணோடு ஒட்டிவிட்டிருந்தான்.

எல்லோராவின் சிலைகளைப்பற்றிச் சொல்லி முடிக்க முடியாது. மாதாக்களின் சிலைகளை இத்தனை பிரமாண்டமாக இந்தியாவில் எங்கும் பார்க்க முடியாது. இருளுக்குள் எலும்புக்கூடான பேயுடலுடன் இருபதடி உயரச்சிலையாக தாண்டவக்கோலத்தில் நிற்கும் சாமுண்டி ஒரு கணம் என் அகத்தை நடுங்கச்செய்தாள். தெய்வங்கள் எல்லாம் உண்மை உருவங்களாக ஆக நான் ஒரு நுண்ணிய கிருமியாக அவர்கள்

நடுவே ஊர்ந்து சென்றேன். தெய்வங்கள் பருவடிவுகளாக நிற்க நான் ஒரு எண்ணம் மட்டுமாகக் கடந்து சென்றேன்.

இங்குள்ள சமணக் குகைகளில் சோட்டா கைலாஷ், இந்திரசபா, ஜகன்னாத சபா என்னும் குகைகள் பெரியவை. குகைக்கோயில் கருவறைகளில் பார்ஸ்வநாதர் பேருருவமாக நின்றிருக்க அவரைச் சூழ்ந்து மறலியும் மாரனும் நின்று ஞானசோதனையிடும் காட்சிகள் பல இருந்தன. பேருருவம் கொண்ட பாகுபலி சிலைகள். அமர்ந்த கோலத்தில் ஆதிநாதர் வர்த்தமானர் சிலைகள். ஒவ்வொரு சிலையும் பிரமாண்டமான கருமையுடன் பிரமாண்டமான மௌனத்துடன் அமர்ந்திருந்தது. தியானத்தின் நிறம் கருமைபோலும் என நினைத்துக் கொண்டேன்.

சமணக்குகைகளில் மிக விரிவான வண்ண ஓவியங்கள் இருந்திருக் கின்றன. சில இடங்களில் மேல்பூச்சும் அவற்றில் ஓவியங்களும் உள்ளன. ஆனால் பெரும்பாலும் எங்கும் ஓவியங்கள் மிச்சமில்லை. இக்கோயிலுக்குள் பிற்காலத்தில் ராணுவ முகாம்கள் அமைந்துள்ளன. அப்போது பந்தங்களை எரியவிட்டு ஓவியங்கள் கருமைகொண்டன. பின்னர் அவை உதிர்ந்தன. பொதுவாகக் கொஞ்சமேனும் உடையாத சிதையாத ஒரு சிலை கூட எல்லோராவில் இல்லை. பெரும்பாலான சிலைகள் கைகளும் கால்களும் உடைந்த நிலையிலேயே உள்ளன.

திரும்பி வருகையில் இங்குள்ள கிருஷ்ணேஸ்வர் கோயிலுக்குச் சென்றோம். பன்னிரு ஜோதிர்லிங்கங்களில் ஒன்று இது. புராதனமான கோயில் சற்றுத் தள்ளி இருந்தது. அது சுல்தான் முகமது பின் துக்ளக்கால் இடிக்கப்பட்டது. அந்த இடத்தில் இன்று ஒரு வெற்றிக்கும்மட்டம் உள்ளது. அது நிரந்தரமாகப் பூட்டப்பட்டுப் புழுதிபடிந்து நிற்கிறது. ஔரங்காபாதைக் கைப்பற்றிய பேஷ்வா சதாசிவராவ் அருகே சற்றுத்தள்ளி சிவப்புக்கல்லில் கட்டிய புதிய கோயில் இப்போது வழிபாட்டில் உள்ளது. எல்லோரா குகைகளுக்கு வருபவர்களை விட இங்கேதான் கூட்டம் அதிகம்.

அழகிய சிற்பவேலைகள் கொண்ட கோயில். வட இந்தியாவில் உடையாத கோயிலைப் பார்ப்பதே வினோதமாக இருப்பது கொஞ்ச நேரம் கழித்துத்தான் தெரிந்தது. எல்லாரும் கருவறைக்குள் சென்று லிங்கத்தைத் தொட்டு வழிபடலாம். நண்பர் ராஜமாணிக்கம் சென்று வழிபட்டு வந்தார். மாலை அறைக்குத் திரும்பினோம். நாளை அஜந்தா பார்த்துவிட்டு அப்படியே கிளம்பிச்செல்வதாகத் திட்டம்.

மேலாளர் வந்தார். எல்லாம் வசதியாக இருக்கிறதா என்றார். நாங்கள் நாளை கிளம்புவதைச் சொன்னோம். முன்பணமாக ஐந்நூறு ரூபாய் கொடுத்திருந்தோம். அதை நன்கொடையாகக் கொடுப்பதாகச்

சொன்னோம். காலையில் ரசீது பெற்றுக்கொள்கிறோம் என்றோம். இல்லை, நான் இப்போதே கொண்டு வந்து தருகிறேனே என்றார். அங்குள்ள ஆதரவற்றோர் பள்ளிக்கு அளிப்பதாகச் சொன்னோம். சென்று ரசீது கொண்டு வந்து தந்தார்.

எல்லோரா மகாராஷ்டிரத்திலேயே அதிகபட்ச அறை வாடகை உள்ள இடம். வெளியே மூவாயிரம் ரூபாய்க்குக் குறைவாக விடுதி அறை இல்லை. இரண்டு அறைகளை இலவசமாகக் கொடுத்ததுடன் காலை யுணவுக்குக் கட்டாயப்படுத்தவும் செய்தார். நாங்கள்தான் தொடர் பயணம் இருப்பதைச் சொன்னோம்.

இன்றிரவு முன்னரே தூங்கவேண்டும். ஆனால் தூங்க முடியுமா எனத் தெரியவில்லை. கண்மூடினால் சிற்பங்கள் விழிகளுடன் சொல்லாத சொற்களுடன் உறைந்த அசைவுகளுடன் கல்வெளியில் இருந்து கல்வடிவங்களாக வந்தன. கல்லில் நீந்தித் திளைத்தன.

ஒரு கருநீலக்குளம். அதனுள் இருந்து பார்க்கப்பார்க்க மீன்கள் எழுந்து மேலே வந்துகொண்டே இருந்தன. கண் தெளியத்தெளிய மேலும் மேலும் மீன்கள். ஆயிரக்கணக்கில். கண்விழித்த மிகப்பெரிய மீன்கள். அலையுடன் நெளியும் நடுத்தர மீன்கள். செறிந்த ஒற்றைப்பரப்பாக ஆன பரல்கள்... ஒரு கண்ணசைவில் அப்படியே நீருக்குள் மறைந்து வெறும் நீர்வெளி எஞ்சியது. கண்மயங்க மயங்க மீண்டும் மீன்கள்... இது கடல்.

- 13 -

அஜந்தா

இந்தியர் அனைவரும் அறிந்த குடைவரை ஓவியங்களின் ஊரான அஜந்தா ஔரங்காபாதில் இருந்து எழுபது கி.மீ.தூரத்தில் இருக்கிறது. நாங்கள் தங்கியிருந்த எல்லோரா மடம் ஔரங்காபாதில் இருந்து இருபத்தைந்து கி.மீ. தூரத்தில். காலையில் அஜந்தாவைப் பார்த்து விட்டுக் கிளம்பி மாலைக்குள் நாசிக் சென்று சேர்ந்தாக வேண்டும் என திட்டமிட்டோம்.

எங்கள் பயணத்திட்டத்தில் அடுத்த இடம் மங்கிதுங்கி. மங்கிதுங்கி விசித்திரமான இரட்டை மலைகள் கொண்ட இடம். இந்துக்களுக்கும் சமணர்களுக்கும் இது முக்கியமானது. இந்த இடத்தின் வரலாறு இன்னும் எழுதப்படவில்லை. கி.மு. 3 ஆம் நூற்றாண்டுமுதலே இந்த இடம் ஒரு முக்கியமான புனிதத் தலமாகவும் வணிகத்தலமாகவும் இருந்து வந்துள்ளது. நூற்றுக்கணக்கான கல்வெட்டுகளும் சிலைகளும் இங்கே கிடைத்துள்ளன.

ஆனால் மங்கிதுங்கியைத் தவிர்த்துவிடலாமென முடிவெடுத்தோம். இருபத்திஐந்தாம் தேதிக்குள் குஜராத்தை சென்றடைந்துவிடவேண்டும் என்பது எங்கள் திட்டம். இப்போதே ஒருநாள் தாண்டிவிட்டது. ஏற்கெனவே பாண்டவ்லேனி போன்ற பல இடங்களைத் தவிர்த்துத்தான் சென்றுகொண்டிருக்கிறோம். ஆகவே காலையில் ஐந்தரை மணிக்கே கிளம்பி அஜந்தா சென்று குகைக்கோயில்கள் திறக்கும்போதே பார்க்க ஆரம்பித்து மதியம் கிளம்பி சூரத் சென்று இரவு தங்கலாமென எண்ணினோம். நான் காலையில் எழுந்து எல்லாரையும் எழுப்பினேன். ஐந்தரைக்கே கிளம்பவும் செய்தோம்.

ஆனால் பழைய கதைகளில் வருவது போல 'விதி விளையாடியது'. (சரியான விளையாட்டுப்பிள்ளை போல) ஔரங்காபாத் தாண்டி

கொஞ்சதூரத்திலேயே காரின் சக்கரத்தில் ஓட்டை விழுந்துவிட்டது. சத்தம் கேட்டு வண்டியை நிறுத்தினோம். காற்றுக்குழாய் இல்லாத ரப்பர் சக்கரம். சாதாரணமாக ஏதும் ஆகாது. ஆனால் ஆழமான வெட்டு. ஓட்டுநர் வண்டியின் அடியில் இருந்த உபரி சக்கரத்தை எடுக்கக் கம்பியை விட்டு சுழற்ற அது உடைந்துவிட்டது.

வேறுவழி இல்லை. அந்த இடம் சுல்தான்பூர். அதிகாலை, இருட்டு அழுத்தமாகவே இருந்தது. இறங்கி குளிருக்கு ஒடுங்கி எவரையாவது பார்க்கமுடியுமா என்று எண்ணியபடி நடந்தோம். சாலையோரமாக நாலைந்து பையன்கள் நின்று 'ஹேப்பி இண்டிபெண்டன்ஸ் டே' என வாழ்த்துச் சொன்னார்கள். அது குடியரசுதினம் என அவர்களுக்கு நினைவூட்டினோம். எல்லாம் சமம்தானே என்பது போல ஒரு சிரிப்பு. பையன்கள் பத்தாம் வகுப்பும் மேல்வகுப்புகளும் படிப்பவர்கள். ஆனால் ஒருவருக்கும் ஒரு வார்த்தையேனும் ஆங்கிலம் தெரியவில்லை.

ஒருவழியாக விஷயத்தை அவர்களுக்குத் தெரியப்படுத்தினோம். தமிழ்நாடு என்பது பெங்களூரும் திருப்பதியும் அல்ல என்பதைப் புரியவைத்தபோது மலர்ந்துவிட்டார்கள். ராணுவ அடிப்படையில் செயல்பட ஆரம்பித்தார்கள். ஊரிலேயே ஒரே ஒரு வண்டி பழுது பார்ப்பவர்தான். அவரது கடைக்குச்சென்று தட்டிப்பார்த்தால் வழக்கம் போல அவர் உள்ளே தூங்கவில்லை, வீட்டுக்குச் சென்றுவிட்டார். இன்னொரு கடையைத் தட்டித் திறந்து உள்ளிருந்தவரிடம் பழுது பார்ப்பவரின் வீட்டைக் கேட்டுத் தெரிந்துகொண்டு ஒருபையன் சென்று கதவைத்தட்டி அவரை எழுப்பி வந்தான். மற்ற பையன்களிடம் பேசிக்கொண்டிருந்தோம்.

குடியரசு தினத்துக்குக் கொடியேற்ற பையன்களை ஆசிரியர் வரச்சொல்லியிருந்தார். ஆசிரியர் கொஞ்ச நேரத்தில் வந்து அதிகாலையின் முதல் பான்பராக்கைத் தட்டித் தட்டி வாயில் போட்டுக் கொண்டார். பையன்களுக்கு ஒரே குதூகலம். மாறி மாறி எங்களுடன் கைகுலுக்கிக்கொண்டார்கள். கைகுலுக்குவதென்பது ஒரு ஒரு நவநாகரிக செயல்பாடு என அவர்கள் நம்புவது தெரிந்தது. ஒரு பையன் பெயர் ஷேக் முஜீப் நஹ்மான். வங்கசிங்கம். மிகச்சின்னவன், ஆனால் அவன் பத்தாம் வகுப்பு. ரொம்ப புத்திசாலியான பையன் என இன்னொருவன் சான்றிதழ் கொடுத்தான்.

அந்தக் காலைநேரத்தில் உற்சாகமான பையன்களுடன் பேசிக் கொண்டிருந்தது குதூகலத்தை அளித்தது. கொஞ்சநேரத்தில் உள்ளூர் முஸ்லிம்கள் வந்து என்ன உதவி தேவை என்றார்கள். சக்கரம் பழுது பார்ப்பதைச் சொன்னோம். ஒவ்வொருவரும் தங்களை அறிமுகம்

செய்துகொண்டார்கள். இனாம்தார் என்பவர் இரும்பு வியாபாரம் செய்வதாகச் சொன்னார். மெட்ராஸ் அவருக்குத் தெரியவில்லை. நான் கன்யாகுமரி என்றதும் புரிந்துகொண்டார். சாய் குடித்தோம். அப்போது பள்ளி மாணவமாணவிகளின் குடியரசு தின ஊர்வலம் 'போலோ பாரத் மாதா கி ஜே' கோஷத்துடன் சென்றது. ஒரே கீச்சுக்குரலாகக் கேட்டது. பெரும்பாலும் பெண்குழந்தைகள்.

அஜந்தாவுக்குக் கிளம்பிச் சென்றோம். ஒவ்வொருவரிடமும் மீண்டும் மீண்டும் கைகுலுக்கி புகைப்படங்கள் எடுத்துக்கொண்டோம். மராட்டிய மக்களில் வழுக்கைகளே இல்லையே என்ற எண்ணம் சட்டென்று ஏற்பட்டது. சின்ன உடலமைப்புள்ள மக்கள். வெளிர்நிறம் அல்லது மாநிறம். பெண்கள் ஆண்களை விட சின்ன உடல் கொண்டவர்கள். புதியவர்கள் மேல் அவர்கள் கொள்ளும் பிரியம் சூரியன் உதிப்பதற்குள்ளேயே காலை நேரத்தைப் பொன்னிறமாக ஆக்கியது.

அஜந்தாவுக்கு நான் வருவது இது மூன்றாவது முறை. முதன்முறையாக 1982ல் வந்தேன், சிறுவனாக. அப்போது அஜந்தா கிட்டதட்ட கைவிடப் பட்ட நிலையில் இருந்தது. சுவரோவியங்களை சுற்றுலா வந்தவர்கள் சுரண்டி எடுத்துக் கொண்டிருந்தார்கள். அங்கே காவலுக்கிருப்பவர்கள் ஐந்து ரூபாய் பக்ஷீஷ் கொடுத்தால் அவர்களே சுரண்டி கையில் தருவார்கள். ஆண்மைவிருத்திக்கு நல்ல மருந்து என்றார்கள். ராணுவ வீரர்கள் கும்பல்கும்பலாக வந்து தங்கி குகைகளிலேயே அடுப்பு மூட்டி சப்பாத்திபோட்டு தின்று கும்மாளமிட்டுக் கொண்டிருந்தார்கள்.

மனம் வெதும்பி இந்தியன் எக்ஸ்பிரஸ் நாளிதழுக்கு ஒரு கடிதமெழுதினேன். அவர்கள் அதை தனியாகக் கட்டமிட்டுப் பிரசுரித்தனர். அக்கடிதத்திற்கு எதிர்வினையாக ஆக்ரோஷமான ஒரு கடிதத்தை பிரபல நடனமணி சோனால் மான்சிங் எழுதியிருந்தார். 'லார்ட் ஜான் ஸ்மித் அஜந்தாவை மூடியிருந்த கற்பாறைகளை அகற்றி அஜந்தாவைக் கண்டுபிடித்தார். ஆனால் அஜந்தாவைக் காப்பாற்றும் தகுதி இந்தியர்களுக்கில்லை. அதை மீண்டும் பாறை வைத்து மூடிவிடலாம். நமக்கு நாகரிகமும் பண்பாடும் கைவரும்போது அதைத் திறந்துகொள்ளலாம்' என எழுதியிருந்தார்..

பின்னர் இந்தியாவின் கலாசாரத் தூதராக அவர் ஜப்பான் சென்றிருந்த போது ஜப்பானிய அரசிடம் அஜந்தாவைக் காப்பாற்றும்படி கோரினார். அஜந்தாவை ஜப்பானின் சிபாரிசின்படி யுனெஸ்கோ ஏற்றுக்கொண்ட மைக்கும் இன்று அவை சிறப்பாகப் பேணப்படுவதற்கும் சோனால் மான்சிங் முக்கியமான காரணம். அதில் எனக்கும் ஒரு நகமளவு பங்குண்டு என நான் பெருமிதம் கொள்வதுண்டு.

மீண்டும் நான் அஜந்தாவுக்கு வந்தது வாசகநண்பர் சோமசுந்தரம் டாமனில் இருந்த நாட்களில். குழந்தைகளுடன் டாமன் சென்று அங்கிருந்து அஜந்தா சென்றோம். செல்லும்வழியில் அஜிதன் லஸ்ஸி சாப்பிட்டு நச்சுணவாகி நான்குநாள் கடுமையான காய்ச்சலில் ஔரங்காபாத் ஆஸ்பத்திரி ஒன்றில் கிடந்தான். அவன் ஓரளவு நலமானதும் நானும் அவனும் மட்டும் அஜந்தாவை சென்று கண்டோம். ஒவ்வொரு குகையிலாக அவன் இளைப்பாற அமர்ந்து கொள்ள நான் அவனுக்கு புத்தரின் கதையைச் சொன்னது அவன் இன்றும் நினைவுகூரக்கூடியதாக இருக்கிறது.

அஜந்தாவின் கதை ஒரு நாவலில் வருவது போன்றது. அஜந்தா குகைகளில் உள்ள ஆரம்பகாலக்குகைகள் கி.மு. இரண்டாம் நூற்றாண்டைச் சேர்ந்தவை என்றும் கடைசிக்குகைகள் கி.பி. ஐந்தாம் நூற்றாண்டைச் சேர்ந்தவை என்றும் பரவலாக அறிஞர்களால் கருதப்படுகிறது. அதாவது கிட்டதட்ட ஆயிரம் வருடங்களுக்கு அஜந்தா ஒரு கல்வி அமைப்பாகவும் ஆன்மிக அமைப்பாகவும் நீடித்திருக்கிறது.

ஆனால் சமீபகாலமாக ஐரோப்பிய ஆய்வாளர்கள், குறிப்பாக வால்ட்டர் ஸ்பிங் போன்றவர்கள் கிட்டதட்ட இருபதாண்டுக்காலத்தில் செதுக்கப்பட்டவை இக்குகைகள் என்றும் மிகக்குறைந்தகாலமே இவை புழக்கத்திலிருந்தன என்றும் சொல்கிறார்கள். கி.பி. 460 முதல் 480 வரை வாகாடகர் காலகட்டத்தில் இவை செதுக்கப்பட்டன என்று ஸ்பிங் சொல்கிறார் (Ajanta - A Brief History and Guide, Walter M. Spink).

ஆனால் அஜந்தாவைப் பார்ப்பவர்கள் ஸ்பிங் சொல்லும் கூற்றை ஏற்க முடியாது. அஜந்தாவின் குகை விகாரங்களில் தெளிவாகவே ஒரு பரிணாம வளர்ச்சியைக் காணமுடியும். எந்தவித அலங்காரங்களும் இல்லாத வெறும் தங்குமிடங்களும் வழிபாட்டிடங்களுமாக உள்ள குகைகள் ஆரம்ப காலத்தையவை. அவை ஹீனயானிகளுக்குரியதாக இருக்கலாம். மிகப்பிரமாண்டமான கட்டமைப்பும் நுட்பமான அலங்காரங்களும் கொண்ட குகைகள் காலத்தால் பிந்தையவையாக இருக்கலாம். அவையெல்லாமே வெறும் இருபதாண்டுக்காலத்தில் செதுக்கப்பட்டன என்பதை நம்புவது கடினம். மேலும் அவ்வளவு குகைகளை ஒரேயடியாக செதுக்கித் தள்ளுவதற்கான நடைமுறை நோக்கமும் ஐயத்துக்கிடமானது. அஜந்தா நெடுங்காலம் நீடித்திருந்தது என்றால் மட்டுமே அதை விளக்க முடியும்.

வாகாடகப் பேரரசர் ஹரிசேனரின் காலகட்டத்தில் இக்குகைகளில் பல செதுக்கப்பட்டன என்பது ஆய்வாளர்களின் கூற்று. கி.பி. மூன்றாம் நூற்றாண்டில் மகாராஷ்டிர நிலப்பகுதியில் தோன்றிய அரசு வாகாடகப்

அஜந்தா குகை முகப்பு, புத்தர் சிலைகள்

அஜந்தா குகை ஓவியங்கள்

பேரரசு. இன்று வாசிம் என அழைக்கப்படும் நகரில் இவரது தலைநகர் இருந்தது. இது முன்பு வாத்ஸகுல்மா என்றழைக்கப்பட்டது. வாகாடகர்கள் குஜராத்தின் மால்வா பகுதியையும் தெக்காணத்தின் வடக்கையும் ஆண்டார்கள். அப்போது வட இந்தியாவில் குப்தப் பேரரசு இருந்தது.

வாகாடகப் பேரரசர் ஹரிசேனர் அஜந்தா குகைகளைச் செதுக்க உதவினார் என்று கல்வெட்டுகள் சொல்கின்றன. அவர் சௌராஷ் டிரத்தையும் மாளவத்தையும் தெக்காணத்தையும் வென்றதைப்பற்றிக் கல்வெட்டுகள் பேசுகின்றன. அஜந்தாவில் உள்ள கல்வெட்டுகள் ஹரிசேனரின் அமைச்சர் வராகதேவனும் அவர் மைந்தன் ஹஸ்திபோஜனும் அஜந்தா குகைகளைச் செதுக்கவும் ஓவியம் வரையவும் நிதியளித்ததைப் பற்றிப் பேசுகின்றன. வாகாடகப்பேரரசு ஹரிசேனருக்குப் பின்னர் மெல்லமெல்ல அழிந்தது. வாகாடகப் பேரரசு குறித்து அதிகமான தகவல்கள் ஏதும் கிடைக்கவில்லை.

ஏப்ரல் 1819ல் சென்னை மாகாணத்தைச்சேர்ந்த பிரிட்டிஷ் அதிகாரியான ஜான் ஸ்மித் வேட்டையாடுவதற்காக அஜந்தா காட்டுக்குள் சென்றார். ஒரு புலியை அவர் துரத்திச்சென்றபோது மாடுமேய்க்கும் பையன் ஒருவன் புலிகள் தங்குமிடம் என இக்குகைகளை சுட்டிக்காட்டினான். புதர்மண்டி மூடிக்கிடந்த பத்தாவது குகைக்குள் சென்று அவர் ஓவியங்களைக் கண்டுபிடித்தார். அவ்வாறு கிட்டதட்ட ஆயிரத்தி இருநூறு வருடங்களாக மறைந்து கிடந்த அஜந்தா குகைகள் கண்டு பிடிக்கப்பட்டன.

அஜந்தாகுகைகள் இன்று யுனெஸ்கோவால் பேணப்படுகின்றன. இன்று அஜந்தா குகைகளின் அருகே செல்ல எரிபொருள் வண்டி களுக்கு இடமில்லை. மின்கலவண்டிகளில்தான் செல்லவேண்டும். குகைகள் ஓவியங்களுக்குத் தீங்கு செய்யாத ஒளியால் காட்சிப் படுத்தப்படுகின்றன. அஜந்தாவில் முப்பது குடைவரை விகாரங்கள் உள்ளன. அவற்றில் ஒன்பது, பத்து, பத்தொன்பது, இருபத்தாறு, இருபத்தொன்பதாம் குகைகள் சைத்யங்கள். அதாவது பௌத்த வழிபாட்டிடங்கள். எஞ்சியவை துறவியர் தங்கும் விகாரங்கள்.

அஜந்தாகுகை ஓவியங்கள் குகையின் கற்சுவர்மேல் களிமண்ணும் சாணியும் கலந்த கலவை பூசப்பட்டு அதன் மேல் சுண்ணாம்புச்சாந்து பூசப்பட்டு இறுக்கப்பட்ட பரப்பில் பலவண்ணக் கூழாங்கற்களை அரைத்து உருவாக்கப்பட்ட நிறங்களைக்கொண்டு வரையப்பட்டவை. சுண்ணாம்புச்சாந்து இறுகுவதற்குள் வரையப்பட்டுவிடுவதனால் கூழாங்கல்சாந்து உறுதியாகவே ஒட்டிக்கொள்கிறது. இவை தாவர வண்ணங்கள் அல்ல. ஆகவேதான் இரண்டாயிரம் வருடங்களாகியும்

வண்ணம் மங்காமலிருக்கின்றன. கல்கி அவரது 'சிவகாமியின் சபதம்' நாவலில் ஆயனச்சிற்பி இந்த வண்ண ரகசியத்தைத் தேடுவதாக எழுதியிருப்பார்.

அஜந்தா ஓவியங்களின் ஊர் என்ற எண்ணத்தை இந்தியா முழுக்க உருவாக்கியிருக்கின்றன பாடநூல்கள். பெண்குழந்தைகளுக்கு அஜந்தா என்று பெயரிடும் வழக்கமே பல இடங்களில் உண்டு. அஜந்தா என்பது ஒரு மரூஉ தான். அசிந்தா என்பது உண்மையான பெயர். சிந்தனையற்ற நிலை என்று பொருள்.

ஐந்து குகைவிகாரங்களில் ஓவியங்கள் இருக்கின்றன. பெரும்பாலான ஓவியங்கள் இன்று சிதைந்த நிலையிலேயே உள்ளன. 1910ல் அஜந்தாவுக்கு வந்த வங்கபாணி ஓவியர்களான தேவேந்திரநாத் தாகூர் போன்றவர்கள் அதை ஓரளவு நன்றாகவே பிரதி எடுத்திருக்கிறார்கள். சுதந்திர இந்தியாவின் ஐம்பதாண்டுக்காலத்தில் ஓவியங்களின் பெரும்பகுதி அழிந்துவிட்டிருக்கிறது. பல புகழ்பெற்ற ஓவியங்களில் சில வண்ணத்தீற்றல்களை மட்டுமே காணமுடிகிறது. சில குகைகளில் ஓவியங்களின் சிதிலங்கள் மட்டுமே உள்ளன.

ஆனாலும் புகழ்பெற்ற கரியநிற அழகி, போதிசத்வ வஜ்ரபாணி, போதிசத்வ பத்மபாணி போன்ற ஓவியங்களைக் காண்பது ஒரு அபாரமான அனுபவம்தான்.போதிசத்வ வஜ்ரபாணியின் பெரும் மணிக்கிரீடம் இந்தியா முழுக்க பல்வேறு சினிமாக்களில் நகல்செய்யப்பட்ட ஒன்று.

கூர்ந்து பார்க்கப்பார்க்க சுவர்ப்பரப்பின் மங்கலான வண்ணப்பரவலில் இருந்து வடிவம் கொண்டு எழுந்து வரும் இந்த ஓவியங்கள் நம் கற்பனையை உறிஞ்சிக்கொண்டு வளர்ந்து முழுமை பெறுகின்றன. நம் கண்களுக்குள் புகுந்து அகத்தை நிறைத்து விரிகின்றன. அஜந்தா ஒவ்வொரு முறையும் எனக்கொரு கனவு வெளியாகவே அனுபவமாகிறது. ஒரு மாபெரும் வண்ண ஓவியத்திரைச்சீலையை அடித்தளமாகக் கொண்ட கடலின் நீராழத்தில் மூழ்கி நீந்தி அந்த ஓவியங்களைப் பார்ப்பது போல. நீரின் அலைகளில் ஓவியங்கள் நெளிகின்றன. தெளிந்தும் கலைந்தும் கலங்கியும் சேர்ந்தும் ஜாலம் காட்டுகின்றன.

எந்த ஓவியத்தையும் தனியாக கவனிக்க முடிவதில்லை என்பதே அஜந்தாவின் அனுபவம். வழிகாட்டிகள் துல்லியமான சொற்களால் விளக்கத்தொடங்கினால் அறிதல் என்னும் அனுபவம் நிகழ்கிறது. ஆழ்ந்து செல்லும் கனவுநிலை கலைகிறது. கண்களை அலையவிட்டு உள்ளத்தை மயக்கிச் செல்ல விட்டால் ஒட்டுமொத்தமாக ஓவிய வெளியே நெளிந்துகொண்டிருக்கிறது. ஓர் ஓவியத்தைக் கூர்ந்து

நோக்கினால் அது கலைந்து மறைகிறது. எதிர்பாராத கணம் ஓர் ஓவியம் துல்லியமாக நம்மைப் பார்த்தபடி அமர்ந்திருக்கிறது. சிலசமயம் மரக்கிளைகளில் நாம் அப்படி சில பறவைகள் நாமறியாமல் நம்மை நோக்கி அமர்ந்திருப்பதைக் கண்டு நாம் திடுக்கிடுவோம்.

அஜந்தா ஓவியவெளியின் அற்புதமே திடுமென ஓர் ஓவிய விழி நம்மைப் பார்க்கும் தருணம்தான். பேரழகுகொண்ட பெண்கள். நீண்ட நீலக்கண்கள் கனவுடன் சாய உடல் அக்கனவின் சுமைதாளாமல் ஒசிய தாமரை கூம்பியது போல நின்றிருக்கிறார்கள். வைரமுடி அணிந்த போதிசத்வர்கள் தியானத்தில் சிலைத்திருக்கிறார்கள். ததாகதரின் நூறு நூறு முகங்கள்.

கருணை ஒரு மனித உருவெடுத்து இந்த மண்ணில் நடந்திருக்கிறது. ஞானத்தைத் தொட்டறியும் வாய்ப்பு இந்த மண்ணில் சிலருக்குக் கிடைத்திருக்கிறது. எங்கும் கொண்டாட்டம். கனவுகளிலேயே அத்தனை பெரிய களியாட்டு நிகழமுடியும். இது ஒரு கனவுதான். மெய் மறக்கச்செய்யும் காட்சிவெளி. மாடமாளிகைகள். பாய்மரக்கப்பல்கள். தெருக்களில் செல்லும் யானைகள்.

எத்தனை யானைகள். யானை இப்படி ஒசியுமா? யானை இப்படி மிதக்குமா? யானைக்குள் புகுந்த குழந்தையை வரைந்திருக்கிறார்கள். யானை என்ற குறும்புத்தனத்தை வரைந்திருக்கிறார்கள். வழிந்தோடும் நீரோடைமேல் மரக்கிளைகளின் நிழலாட்டம் போல சென்ற காலம் இக்காலத்தில் படரவிடும் தோற்றங்கள்... சட்டென்று ஒரு கண்பார்வை வேல்நுனிபோல வந்து தீண்டுகிறது. அந்தப் பேரழகி என்னைப் பார்த்துக்கொண்டிருந்தாள். மரணமற்ற காலமற்ற ஒரு நிரந்தரக் கணத்தில்.

அஜந்தா ஓவியங்களின் சிறப்பியல்புகள் இரண்டு. ஒன்று இரட்டைப் பரிமானத்தன்மை. முப்பரிமாணப் புகைப்படத்தோற்றம் கொண்டவை அல்ல. ஆகவே நிழல் இல்லை. கோடுகளாக வரையப்பட்ட ஓவியங் களுக்குள் சாயம் பூசப்பட்டிருக்கிறது. யோசிக்கையில் இதுவே ஓவியத்தில் சரியான இயல்பென்று தோன்றுகிறது. முப்பரிமாணம் என்பதே சிலைகளுக்குரியது. மேலும் நிழல் இல்லாமல் முப்பரி மாணம் இல்லை. நிழல் இல்லாத காட்சிவெளிதானே ஓவியத்தின் கனவாக இருக்க முடியும்?

இரண்டாவதாக இந்த ஓவியங்களில் காலஇடம் வரையறுக்கப்பட வில்லை. வெவ்வேறு காலகட்டங்களில் வெவ்வேறு இடங்களில் நிகழ்பவை ஒரே ஓவியப்பரப்பாகக் கலக்கப்பட்டுள்ளன. மாயாதேவி தன் கனவுக்குள் புகும் வெள்ளையானையை நோக்கி பிரமிக்கும் காட்சிக்குள் சுத்தோதன மன்னரின் அரண்மனை நீட்டி வந்து

நிறைந்திருக்கிறது. காலமும் வெளியும் புறவயமானவை. இந்த ஓவியங்கள் காட்டுவது நித்ய நிகழ்காலமாக எல்லாவற்றையும் அள்ளிச் சுருட்டி ஓடிக்கொண்டிருக்கும் சித்தவெளியை. எல்லாவற்றையும் கலந்து அகம் விளையாடும் ஆடலை.

காவியும் நீலமும் மட்டுமே அதிகமும் மிஞ்சியிருக்கின்றன இந்த ஓவியங்களில். பிற வண்ணங்கள் காலத்தில் மங்கிவிட்டன. இந்த ஓவியங்களை வரைந்த ஓவியன் காலத்தின் குழந்தை. அவன் வரைந்து முடிக்கவும் அந்த சைத்ரிகத் தந்தை தூரிகையை வாங்கி ஓவியத்தைத் திருத்தி மாற்றி வரைந்திருக்கிறான். சிதிலங்களும் ஓவியப்பரப்புக்குள் ஊடுருவி ஓவியமாகின்றன. ஓவியங்களின் கற்பனை வீச்சை சிதிலங்கள் வென்று செல்கின்றன.

பார்த்து முடிக்கமுடியாதவை இந்த ஓவியப்பரப்புகள். ஒவ்வொரு முறையும் நான் துல்லியமான தகவல்களைத் திரட்டிவந்து பார்க்க நினைப்பேன். ஒவ்வொரு முறையும் சொல்லிழந்து நிற்பேன். பார்க்கவே இல்லை என எண்ணியபடி திரும்பிச்செல்வேன். நான் பார்த்துச்செல்வது என்னுள் இருக்கும் ஓவியங்களைத்தானா?

அஜந்தா குகைவிகாரங்களின் கருவறைகளில் புடைப்புவடிவமாகச் செதுக்கப்பட்டுள்ள மாபெரும் புத்தர்சிலைகளும் அருகே அரையிருளில் அவரை நோக்கி நின்றிருக்கும் பிரமாண்டமான போதிசத்வர் சிலைகளும் மிகக் கூரிய மௌன மொழியில் பேசிக் கொண்டிருக்கின்றன. கருவறைக்கு முன் சென்று நிற்கையில் வெண்ணிழலாகத் தெரியும் சிற்பங்கள் இருளில் இருந்து புடைத் தெழுவது ஓர் அரிய அனுபவம்.

இப்போது சிறப்பான ஒளியமைப்பு செய்திருக்கிறார்கள். நான் முதல்முறை வந்தபோது சேவகர்கள் கண்ணாடியை வெயிலில் பிடித்து விதவிதமான கோணங்களில் புத்தர்சிலைகளைக் காட்டினார்கள். பக்கவாட்டில் ஒளி படும்போது புத்தர் புன்னகைப்பது போலவும் கீழிருந்து மேலாக ஒளி விழும்போது புத்தர் துயரத்துடன் இருப்பது போலவும் தோன்றியது.

அஜந்தா குகைகளில் எனக்கு மிகப்பிடித்தமான சிலை என்பது கடைசிக் குகையில் உள்ள பரிநிர்வாண புத்தரின் தோற்றமே. புத்தர் இடப்பக்க மாக ஒருக்களித்துப் படுத்தநிலையில் தன் சீடர்களுக்குக் கடைசி உபதேசம் அளித்தபடி முக்தியடைந்தார் என்கிறார்கள். நேபாளம் செல்லும் வழியில் குஷீநகரில் சயனபுத்தரின் பெரியதோர் சிலையைக் கண்டிருக்கிறேன். அங்குதான் புத்தர் முக்தியடைந்தார் என்பது வரலாறு.

புத்தர் படுத்திருக்கும் சிலை பின்னர் மகாயான பௌத்தர்களால் நிறைய இடங்களில் செதுக்கப்பட்டது. உண்மையில் படுத்திருக்கும் விஷ்ணுவின் சிலை அந்த பௌத்த சிலைகளை முன்மாதிரியாகக் கொண்டு செதுக்கப்பட்டது என்கிறார்கள். அல்லது படுத்திருக்கும் மூதாதையர் சிலைகளைச்செய்யும் பழங்குடி மரபிலிருந்து இவ்விரு சிலைகளும் உருவாகின.

அந்தப் பெரிய புடைப்புச்சிலையை பிரமிப்புடன் பார்த்து நின்றிருந்தேன். ஆரம்பகட்டக் குகைகளில் மாயாதேவியின் வயிற்றுக்குள் வெள்ளை யானை புகும் கனவு ஓவியமாகத் தீட்டப் பட்டிருந்தது. அந்த வெள்ளை யானை வெண்மேகமாக வான் வெளியில் கரையும் தருணம் இது. புத்தர் முகத்தில் அறிவதற்கினி ஏதுமில்லை என்ற புன்னகை. கீழே அழும் சீடர்கள். மேலே தாளங்களும் மேளங்களும் துந்துபிகளுமாகக் கொண்டாட்டமிடும் தேவர்கள். அஜந்தா என்னும் பெரும் கனவு முடியும் புள்ளி அது. ஒரு பேரிசை முடியும் மௌனம் போல.

அஜந்தாவில் இருந்து மாலை மூன்று மணிக்குக் கிளம்பினோம். இரவே சூரத்தை அடையத் திட்டமிட்டிருந்தோம். ஆனால் வழியில் மலைப் பாதையில் லாரிகளின் மிகப்பெரிய வரிசை. அய்யப்பனின் மணிமாலை கிடப்பது போல் தோன்றியது அந்த மலை அணிந்த லாரிநிரையைப் பார்க்கையில். சாலையில் தங்கித் தங்கி ஊர்ந்து ஒருவழியாக வழியிலேயே சோனாபூர் என்ற ஊரில் வந்ததும் தங்க முடிவெடுத் தோம். இங்கே சாயிகிருபா என்ற விடுதியில் இரவு பத்தரைக்கு வந்து சேர்ந்தோம். இதை எழுதியபின்னர்தான் நான் தூங்கவேண்டும்.

- 14 -

சூரத், தாபோய்

முந்தையநாள் தாமதமாகத் தூங்கியமையால் காலையில் நன்றாக விடிந்தபின்னர்தான் எழமுடிந்தது. வட இந்தியாவின் குளிர்காலத்திற் குரிய இளமஞ்சள் வெயில். ஆனால் குளிர் எஞ்சியிருந்தது. எழுந்ததும் குளிக்காமல் உடனே கிளம்பினோம். விடுதிக்குக் கீழே இருந்த தமிழ் ஓட்டலில் தாங்கமுடியாத டீ கொடுக்கப்பட்டதாக கிருஷ்ணன் சொன்னார். லாரி ஓட்டுநர்களுக்கான இடம். அவர்களுக்குத் தரத்தைவிட அளவே முக்கியம்.

சூரத்துக்கு வழிகேட்டதும் ஒருவர் முன்வந்து விரிவாக விளக்க ஆரம்பித்தார். ஒவ்வொரு இடத்திலும் வழிகாட்டும் பொறுப்பை ஒருவர் சிரமேற்கொண்டு வழிகாட்டி மேலதிக தகவல்களும் அளிப்ப துண்டு. போதையில் இருந்தாரென்றால் அன்பை மீறித்தான் வண்டியை நகர்த்தமுடியும். எங்குமே அக்கறை இல்லாமல் அல்லது தவறாக எவரும் வழி காட்டவில்லை. எங்களுக்கு இந்தி தெரியாதென்பதைக் கூட எவரும் பொருட்டாக நினைக்கவுமில்லை.

சூரத் நகருக்கு வெளியே கும்பாரியா என்ற ஊருக்குத்தான் முதலில் சென்றோம். ஆனால் நாங்கள் போகவேண்டிய கும்பாரியா வேறு. அது கட்ச்சில் இருக்கிறது. ஆகவே நகருக்குள் நுழைந்தோம்.

குஜராத் இந்தியாவின் வளர்ச்சியடைந்த மாநிலங்களில் ஒன்று என்பது யதார்த்தம். ஓர் உடலின் ஆரோக்கியம் நகங்களிலும் கண்களிலும் உதடு களிலும் தெரியும் என்பார்கள். ஓர் ஊரின் பொதுவான பொருளியல் நிலையை சில அம்சங்களைக்கொண்டு ஊகிக்கப் பயணிகளால் முடியும். ஒன்று, சாலைகள் மற்றும் சாலையோரக்கடைகள். இரண்டு, புறநகர் களின் கட்டடங்கள். மூன்று, வாகனப்போக்குவரத்து மற்றும்

வாகனங்களில் செல்லும் பொருட்கள். பொருளியல் நிலை வளரும் போது கட்டுமானமும் போக்குவரத்துமே முதல் எழுச்சியை அடைகின்றன.

சூரத் சாலை சர்வதேசத் தரமுள்ள நான்குவழிப் பாதை. சாலையோரத்தில் இத்தனை உயர்தர உணவகங்களைத் தொடர்ச்சியாக எந்த இந்திய மாநிலத்திலும் கண்டதில்லை. ஆனால் அசைவ உணவுண்பவர்கள் அலையவேண்டியதுதான். பொதுவாக எங்கும் சைவ உணவுதான். ஓர் உணவகத்தில் மதிய உணவை உண்டோம். தரமான உணவு, சென்னையை விட விலை குறைவுதான்.

குஜராத்தின் இப்பகுதி நதிகளாலும், சர்தார் சரோவரின் கால்வாய்களாலும் வளமானது. கண்ணுக்கெட்டிய தூரம்வரை கரும்பு வயல்கள். சாலைகளில் பெருஞ்சுமை ஏற்றிய கரும்பு லாரிகள். பல இடங்களில் கரும்பு வெட்டிய பின் வயல்களில் தீயிட்டிருந்தார்கள். சாலையில் கரி பறந்து விழுந்து கொண்டிருந்தது, காக்கைச்சிறகுத் தூவிகள் போல.

சூரத் பிரமாண்டமான நகரம். உண்மையில் அது இவ்வளவு பெரிய நகரம் என நான் நினைத்திருக்கவில்லை. கடந்த இருபதாண்டுக் காலத்தில்தான் இந்நகரம் இவ்வளவு பெரிதாக உருவாகியிருக்க வேண்டும். புத்தம்புதிய கட்டடங்கள். மாபெரும் அடுக்குமாடிக் கட்டடவரிசைகள். குஜராத்தில் நிலத்தின் விலை உச்சத்துக்குச் சென்றிருக்க வேண்டும். தனிவீடுகளை விட அடுக்குமாடி வீடுகள் அதிகமாக உருவாகிக்கொண்டிருந்தன. பெங்களூர் புறநகரில் செல்லும் போது இது இந்தியாதானா என்ற பிரமிப்பு ஏற்படும். அதை இங்கும் உணர முடிந்தது.

சூரத் நகரில் பல சமணக்கோயில்கள் உள்ளன. பெரும்பாலானவை புதியவை. சூரத் இந்தியா முழுக்க அதன் துணிகளுக்காக அறியப்படுகிறது. தென்னிந்தியாவில் உள்ள பெரும்பாலான சமணர்கள், சூரத்தைத் தாய் வீடாகக் கொண்டவர்களோ அல்லது சூரத்தில் வணிகத் தொடர்பு உடையவர்களோதான். எல்லா சமண ஆலயங்களையும் பார்க்கவேண்டாம் என முடிவெடுத்தோம். பொதுவாகவே நகரங்களைத் தவிர்த்துவிடுவதென்பது எங்கள் திட்டம்.

சூரத்தின் முக்கியமான சமணக் கோயில் என சிந்தாமணி சமணக் கோயிலைச் சொல்லலாம். இது ஒரு ஸ்வேதாம்பர் கோயில். வழி விசாரித்து சுற்றி அங்கே சென்று சேர்ந்தோம். சலவைக்கல்லில் செதுக்கப்பட்ட ஒரு யானைச்சிற்பம் வாசலில் இருந்தது. கோயிலுக்குரிய அமைப்பு ஏதும் இல்லாத கோயில், ஒரு கட்டடம். உள்ளே சென்று பார்க்க அனுமதி கேட்டோம். அங்கிருந்த பொறுப்பாளர் ஒருவரை எங்களுக்கு வழிகாட்டியாக அனுப்பினார்.

ஸ்வேதாம்பர் - சிந்தாமணி சமணக் கோயில், சூரத்

சிந்தாமணி பஸதியில் உள்ள நுட்பமான மரச்செதுக்கு வேலைகள் மிக அழகானவை. முதல் முறையாக இப்பயணத்தில் மரச்செதுக்கு வேலைகளைப் பார்க்கிறோம். இந்தக் கோயிலைக் கட்டிய சோலங்கி வம்சத்து மன்னர் குமாரபாலரின் சித்திரமும் அருகே ஆச்சாரிய ஹேமச்சந்திரரின் ஓவியமும் இருந்தன. மரச்சிற்பங்களில் எல்லாத் தீர்த்தங்கரர் முன்னாலும் குமாரபால மன்னர் காவலுக்கு நிற்பது போல செதுக்கப்பட்டிருந்தது.

ஆச்சாரிய ஹேமச்சந்திரர் பத்தாம் நூற்றாண்டில் வாழ்ந்த சமண முனிவர். கவிஞர், அறிஞர். இலக்கணம் நன்னெறி தத்துவம் மற்றும் வரலாற்று நூல்களின் ஆசிரியர். கலிகால சர்வக்ஞர் என்று பாராட்டப் பட்டவர். குஜராத்தில் அகமதாபாத் அருகே தண்ட்டுக்கா என்ற ஊரில் பிறந்த ஹேமச்சந்திரரின் பெற்றோர் சச்சதேவரும் பாகினிதேவியும். பெற்றோர் இட்ட பெயர் சந்திரதேவர். சமண மடமான மதோரா தீர்த்தம் இவர் பிறந்த இடமருகே உள்ளது. இளமையிலே சமணத் துறவியாக அந்த மடத்தில் சேர்ந்த ஹேமச்சந்திரர், சோமச்சந்திரர் என்ற பெயரில் அறியப்படலானார். அவர் அங்கே அனைத்துக் கலைகளை யும் கற்றார். இருபத்தொன்றாம் வயதிலேயே ஸ்வேதாம்பர சமணர் களின் குருவாக அறியப்படலானார்.

அப்போது குஜராத்தை சோலங்கி வம்சம் ஆண்டு வந்தது. சோலங்கி மன்னர் மூல்ராஜருக்கு குருவாக ஆனார் ஹேமச்சந்திரர். பின்னர் அவர் மகன் குமாரபாலருக்கு குருவானார். இக்காலகட்டம் குஜராத்தின்

பண்பாட்டு மறுமலர்ச்சியின் காலம் என அறியப்படுகிறது. தாரங்காவில் உள்ள சமண ஆலயத்தை ஹேமச்சந்திரர் குமாரபாலரின் உதவியுடன் கட்டினார். சமணமதம் குஜராத்தின் அதிகாரபூர்வ மதமாக அறிவிக்கப்பட்டது.

ஹேமச்சந்திரர் பிராகிருதத்திலும் சமஸ்கிருதத்திலும் நிறைய நூல்களை எழுதினார். அவரது காவியமான திரிஷாலக புருஷா சரித்ரா (அறுபத்துமூன்று புனிதர்களின் வரலாறு) சமஸ்கிருதத்தின் முக்கிய மான நூலாகும். சமண மதத்தின் புனிதர்கள் என அறுபத்துமூன்று முனிவர்கள் கி.பி. நான்காம் நூற்றாண்டு முதலே குறிப்பிடப் படுகிறார்கள். அதையொட்டித்தான் சைவர்களும் அறுபத்துமூன்று நாயன்மார்களின் கதைகளைத் தொகுத்துக்கொண்டார்கள். சைவர் களின் அறுபத்துமூவர் உற்சவங்களும் செப்புத்திருமேனிகளும் சமணர் களைப் பின்பற்றி உருவாக்கப்பட்டவைதான்.

சிந்தாமணி பஸதியில் உள்ள மரச்செதுக்குவேலைகளுக்குக் கண்ணாடிக் காப்பு போடப்பட்டுள்ளது. அது நல்ல விஷயம் எனத் தோன்றியது. கிட்டதட்ட நாநூறு வருடத்தொன்மை கொண்ட இந்த மரச்செதுக்குகள் சரியாகப் பேணாவிட்டால் நீடிக்க வாய்ப்பில்லை.

சூரத்தைத் தாண்டி மதியம் மூன்று மணிக்கு தாபோய் வந்தோம். தாபோய் ஒரு குட்டி நகரம். ஆனால் மிகத்தொன்மையானது. தர்பாவதி என அழைக்கப்பட்ட புராதன நகரம் இது. கி.பி. ஆறாம் நூற்றாண்டில் இது அமைக்கப்பட்டிருக்கலாம் என்று தெரிகிறது. சோலங்கி வம்ச மன்னரான சித்தராஜ் ஜெய்சிங் இங்கே ஒரு கோட்டையைக் கட்டியிருந்தார். கோட்டையின் எச்சங்கள் இன்னும் உள்ளன.

அந்தக் கோட்டையின் அழகிய வாசல் மட்டும் நகர்முகப்பில் உள்ளது. தொல்பொருள் துறையால் வேலியிட்டுப் பாதுகாக்கப்படுகிறது. நுணுக்கமான சிற்ப வேலைகள் கொண்ட கோட்டைவாசல். சிற்பங்களில் முதல்முறையாக வட இந்தியாவில் நான் துதிக்கையும் யானை முகமும் கொண்ட யாளியைப் பார்த்தேன்.

தாபோய் கோட்டைவாசல் - யானைமுகம் கொண்ட யாளி

கிர்னாரில் கிடைத்த சமணக் கல்வெட்டுகளில் தாபோய் முக்கியமான சமணத் தலமாகச் சொல்லப்பட்டிருக்கிறது.

நுணுக்கமான சிற்பவேலைகள் கொண்ட தாபோய் கோட்டைவாசல்

இந்நகரை உருவாக்கிய சித்தராஜ் ஜெய்சிங் 1094 முதல் 1143 வரை பதானைத் தலைநகரமாகக் கொண்டு ஆண்ட முக்கியமான சோலங்கி வம்சத்து மன்னர். சித்தராஜ் ஜெய்சிங்கின் கதை நாடகத்தனமானது. அவரது தந்தை பீமதேவ் இளமையிலேயே இறந்தார். பீமதேவின் இளையராணியின் பிள்ளைகள் அரசுரிமைக்காகப் போராடினர். அவர்கள் சித்தராஜ் ஜெய்சிங்கைக் கொலைசெய்ய முயன்றார்கள். ஜெய்சிங்கின் அம்மா மினால்தேவி அவரது அமைச்சர் சந்து தளபதி முஞ்சல் மேத்தா ஆகியோர் அவரைக் காத்து நாட்டை ஒற்றுமையாக வைக்கக் கடுமையாகப் போராடினார்கள்.

ஜெய்சிங்கின் உயிரைக் காப்பாற்றுவதற்காக அவரது அன்னை சோமநாதபுரத்துக்குத் தீர்த்தாடனம் செய்கிறேன் என்று சொல்லி அவரை அழைத்துக்கொண்டு சௌராஷ்டிரத்துக்குச் சென்று ஒளிந்திருந்தார். பதானை அவர் தளபதியின் பொறுப்புக்கே விட்டு விட்டார். இளவயதிலேயே எதிர்ப்புகளை வெற்றிகொண்டு ஜெய்சிங் பதவிக்கு வந்தார். இந்த வரலாறு அங்கே இன்னும் பாடப்படும் வீரகதையாக உள்ளது. மாளவத்தையும் சௌராஷ்டிரத்தையும் வென்று சோலங்கி வம்சத்து மன்னர்களில் முதன்மையானவராக ஆனார் ஜெய்சிங்.

சித்தராஜ் ஜெய்சிங், ஜூனாகட்டை வென்ற கதை ஒரு வீரகதைப் பாடலாகப் பாடப்படுகிறது. சித்தராஜ் ஜெய்சிங், ரானக்தேவி என்ற இளவரசியை மணக்க விழைந்தார். ஆனால் அவளை ஜூனாகட்

மன்னர் ராஜா கென்கார் மணந்தார். ரானக்தேவி மேலுள்ள காதலால் ஜூனாகட்மேல் படையெடுத்துச் சென்ற ஜெய்சிங் ஜூனாகட்டை வென்று மன்னரைப் போரில் கொன்றார். ஆனால் அரண்மனைக்கு வந்த ஜெய்சிங்கை ரானக்தேவி ஏற்றுக்கொள்ளவில்லை. அவர் உடன் கட்டை ஏற விரும்பினார். ரானக்தேவியைக் கட்டாயமாக வாத்வான் என்ற ஊருக்கு ஜெய்சிங் கூட்டிவந்தார். ஆனால் உடன்கட்டை ஏறுவதில் அவர் பிடிவாதமாக இருக்கவே வேறுவழியில்லாமல் காதலிக்கு ஜெய்சிங்கே சதி ஏற்பாடுகளைச் செய்தார். அவள் இறந்த வாத்வான் நகரில் ஒரு சதிமாதா ஆலயத்தையும் கட்டினார்.

1973ல் ரானக்தேவி என்ற பெயரில் இந்தக் கதை இந்தியிலும் குஜராத்தியிலும் திரைப்படமாக வந்துள்ளது. ரானக்தேவியின் சாபத்தால் போகாவோ என்ற ஆறு அன்றுமுதல் இன்றுவரை எப்போதுமே நீரில்லாமல் வறண்டதாக ஆகிவிட்டது என்று அங்கே நம்பிக்கை உள்ளது.

ஜெய்சிங் சமணமதத்தைப் பேணியவர். நிறைய சமண ஆலயங்களை அமைத்திருக்கிறார். சோலங்கி வம்சத்தைச்சேர்ந்த குமாரபாலர் சமண மதத்தைத் தழுவி சமண மதத்தைத் தன்னுடைய அதிகாரபூர்வ மதமாக அறிவித்தார். அவர்தான் சூரத்தின் சிந்தாமணி ஆலயத்தை அமைத்தவர். ஜெய்சிங்கின் காலகட்டம் குஜராத்தின் பொற்காலம் என அறியப்படுகிறது.

தாபோய் நகரில்தான் குஜராத்தி மொழியின் முக்கியமான கவிஞரான தயாராம் வாழ்ந்தார். குஜராத்தி மொழியில் கர்பி என்று அழைக்கப் படும் பக்திப்பாடல்களை அவர் எழுதினார். குஜராத்தின் மத்தியகால கவிஞர் என அழைக்கப்படும் தயாராம் புஷ்டிமார்க்கத்தைச் சேர்ந்தவர். தயாராம் முப்பெரும் பக்திக்கவிஞர்களில் ஒருவர் என்று அழைக்கப் படுகிறார். நரசிங் மேத்தா, மீரா ஆகிய இருவரும் பிறர்.

தயாராம், சானோட் என்ற ஊரில் 1777ல் பிறந்தவர். அவர் சைவக் குடும்பத்தில் பிறந்தாலும் வைணவராக ஆகி புஷ்டிமார்க்கத்தைத் தழுவினார். கிருஷ்ண ராதா லீலையை வர்ணித்து பக்திரசம் நிறைந்த பாடல்களை எழுதியிருக்கிறார். தயாராம் மணம் செய்துகொள்ள வில்லை. தன்னை ராதையாகவும் கிருஷ்ணனை மணமகனாகவும் கற்பனைசெய்து வாழ்ந்தார் என்கிறார்கள். ஆனால் வாழ்க்கையின் இறுதிக்காலத்தில் ரத்தன் சோனாராம் என்ற விதவை அவரை கவனித்துக்கொண்டார் என்பது வரலாறு. பஜனை சம்பிரதாயம் மூலம் தயாராம் பிரபலமானார். அவர் ஹவேலி சங்கீதத்தில் நிபுணர். 13 மொழிகளில் அவர் பாடல்களை எழுதியிருக்கிறார். 1853ல் தயாராம் இறந்தார்.

தாபோய் இன்றும் ஒரு முக்கியமான சமணப் புண்ணியத் தலமாக உள்ளது. நாங்கள் சென்ற பகுதியில் உள்ள பெரும்பாலான கட்டடங் களுக்கு நூறு வருடம் பழைமை இருக்கும். பல கட்டடங்களை இடித்து வேலை பார்த்துக்கொண்டிருந்தார்கள். அப்பகுதி சில வருடங்களில் அடையாளம் தெரியாமல் முற்றாக மாறிவிடக்கூடும். பழைய கட்டடங்கள் அமைந்த இடுங்கலான தெருவழியாக நடந்தோம். காசியின் சில பகுதிகள் இப்படித்தான் பழைமை தேங்கிக் கிடக்கும்.

இங்கே ஆறு சமண ஆலயங்கள் இன்றுள்ளன. அவற்றில் லோதான் பார்ஸ்வநாதர் ஆலயம் முக்கியமானது. ஆனால் அது பூட்டிக்கிடந்தது. அருகே உள்ள ஸ்வேதாம்பர் ஜெயின் மடாலயத்துக்குச் சென்று திறந்து காட்டமுடியுமா என்று கேட்டோம். மடாலயப் பொறுப்பாளர் எங்களை உள்ளே அழைத்துத் தேநீர் தந்து உபசரித்தார். அவர் பெயர் ஷா. வெண்ணிறமான பைஜாமா குர்தா அணிந்திருந்தார். வங்கியில் பணிபுரிந்த பின் இப்போது வணிகம் செய்கிறார். அவரே வந்து ஆலயத்தைத் திறந்து காட்டினார்.

அந்த ஆலயம் பற்றிய கதையைச் சொன்னார். ஒரு சமணத் துறவி மழைக்காலத் தங்குதலுக்காக அந்நகருக்கு வந்தார். அது இடிபாடு களாகக் கிடந்தது. ஓர் இடிந்த வீட்டில் தங்கியபோது அவரது வழி பாட்டுக்காக சாணியையும் மணலையும் குழைத்து ஒரு பார்ஸ்வநாதர் சிலை செய்தார். அச்சிலையை அவர் திரும்பிச்செல்லும்போது ஒரு கிணற்றில் போட்டுவிட்டார். நான்கு வருடம் கழித்து அவர் தாபோய்க்குத் திரும்பி வந்தார். அன்றிரவு ஒரு கனவில் நான் அதே கிணற்றில் இருக்கிறேன் என தீர்த்தங்கரர் சொன்னார். ஊராரைக் கூட்டி சிலையை மீட்டெடுத்தார். அதுவே ஆலயத்தில் உள்ள பார்ஸ்வநாதரின் சிலை.

அச்சிலை துருப்பிடிக்காத இரும்பாலானது. இரும்பாலான சிலைகள் சமண மதத்தில் மிகக்குறைவு. நான்கே நான்கு சிலைகள்தான் உள்ளன என்கிறார்கள். அது அந்தக் கிணற்றில் கிடந்து வளர்ந்து இரும்பாக ஆகியது என நம்புகிறார்கள். இரும்பு பார்ஸ்வநாதர் என்ற பொருளி லேயே லோதான் பார்ஸ்வநாதர் என அழைக்கப்படுகிறார். சோலங்கி மன்னர் அச்சிலையை ஆளில்லா மாட்டு வண்டியில் வைத்து ஓடச்செய்ய, அது வந்து நின்ற இடத்தில் அக்கோயிலை அவர் கட்டியதாகக் கதை.

பெரும்பாலான சமணத் தலங்களில் உள்ள வழக்கமான வரலாறுதான். மூன்று அல்லது நான்கு அழிவுக்காலகட்டங்கள் அவற்றுக்கு இருக்கும். அவை அனேகமாக ஐந்து அல்லது ஆறாம் நூற்றாண்டுக் கால கட்டத்தில் சமணம் முக்கியத்துவம் இழக்கப்பட்டபோது கைவிடப் பட்டு கிடக்கும். மீண்டும் கண்டெடுக்கப்பட்டுக் கட்டப்படும்.

லோதான் பார்ஸ்வநாதர் ஆலயம், தாபோய்

பதினொன்று பன்னிரண்டாம் நூற்றாண்டில் சுல்தானிய முகலாய ஆட்சிக்காலத்தில் இடிக்கப்பட்டுக் கைவிடப்பட்டு மீண்டும் நவீன காலகட்டத்தில் கண்டெடுக்கப்படும். அவை மீட்டெடுக்கப்பட சமணத் துறவியர் காரணமாக இருப்பார்கள். அவர்களுக்கு தீர்த்தங் கரர்களே கனவில் வந்து அவர்கள் இருக்குமிடத்தைச் சொல்வார்கள்.

சோலங்கி வம்சம் முகலாயர்களால் அழிக்கப்பட்டபின்பு நீண்ட இடைவேளைக்குப்பின் சமீபகாலமாகவே இந்தக் கோயில் மீண்டும் கட்டப்பட்டுள்ளது. இப்போது சாதாரணமாக சுதையில் ஒரு பங்களா வடிவில் உள்ளது. அடித்தளம் பழையது. அங்குதான் பார்ஸ்வநாதர் சிலை உள்ளது. அடித்தளத்தின் உட்பகுதியில் இப்போதுதான் சலவைக்கல் தூண்களுடன் அலங்காரமான கருவறையும் முக மண்டபமும் கட்டப்படுகின்றன. ஒன்றரைக்கோடி ரூபாய் அதுவரை செலவிட்டிருப்பதாகச் சொன்னார் ஷா.

ஒரு தூணில் சலவைக்கல் மீது வண்ண அலங்காரம் செய்ய ஐம்பதாயிரம் வரை ஆவதாகச் சொன்னார். சிற்பிகளும் ஓவியர்களும் ஒரிசாவில் இருந்து வருவதாகக் குறிப்பிட்டார். ஆச்சரியமாக இருந்தது. சலவைக்கல் வேலைகள் குஜராத்திலும் ராஜஸ்தானிலும் அதிகம். ஆனால் நெடுங்காலம் மரபு அறுபட்டுவிட்டமையால் அங்கே சிற்பிகளும் கலைஞர்களும் இல்லாமலாகிவிட்டனர்.

நான்கு மணிக்கு அங்கிருந்து கிளம்பினோம். நீங்கள் தர்மஸ்தலாவில் தங்கி நாளைக்குச் செல்லலாமே என்று சொன்னார் ஷா. உணவுக்கும் ஏற்பாடு செய்வதாகச் சொல்லி உபசரித்தார். இல்லை நாங்கள் பெரிய திட்டம் வைத்திருக்கிறோம் என்று சொல்லி விடைபெற்றுப் புறப்பட்டோம்.

அதிவேக சாலையில் பறந்து அகமதாபாத் சென்றோம். பிரமாண்டமான புறநகர்களில் சென்ற பத்தாண்டுகளில் கட்டப்பட்ட, இன்னும் கட்டப்பட்டு வரும் கட்டடங்கள் மட்டும் பல லட்சம் கோடி ரூபாய் மதிப்பிருக்கும் என்று பட்டது. உலகமெங்கும் இருக்கும் குஜராத்திகள் இங்கே முதலீடு செய்கிறார்கள்.

சாலைக்குக் குறுக்காக ஒரு பெரிய கால்வாய் சென்றது. அதில் இறங்க வேண்டுமென்றால் பல கி.மீ.முன்னால் சென்று சுற்றி ஒரு சிற்றூருக்குள் இறங்க வேண்டும். கால்வாயைப் பார்த்துவிடுவது என்று முடிவு செய்தோம். அங்கே சென்று அஸ்தமன சூரியனைப் பார்த்தபடி நடந்தோம். நீல நீர் சுழித்தோடும் கால்வாயில் இறங்கிக் குளித்தோம். அகமதாபாத் புறநகரிலேயே ஒரு விடுதியில் தங்கினோம்.

- 15 -

அகமதாபாத், லோதல்

அகமதாபாத், சமணர்கள் அதிகம் வாழும் ஊர்களில் ஒன்று. பிரமாண்டமான வணிகநகரமாக இன்று அது உருவாகியிருக்கிறது. இந்தியாவில் மிக வேகமாக வளரும் நகரங்களில் ஒன்று இது. புறநகரிலேயே நகரின் பிரமாண்டமான வளர்ச்சியைக் காண முடிந்தது. சென்னையின் வளர்ச்சி என்பது எந்தவகையான திட்டமிடுதல்களும் இல்லாத கான்கிரீட் பெருக்கு. அகமதாபாத் நகருக்குப் பின்னால் திட்டமிடலும் எதிர்காலக் கற்பனையும் தெரிந்தது.

சாலைகள் வழியாகச் சென்றபோது பொதுவாக சுத்தமாக பேணப்படும் நகரம் என்ற எண்ணம் ஏற்பட்டது. எங்கள் இந்தப்பயணத்தில் நாங்கள் நகரங்களைப் பெரிதாகப் பொருட்படுத்தவில்லை. ஏனென்றால் இந்திய நகரங்களில் சிலவே பாரம்பரியத்தொன்மை கொண்டவை. பெரும்பாலானவை பின்னாளில் நெடுஞ்சாலைகளை ஒட்டி உருவாகிவந்தவை. சரித்திர முக்கியத்துவம் உடைய நகரங்களையே பார்த்தோம். பிறவற்றை சுற்றுச்சாலைகளில் கடந்துசென்றோம்.

அகமதாபாத், சுல்தான் அகமது ஷாவால் 1411ல் நிறுவப்பட்ட நகரம். அகமதாபாதில் சில நவீன ஜைனக் கோயில்களைப் பார்க்கலாமென நினைத்தோம். குஜராத் பண்பாட்டில் இரண்டு மதமரபுகள் ஆழமாக ஊறியவை. ஒன்று சமணம், இன்னொன்று புஷ்டிமார்க்க வைணவம். குஜராத்தின் சமணப் பாரம்பரியத்துக்கு எப்படியும் இரண்டாயிரம் வருட வரலாறு உண்டு. அகமதாபாதில் ஸ்வேதாம்பர சமணர்கள் பெருவாரியாக வாழ்கிறார்கள். அவர்கள் பெரும்பாலும் பெருவணிகர்கள். அவர்களின் ஆலயங்களும் நிறையவே உள்ளன.

அகமதாபாதில் உள்ள முக்கியமான சமண ஆலயம் ஹதீசிங் ஆலயம் எனப்படுகிறது. அதைக் கட்டியவர் ஹதீசிங் என்ற சமண வணிகர்.

சலவைக்கல்லால் ஆன கட்டடம். காலையில் எழுந்து அந்த ஆலயத்தைப் பார்க்கச்சென்றோம். ஏழுமணிக்கும் அரை இருள். மொத்த ஊரே தூங்கிக்கிடந்தது. எங்கும் டீ கூடக் கிடைக்கவில்லை. நள்ளிரவு போல விளக்கைப் போட்டுக்கொண்டு வண்டிகள் சென்றன. ஹதீசிங் ஆலயத்துக்குச் செல்லும் வழியில் ஏதாவது கடை திறந்திருக்கிறதா என்று பார்த்துக்கொண்டே சென்றோம். அகமதாபாதில் கடைகள் காலை பத்து மணிக்கு முன்னால் திறக்காது என்றார் ஒரு ஆட்டோ ஓட்டுநர்.

பட்டினியாக சமண ஆலயத்திற்குச் செல்வதும் புண்ணியம்தான். டெல்லிகேட் பகுதியில் ஹதீசிங் ஆலயத்தின் நுழைவாயிலைக் கண்டால் உள்ளே ஒரு பெரிய கோயில் இருக்கும் தகவல் தெரியாது. ஹதீசிங்கின் வணிக மையம் இருந்த இடம் அது. ஆலயம் கட்டுவதற்கு முன்பே இருந்த அதே நுழைவாயில். அது பழைமையாகி பாழடைந்து கிடந்தது.

ஹதீசிங் ஆலயம்

அந்த வணிக வளாகத்துக்குள் ஸ்தூப வடிவமான பெரிய கோபுரம் கொண்ட ஒரு சிறிய கோயில் முகப்பில் இருந்தது. சட்டென்று பார்த்தால் சமண ஆலயங்களில் உள்ள துவஜ ஸ்தம்பம்தான் கொஞ்சம் பெரியதாக உள்ளது என்ற எண்ணம் ஏற்படும். அறுகோண வடிவமாக ஆரம்பித்துப் பல்வேறு ஜியோமிதி வடிவங்கள் வழியாக வட்டமாக ஆகும் வடிவம். அதுதான் கோயில் என புரிந்ததும் வியப்பு.

அழகிய சிறிய சிலைகள், கைகூப்பிய பக்தைகள், மலர் ஏந்திய தேவதைகள், யானைகள். உள்ளே பெரிய வஜ்ரகிரீடத்துடன் தீர்த்தங்கரர்கள் அமர்ந்திருந்தனர். முற்றும்துறந்த அருகர்களின் தலையில் அமைந்துள்ள வைரமுடிகூட மலைச்சிகரங்கள் சூடிய செந்நிற முகில் என்றுதான் தோன்றுகின்றன. மெல்ல ஒளி விரியத்தொடங்கியது. காலை ஒளியில் அந்த மஞ்சள் நிற கோபுரம் மின்னுவதைக் காண மனநிறைவு ஏற்பட்டது.

ஆலயத்தின் இடதுபக்கம் ஹதீசிங் கோயில் இருந்தது. ஹதீசிங் அகமதாபாதிலும் மேஹ்சானா போன்ற இடங்களிலும் முக்கியமான

ஹதீசிங் ஆலயம், அகமதாபாத்

சமண ஆலயங்களைக் கட்டினார். தன் மொத்த பொருளையும் ஆலயப்பணிக்காகச் செலவிட்டார்.1850ல் அவர் கட்டிய கோயில் இது. பதினைந்தாவது தீர்த்தங்கரரான தாராநாதருக்கு உரியது. எங்கள் பயணத்தில் தாராநாதருக்கான முதல் கோயில் இதுவே.

வெள்ளை சலவைக்கல்லால் நுணுக்கமான சிற்ப அலங்காரங்களுடன் கட்டப்பட்டது இந்தப் பெரிய கோயில். சலவைக்கல் மிக மிக நெகிழ்வாக, ஒரு பூப்போலத் தன்னை சிற்பியின் கைகளுக்கு ஒப்புக் கொடுத்திருப்பதைக் கண்டோம். லக்ஸ் சோப்பால் ஆன சிறிய சிலைகள் என எண்ணம் மயங்கியது. முகர்ந்து நோக்கத் தூண்டியது.

முகப்பு வாயிலின் மலர் அலங்காரங்களும் பிரமிப்பூட்டும்படி செய்யப் பட்டிருந்தன. சிறிய கோபுரங்கள் சூழ அமைந்த பிராகாரத்துக்குள் மையக்கோயில் இருந்தது, இதழ்களுக்குள் புல்லிவட்டம் போல. கஜுராகோ பாணியில் சிறிய சிகரங்கள் இணைந்து உருவான பெரிய கோபுரம். கோபுரத்தின் கடைசி நுனிவரை சிற்ப அலங்காரங்களுடன் ஒரு பெரிய நகை போலிருந்தது.

சிற்ப அலங்காரங்கள் காரணமாகவே கோயிலை அதன் அளவுகளை மறந்து சின்னஞ்சிறியதாக எண்ணிக்கொள்ளும் மனப்பிரமை எனக்குண்டு. கஜுராஹோ காந்தரிய மகாதேவர் ஆலயம் எத்தனை பிரமாண்டமானது என ஒவ்வொரு முறையும் அதன் முன் நிற்கும்

போதுதான் உணர்வேன். மற்றபடி அது நினைவில் என் கைக்குள் அடங்கும் சிறிய செப்பு என்றுதான் தோன்றும். அந்த மாயையைக் களைந்து களைந்து கோயிலின் பிரமாண்டத்தை கவனிக்க வேண்டியிருந்தது.

கோயில் சாலை ஓரமாக இருப்பதனால் போக்குவரத்துப் புகை வந்து படிந்து கையெட்டா தொலைவில் இருந்த சலவைக்கல் மேல் கருமை படர்ந்திருந்தது. கோயிலே கொஞ்சம் பாழடைந்தது போலிருந்தது. சாரம் கட்டிக் கோயிலை சுத்தம் செய்துகொண்டிருந்தார்கள். சலவைக்கல் துண்டுகளால் கோயிலை சுரண்டியபடி நிறையப் பெண்கள் சாரம் மீது அமர்ந்து பேசிக்கொண்டே இருந்தார்கள். ஏராளமான கிளிகள் கோபுரம் மேல் அமர்ந்திருப்பது போலிருந்தது.

உட்குடைவாக வளைவுக்கூரை கொண்ட பெரும் மைய மண்டபத்தில் ஏறி கருவறைக்குள் அமர்ந்திருந்த தாராநாதரை தரிசித்தோம். பொதுவாக இந்த ஆலயத்துக்கு அதிகம் பேர் வருவதில்லை எனத் தோன்றியது. தாராநாதர் தனிமையில் அமர்ந்திருந்தார். மக்கள் நெரியும் கோயில்களில்கூட அருகர்களிடம் கலைக்கமுடியாத தனிமை உள்ளது.

நண்பர் செந்தில்குமார் தேவன் சென்னையில் இருந்து விமானத்தில் வந்து அகமதாபாதில் இறங்கினார். அந்தத் தகவல் வந்தது. காலையில் ஒரு டீமட்டும் குடித்தபின் விமானநிலையம் சென்று செந்தில்குமார் தேவனைக் கூட்டிக்கொண்டோம். அறிவிப்புகளை கவனிக்காமல் ஓட்டுநர் தவறான திசையில் நிறுத்திவிட்டார். உடனே வந்த காவலர் உரிமத்தைப் பிடுங்கிக்கொண்டு ஓரமாகக் கொண்டு சென்றார். 'முந்நூறு ரூபாய் அபராதம் கட்டு, மேலே நூறு ரூபாய் தள்ளு' என்றார்.

முத்துக்கிருஷ்ணன் 'நாங்கள் அண்ணா ஹசாரே குழு, மொத்த அபராதத்தையும்தான் கட்டுவோம்' என்றார். உடனே அந்தக் காவலர் உருமாறி நட்புடன் பேசி கையெல்லாம் குலுக்கினார். ஆனால் நூறு ரூபாய் அபராதமும் போட்டு ரசீது கொடுத்து அனுப்பிவிட்டார். அவரது அந்த மாற்றத்தைப்பற்றி சிரித்துக்கொண்டே சென்றோம்.

அக்ஷர்தாம் கோயிலுக்குச் செல்வது அடுத்த திட்டம். புஷ்டிமார்க்கம் பெற்றெடுத்த இரண்டாவது குழந்தை என சுவாமிநாராயண் மடத்தைச் சொல்லலாம். ஹரேகிருஷ்ணா இயக்கம் முதல் குழந்தை. இரண்டும் புஷ்டிமார்க்கத்தை பல வகையில் உதறியும் மீறியும் தனித்துவம் கொண்டு வளர்ந்தவை என்றாலும் வேர்க்களம் அதுதான். இரண்டுமே இரு இயக்கங்களுமே சர்வதேசப் புகழ் கொண்டவை. உலகளாவியவை. பல பொதுக்கூறுகள் கொண்டவை.

புஷ்டிமார்க்கம் என்றால் கனிவின் வழி என்று பொருள். ஆந்திரத்தில் கி.பி.பதினைந்தாம் நூற்றாண்டில் பிறந்த வல்லபாச்சாரியார்

உருவாக்கியது இந்த வைணவ மரபு. வல்லபர் இரண்டு வைணவ ஞானிகளால் கவரப்பட்டவர். ராமானுஜர், நிம்பார்க்கர்.

ராமானுஜரின் தத்துவ சிந்தனைகளைப் பெரிதும் வல்லபர் எடுத்துக் கொள்கிறார். ராமானுஜர் முன்வைத்த பரிபூரண ஆத்மசமர்ப்பணம், கைங்கரியம் ஆகிய இரண்டு அடிப்படைப் பண்புகளை மீட்புக்கான வழிகளாக புஷ்டிமார்க்கமும் முன்வைக்கிறது. ஜீவாத்மாவுக்குப் பரமாத்மாவுடனான உறவென்ன என்ற வினாவில் ஜீவாத்மா என்ற ஒன்றே இல்லை, பரமாத்மா மட்டுமே உள்ளது என வாதிட்டார் வல்லபர். ஆகவே அவரது வைணவசிந்தனை சுத்தாத்வைதம் எனப்பட்டது.

மாயையால் பரமாத்மாவில் இருந்து பிரிந்து நிற்கும் ஜீவாத்மா தன் சிந்தனையாலும் செயல்களாலும் பரமாத்மாவை இறைஞ்சி மாயையைக் களைவதே முக்தி என்பது என்றார் அவர். புஷ்டிமார்க்கம் களியாட்டம் கொண்டாட்டம் ஆகியவற்றினூடாக இறைவழிபாட்டை முன்வைத்தது.

அக்ஷர்தாம், அகமதாபாத்

ராதா-கிருஷ்ண உறவை ஒரு பெரும் குறியீடாக அது வளர்த்தெடுத்தது. கிருஷ்ணன் பரமாத்மா. ராதை ஜீவாத்மா. ராதை கிருஷ்ணன் மீது கொண்ட காதலே ஜீவாத்மாவுக்குப் பரமாத்மா மீது உருவாகவேண்டிய சமர்ப்பணத்துக்கும் பக்திக்கும் சிறந்த உதாரணமாகும். பரமாத்மாவை எண்ணி ஆடிப் பாடிக் கண்ணீர்விட்டுக் கசிந்துருகிக் கரைதலே அதற்கான வழி. வல்லபர் அவரது வாழ்நாளில் பெரும்பகுதியை பிருந்தா வனத்தில்தான் கழித்தார், அங்கேயே மறைந்தார். ராதாகிருஷ்ண பக்தியை ஒரு பிரமாண்டமான மதமரபாக ஆக்கியவர் முதன்மையாக வல்லபரே.

புஷ்டிமார்க்கம் ராகம் (கண்ணனைப் பாடி ஆடுதல்), போகம் (கண்ணனின் பிரசாதமாக உணவுண்ணுதல்), சிங்காரம் (கண்ணனை எண்ணித் தன்னை அலங்கரித்துக்கொள்ளுதல்) என மூன்று நெறிகளை பக்தர்களுக்கு அளிக்கிறது.

கண்ணனைப் பாடி பதினாறுவகையான உபசாரங்கள் செய்து பூஜை செய்தல் முக்திக்கான வழியாகும். புஷ்டிமார்க்கிகள் ஒருநாள்கூட

கிருஷ்ண பூஜை செய்யாமலிருக்கக்கூடாது. ஆகவே அவர்கள் சிறிய பெட்டியில் கிருஷ்ண விக்ரகங்களை எப்போதும் வைத்திருப்பார்கள். சேவை, கைங்கரியம் இரண்டும் புஷ்டிமார்க்கத்தின் முக்கியமான கட்டளைகள்.

புஷ்டிமார்க்கம் சமணத்துக்கு நேர் எதிரானது. சுவையான உணவு, இசை, நடனம், களியாட்டம் எல்லாவற்றையும் புஷ்டிமார்க்கம் இறை வழிபாட்டுக்கான வழிகளாகக் காட்டுகிறது. சமணம் அவற்றைப் புலனின்பம் நோக்கிய பயணங்கள் என விலக்குகிறது. ஆனால் சமணமும் புஷ்டிமார்க்கமும் சந்திக்கும் புள்ளிகள் உண்டு. உண்மையில் அவையே ஆதாரமானவை. இரண்டுமே ஆத்ம சமர்ப்பணம், எளிமை, சேவை ஆகியவற்றை முன்வைக்கின்றன.

இந்த அம்சத்தையே காந்தி இரு மதமரபுகளில் இருந்தும் எடுத்துக் கொண்டார். சமணத்தில் இருந்து விரதங்களை, புலன் ஒடுக்குதலை, சத்யாக்கிரகத்தை காந்தி எடுத்துக்கொண்டார். புஷ்டிமார்க்கத்தில் இருந்து காந்தி எடுத்துக்கொண்டது கிருஷ்ணபக்தியை மட்டுமே. குஜராத்தில் மட்டுமல்ல, பொதுவாக வட இந்தியாவிலேயே சமணமதத்தைப் புஷ்டிமார்க்கம்தான் விழுங்கியது. அது மேலைநாட்டு ஆய்வாளர்கள் சொல்வதுபோல மதப்பூசலின் வழி அல்ல, ஒரு மதம் முந்தையதை விஞ்சிச்செல்வதன் வழி.

கஜபாத தீர்த்தத்தில் நாங்கள் சந்தித்த பெரியவர் அதைத்தான் முக்கிய மாகச் சொன்னார். சமணம் தொடர்ந்து வைணவத்திடம் தோற்றுக் கொண்டே இருக்கிறது என்றார். அர்ப்பணம், சேவை, பக்தி ஆகிய வற்றில். சமணத்துக்கும் வைணவத்துக்கும் நடுவே உள்ள சில மதமரபுகள் வட இந்தியாவில் உள்ளன. அவற்றில் ஒன்று சுவாமிநாராயண் இயக்கம்.

குஜராத்தில் உருவான நவீன மதமரபுகளில் ஒன்று சுவாமிநாராயணர் இயக்கம். நான் அமெரிக்கா சென்றிருந்தபோது நியூயார்க் அருங்காட்சியகத்தில் ஐமாக்ஸ் அரங்கில் சுவாமிநாராயணரின் வாழ்க்கையைப்பற்றி எடுக்கப்பட்ட ஒரு பிரமாண்டமான படத்தைப் பார்த்தேன். அதன் பின்னரே அவரைப் பற்றி அறிந்துகொண்டேன்.

சகஜானந்தர் என்றும் அழைக்கப்பட்ட சுவாமிநாராயணர் வைணவத்துக்குள் சுவாமிநாராயண இயக்கம் என்ற தனி குறுமத இயக்கத்தை உருவாக்கியவர். நாராயணனின் அவதாரமாகவே அவர் அவரது பக்தர்களால் எண்ணப்படுகிறார். உத்தரப்பிரதேசத்தில் சாப்பையா என்ற கிராமத்தில்1781ல் பிறந்தார். அவரது இயற்பெயர் கனசியாம் பாண்டே. பத்தொன்பதாம் வயதிலேயே துறவுபூண்டு

நீலகண்டவர்ணி என்ற பெயருடன் இந்தியாவெங்கும் பயணம் செய்தார். கன்யாகுமரியில்கூட சிலமாதங்கள் தங்கியிருக்கிறார்.

தன் இருபத்தொன்பதாம் வயதில் குஜராத்துக்கு வந்த நீலகண்டர் தன் குருவான ராமானந்தரைக் கண்டார். அவர் வைணவத்தில் உள்ள ஒரு வழிபாட்டுமுறையான உத்தவ சம்பிரதாயத்தைச் சேர்ந்த மடம் ஒன்றின் தலைவர். 1802ல் குருவிடமிருந்து அந்த மத அமைப்பின் தலைமைப் பொறுப்பை ஏற்றார். சகஜானந்தர் என்று குருவால் பெயர் சூட்டப்பட்டார். சுவாமிநாராயண மந்திரத்தை குரு அவருக்கு உபதேசித்தார். அதன்பின் மக்களால் அவர் சுவாமிநாராயணர் என்றே அழைக்கப்பட்டார்.

உத்தவ் சம்பிரதாயம் மெல்ல மெல்ல சுவாமிநாராயண மரபு என அழைக்கப்படலாயிற்று. சுவாமிநாராயணர் ஆறு கோயில்களை குஜராத்தில் கட்டினார். 500 பிரச்சாரகர்களைத் தேர்வு செய்து தன்னுடைய சிந்தனைகளை மக்களிடையே பரப்ப ஏற்பாடுசெய்தார். 1826ல் சுவாமிநாராயணர் அவரது உபதேசங்கள் அடங்கிய ஷிக்ஷாபத்ரி நூலை எழுதினார். 1830ல் மறைந்தார்.

சுவாமிநாராயண மடம் இன்று உலகமெங்கும் கிளைகள் கொண்ட மாபெரும் மதமரபாக வளர்ந்துள்ளது. ஏராளமான மாபெரும் ஆலயங்களை அவர்கள் கட்டியிருக்கிறார்கள். குஜராத்திகள் நடுவே பெரும் செல்வாக்குள்ள இயக்கம் இது. சிகாகோவில் சுவாமிநாராயண இயக்கத்தின் ஆலயம் ஒன்றை கண்டிருக்கிறேன், இந்திய சிற்பக் கலையின் உச்சங்களில் ஒன்று அக்கோயில்.

சுவாமிநாராயண இயக்கத்தை சமணத்துக்கும் புஷ்டிமார்க்கத்துக்கும் பிறந்த மிகச்சிறந்த குழந்தை என்று சொல்லலாம். இவர்களுடைய வழி பாட்டுமுறை, கோயில்கள் எல்லாமே சமணச்சாயல் கொண்டவை. இந்து மதத்துக்கு எல்லா திசைகளில் இருந்தும் தாக்குதல் வந்த ஒரு காலகட்டத்தில் சுவாமிநாராயண் இயக்கம் கல்விப்பணி, சமூகப்பணி மூலம் பெரும் சேவை செய்திருக்கிறது. நவீன குஜராத்தின் கல்வி வளர்ச்சிக்கு முக்கியமான காரணங்களில் ஒன்று இந்த மடம்.

சுவாமிநாராயண மரபுக்கு அகமதாபாதில் இரு கோயில்கள் உள்ளன. பழைய சுவாமிநாராயணர் கோயில் ஒன்று. அக்ஷர்தாம் கோயில் என அழைக்கப்படும் புதிய கோயில் இன்னொன்று. அக்ஷர்தாம் கோயில் இன்று இந்தியாவெங்கும் அனைவரும் அறிந்த இடம். அக்ஷர்தாம் கோயிலில் 2002 செப்டெம்பர் 25 ஆம் தேதி மாலை நாலரை மணிக்குக் காரில்வந்த இரு ஆயுததாரிகள் பக்தர்களை நோக்கிச் சுட்டதில் 29 பேர் கொல்லப்பட்டனர். 60 பேருக்குக் காயம்பட்டது.

இந்தத் தாக்குதல் லஷ்கர் இ தொய்பாவால் திட்டமிட்டு நடத்தப்பட்டது. இந்தியாவிலுள்ள சில முற்போக்கு 'சிந்தனையாளர்கள்' அந்தத் தாக்குதல் இந்திய ராணுவத்தால் மாறுவேடத்தில் செய்யப்பட்டது என ஆய்வுசெய்து கண்டுபிடித்தனர். இஸ்லாமிய இதழ்கள் அதை நகல் செய்து வெளியிட்டன.

2010ல் டேவிட் ஹெட்லி என்ற கற்பனைப்பெயர் கொண்ட இஸ்லாமியத் தீவிரவாதி அமெரிக்காவில் கைதானார். அவரது வாக்குமூலத்தில் அக்ஷர்தாம் தாக்குதல் எப்படி லஷ்கர் இ தொய்பாவால் திட்டமிட்டு நடத்தப்பட்டது என விளக்கியிருந்தார். ஆனால் முற்போக்காளர்கள் அதை கண்டுகொள்ளவில்லை, அடுத்த விஷயங்களுக்குச் சென்றுவிட்டிருந்தனர்.

அக்ஷர்தாம் கோயில் முன்னால் உள்ள கார் நிறுத்துமிடத்தில் வண்டியை நிறுத்திவிட்டு சாலையெங்கும் நடந்து உணவு கிடைக்குமா என்று பார்த்தோம். அப்போதும் மெல்லிய குளிர். நல்ல வெளிச்சமான வெயில் இருந்தாலும் காலை விடியாத உணர்வை அது அளித்தது. அப்போதும்கூட அகமதாபாத் துயிலெழவில்லை. சில கடைகளே திறந்திருந்தன. சாலையிலேயே ஷாமியானா பந்தல் போட்ட ஒரு கடையில் ரொட்டி சப்ஜி சாப்பிட்டோம். அந்தக்கடையின் முதல் வாடிக்கையாளர்கள் நாங்களே.

அக்ஷர்தாம் மிக மிகக் கெடுபிடிகள் கொண்ட கோயிலாக மாறிவிட்டிருந்தது. விமானநிலையத்துக்கு நிகரான பாதுகாப்பு ஏற்பாடுகள். உள்ளே சென்றபோதுதான் கோயிலின் பிரமாண்டம் தெரிந்தது. பண்டைய கோயில்கள் பலவற்றிலும் சூழல் பலராலும் ஆக்கிரமிப்பு செய்யப்பட்டு கட்டடம் முழுமையான பார்வைக்குக் கிடைக்காதபடி ஆக்கப்பட்டிருக்கும். அக்ஷர்தாம் கோயிலின் முக்கியத்துவமே அதைச்சுற்றி உள்ள திறந்த வெளிதான்.

அக்ஷர்தாம் கோயில் நவீன காலகட்டத்தில் பண்டைய கட்டடக்கலையை ஒட்டிக் கட்டப்பட்ட இந்தியக் கோயில்களில் முதன்மையானது. 1992ல் கட்டப்பட்டது இந்தக் கோயில். இங்குள்ள சமண ஆலயங்களைப் போலவே இதுவும் சலவைக்கல்லால் செய்யப்பட்டது. ஆனால் இளஞ்சிவப்பு சலவைக்கல். மிகப்பெரிய முகப்பு மண்டபம் மற்றும் உள்ளே வளைவுமுகடு கொண்ட நடு மண்டபம்தான் கோயில். மிக நுட்பமாகவும் அழகாகவும் செதுக்கப்பட்ட தூண்களால் ஆனது.

இக்கோயில் தூண்களில் உள்ள யானைச்சிலைகளும் பலவிதமாக நடமிடும் கணபதி சிலைகளும் அழகானவை. நவீனகாலகட்டத்தில் கூட இத்தனை நுண்ணிய சிற்பங்களைச் செதுக்குவதற்கு மரபார்ந்த

சிற்பிகள் இருப்பது வியப்பளிப்பதே. மிக உயரமான மைய மண்டபத்துக்குள் ஒலி முழக்கமிட்டது. கல் குளிர்ந்திருந்தது. வெண்கல், ஒருவகை பனிக்கட்டி என தோன்றியது.

இது சுவாமிநாராயணருக்காகக் கட்டப்பட்டது. சுவாமிநாராயணரின் ஏழு அடி உயரமான பெரிய வெண்கலச் சிலை ஒன்று கோயிலின் கருவறைக்குள் உள்ளது. மண்டபத்தின் நான்கு மூலைகளிலும் வெண் சலவைக்கல்லில் செதுக்கப்பட்ட சிலைகளாக சுவாமிநாராயணரின் சீடர் மரபில் வந்த நான்கு தலைமுறையின் மடாதிபதிகள் கையில் அன்றைய மலர்களுடன் அமர்ந்திருக்கிறார்கள்.

240 அடி நீளமும் 131 அடி அகலமும் 108 அடி உயரமும் கொண்ட ஆலயம் இது. சகஜானந்தவனம் என சொல்லப்படும் ஓர் அழகிய தோட்டத்தின் நடுவே அமைந்துள்ளது இந்தக் கோயில். கோயிலுக்குள் சுவாமிநாராயணரின் வாழ்க்கையைச் சித்தரிக்கும் ஒலி ஒளிக் காட்சிகள் அமைக்கப்பட்டுள்ளன. கோயிலை விட்டு வெளியே வரும்போது ஏதோ வெளிநாட்டு இந்து ஆலயத்தைப் பார்த்துவந்த உணர்வு. வெளியே நேராக நினைவுப்பொருள் கடை நோக்கி வழி திறந்தபோது அந்த எண்ணம் உறுதிப்பட்டது.

எங்கள் அடுத்த இலக்கு ஹரப்பா காலகட்ட நகரமான லோதல். அகமதாபாதில் இருந்து நூறு கிலோமீட்டர் தள்ளி இருந்த ஊர். இருபுறமும் கோதுமைப் பயிர் பச்சையாக சிலுசிலுத்து விரிந்த வயல் வெளிகள் நடுவே காரில் செல்வது உற்சாகமானதாக இருந்தது. அருகே அவ்வப்போது சபர்மதி ஆறு வந்து கொண்டிருந்தது. சபர்மதி அத்தனை பெரிய நீர்ப்பெருக்குள்ள ஆறு என நான் நினைத்திருக்கவே இல்லை. மதியம் மூன்று மணிக்கு லோதல் சென்று சேர்ந்தோம்.

நம்முடைய பாடப்புத்தகங்களில் விரிவாகப் பேசப்பட்டிருக்க வேண்டிய, ஆனால் பெரும்பாலும் காணப்படாத ஓர் ஊர் லோதல். மொகஞ்சதாரோ ஹரப்பா என்றால் தெரியாதவர்கள் இல்லை. இந்தியப்பண்பாட்டின் முதல் ஊற்றுமுகங்கள். ஆனால் மொகஞ் சதாரோ காலகட்டத்தைச் சேர்ந்தவை என்று அடையாளம் காணப்பட்டு விட்ட பல ஊர்கள் இந்தியாவில் அகழ்ந்தெடுக்கப்பட்டுள்ளன. அவை மொகஞ்சதாரோ ஹரப்பா என்ற இரு நகர்களை மட்டுமே ஆதாரமாகக் கொண்டு புனையப்பட்ட ஆரியப்படை எடுப்பு - திராவிட வீழ்ச்சி என்ற கதையை முழுமையாக மறுப்பவையாக நின்றுகொண்டிருக்கின்றன.

மொகஞ்சதாரோ இன்றைய பாகிஸ்தானில் உள்ள சிந்த் பகுதியில் உள்ளது. கி.மு.26 ஆம் நூற்றாண்டு வாக்கில் இந்தப் புதைநகரம் உருவாகியிருக்கலாம் என்றும் கி.மு.18 ஆம் நூற்றாண்டில் கைவிடப் பட்டிருக்கலாமென்றும் சொல்லப்படுகிறது. 1922ல் இந்தியத் தொல்லியல்துறையைச் சேர்ந்த ராக்கல்தாஸ் பந்தோபாத்யாய அதைக்

கண்டுபிடித்து ஆவணப்படுத்தினார். 1930ல் அங்கே அகழ்வு ஆராய்ச்சிகள் முறைப்படி தொடங்கின. சர்.ஜான் மார்ஷல், கெ.என் தீக்ஷித் போன்றவர்களால் ஆய்வுகள் முன்னெடுக்கப்பட்டன. மேலும் பதினைந்து வருடம் கழித்து மார்ட்டிமர் வீலர், அகமது ஹஸன் போன்றவர்கள் அகழ்வை விரிவாக்கம் செய்தனர்.

ஆனால் மேலைநாட்டு ஆய்வாளர்களும் சரி, இந்திய ஆய்வாளர்களும் சரி, சர் ஜான் மார்ஷல் மற்றும் மார்ட்டிமர் வீலர் ஆகியோரையே மொகஞ்சதாரோ பற்றிய ஆய்வாளர்களாக எடுத்துக்கொண்டனர். காலப்போக்கில் பெரும்பாலான பள்ளிக்கல்வி நூல்களில் சர் ஜான் மார்ஷலும் மார்ட்டிமர் வீலரும் அந்நகரைக் கண்டுபிடித்தார்கள் என்றே பதிவாகிவிட்டிருக்கிறது. நான் அப்படித்தான் உயர்நிலைப்பள்ளியில் படித்தேன். இந்திய ஆய்வாளர்களின் பெயர்களே வரலாற்றில் இல்லை.

மார்ட்டிமர் வீலர் தான் இன்று நம் பாடப்புத்தகங்களில் உள்ள சிந்து சமவெளி நாகரிகம் பற்றிய கருத்துகளை உருவாக்கியவர். அவர் மொகஞ்சதாரோ ஹரப்பா இரு நகரங்களையும் மட்டும் வைத்து அந்த முடிவுகளுக்கு வந்தார். அவை இரண்டும் தனித்த நிகழ்வுகள் என அவர் நினைத்தார். அந்நகரங்கள் அப்பகுதியில் உயர்ந்த நகரநாகரிகம் ஒன்றை உருவாக்கிய மக்கள்கூட்டத்தினருக்குரியவை என்றும், அவர்கள் ஆரியர்கள் அல்லர் என்றும் அவர் சொன்னார். ஆரியர்களின் படையெடுப்பால் அந்நகர நாகரிகம் அழிந்தது என்பது அவரது கொள்கை.

ஏற்கெனவே இந்தியாவில் இரு மொழிக்குடும்பங்கள் இருக்கின்றன என்று எல்லிஸ், கால்டுவெல் போன்றவர்கள் சொல்லியிருந்தார்கள். சிற்ப சாஸ்திரங்களில் தென்னிந்தியாவை திரமிளம் என்றும் திராவிடம் என்றும் குறிப்பிட்டிருந்ததில் இருந்து திராவிடம் என்ற சொல்லை எடுத்து அந்த மொழிக்குடும்பங்களில் தென்னக மொழிக்குடும்பத்தை அடையாளப்படுத்தப் பயன்படுத்திக்கொண்டார்கள். அந்த அடையாளம் எப்போதோ ஒரு தருணத்தில் ஓர் இன அடையாளமாக, எந்தவிதமான ஆய்வும் நிகழாமல், எந்தவித விவாதமும் நிகழாமல், ஏற்கப்பட்டது.

அதற்குக் காரணம் இந்தியக் கல்வித்துறை அன்று பிரிட்டிஷ் ஆட்சியின் கீழ் இருந்ததுதான். இந்திய அறிவுத்துறை சுய அடையாளம் இல்லாமல் ஐரோப்பிய நம்பிக்கைகளை அப்படியே ஏற்றுக்கொள்ளக் கூடியதாகவே அன்றும் இன்றும் உள்ளது. ஆரியர்-திராவிடர் என்ற இனப்பிரிவினைக் கருத்தை விவேகானந்தர் முதல் அம்பேத்கார் வரை இந்தியாவின் வரலாற்றையும் பண்பாட்டையும் அறிந்து சுயமாகச் சிந்தித்த எந்தச் சிந்தனையாளரும் ஏற்றுக்கொண்டதில்லை.

ஆனால் ஐரோப்பிய நூல்கள் வழியாக இந்தியாவை அறிந்த நேரு அந்த இனவாதத்தை ஏற்றார். ஆகவே அது சுதந்திர இந்தியாவில் பாடப் புத்தகங்களில் நீடிக்கிறது. தமிழகத்தில் ஓர் அரசியல் இயக்கமே அதை நம்பி இருப்பதனால் அந்த இனவாதம் வலுவாக வாதாடி நிலை நாட்டப்படுகிறது.

ஐம்பதுகளில் இந்தியத் தொல்லியல்துறை சிந்துசமவெளி நாகரிகத்தின் தடயங்களை இந்திய நிலப்பகுதிகளில் தேடும் பெரும் பணியை ஆரம்பித்தது. பல பகுதிகளாக நிகழ்ந்த அகழ்வாய்வுகளில் மொகஞ் சதாரோவுக்குச் சமகாலத்தைச் சேர்ந்த ஏராளமான நகரங்கள் கிடைத் துள்ளன. அவற்றில் ஆறு நகரங்கள் முக்கியமானவை. கனேரிவாலா, ராக்கிகார்ஹி, காலிபங்கன், ரூபர், தோலாவீரா மற்றும் லோதல்.

இவை போக குஜராத்திலும் ராஜஸ்தானிலும் ஹரப்பா காலகட்டத்தைச் சேர்ந்த கிட்டதட்ட ஆயிரம் சிறு குடியிருப்புகள் அகழ்ந்து எடுக்கப் பட்டுள்ளன. இன்னும் ஏராளமான தொல்நகரங்கள் கேளா ஒலியால் அடையாளம் காணப்பட்டுள்ளன.

இந்நகரங்களின் கண்டுபிடிப்பு மார்ட்டிமர் வீலரின் விளக்கங்களை நொறுக்கிவிட்டது. சிந்துசமவெளி நாகரிகம் என்ற பெயரே பிழையானது. ஏனென்றால் மொகஞ்சதாரோ ஹரப்பா நகரங்கள் மட்டும் சிந்துநதிக்கரையில் உள்ளவை. பிற நகரங்கள் சிந்து நதிக்கரையில் இல்லை. தொல்லியல் ஆய்வுகள் லோதல் முதல் தோலாவீரா வரையிலான குஜராத் நிலப்பகுதியில் மட்டும் ஐம்பதுக்கும் மேற்பட்ட புராதன நகரங்களைக் கண்டுபிடித்துள்ளன. இந்நகரங்கள் ஹரப்பாவின் நாகரிகத்தைப் பல ஆயிரம் சதுரகிலோ மீட்டர் அகலத்துக்கு விரிவாக்கியிருக்கின்றன.

இந்நாகரிகம் தெற்கு குஜராத்தில் நர்மதா மற்றும் தப்தி நதியின் உற்பத்தியிடம் வரை விரிந்து கிடந்திருக்கிறது. தெற்கு குஜராத்தில் பரூச் மாவட்டத்தில் முனைவர் எஸ்.ஆர்.ராவ் அகழ்ந்தெடுத்த ஃபாகத்ராவ் புதைநகரம் ஹரப்பாவின் அதே காலகட்டத்தைச் சார்ந்தது. அது ஹரப்பாவில் இருந்து ஏறத்தாழ ஐந்நூறு கி.மீ.தூரத்தில் உள்ளது.

இந்நகரங்கள் பல ஆயிரம் சதுர கிலோமீட்டர் தூரத்துக்குப் பரவிக்கிடந்த மிகமிக விரிவான ஒரு தொன்மையான நாகரிகத்தைக் காட்டுகின்றன. அது இரு சிறுநகரங்களைக்கொண்ட ஒரு சிறிய நாகரிகம் அல்ல. மாறாக பிரமாண்டமான ஒரு இந்தியப் பண்பாட்டு வெளி. அது ஒரு போரில் அல்லது சில போர்களில் எவராலும் கைப்பற்றப்பட்டு இது அழிக்கப்பட்டிருக்கலாம் என்ற ஊகமே பிழையானது.

மார்ட்டிமர் வீலர் ஹரப்பாவில் கிடைத்த சில எலும்புகளில் இருந்த வெட்டுக்காயத்தழும்புகளை வைத்துத்தான் ஆரியர்கள் படையெடுத்து வந்து சிந்துசமவெளிநாகரிகத்தை அழித்தார்கள் என்று சொன்னார். இன்றைய நவீன ஆய்வுகள் அந்த வெட்டுக்காயங்கள் அந்த நபர் உயிருடனிருக்கையிலேயே ஆறிவிட்டவை என்று நிரூபித்துள்ளன.

சிந்து சமவெளி நாகரிகம் போரினால் அழிந்திருக்க நியாயமில்லை என்றால் எப்படி அழிந்திருக்கும்? பொதுவாகவே பண்டைய நாகரிகங்களைப் போர்களின் கதைகளாக விளக்குவதை இன்றைய நவீன ஆய்வாளர்கள் நிராகரித்து வருகிறார்கள். அது காலனியாதிக்க காலகட்ட நம்பிக்கை மட்டுமே. பெரும்பாலான பெரும் நாகரிகங்கள் புவியியல் காரணங்களால்தான் அழிந்திருக்கும் என்பதே இன்றைய பொதுவான கொள்கை.

ஜாரெட் டயமண்ட் அவரது பிரபலமான நூலான 'துப்பாக்கிகள் கிருமிகள் எஃகு' (Guns, Germs and Steel) என்னும் ஆய்வுப்படைப்பில் அதைப்பற்றி பேசுகிறார். புவியியல் காரணங்கள் என்பதற்குள் சூழியல் காரணங்களும் அடக்கம். எகிப்திய நாகரிகத்தின் வீழ்ச்சி என்பது கடுமையான வெயிலில் பாலைநிலத்தில் நீரைத் தேக்கி வேளாண்மை செய்ததனால் ஆவியாகிய நீரின் உப்பு மண்ணில் தங்கி மண் களர்நிலமானதனால்தான் நிகழ்ந்தது என்கிறார்கள் ஆய்வாளர்கள்.

ஹரப்பா முதல் லோதல் வரை விரிந்திருந்த அந்த நாகரிகமும் புவியியல் காரணங்களால் அழிந்திருக்கும் என்பதே இன்றைய கருத்து. இந்த நாகரிகங்கள் இருந்த நிலப்பகுதி இன்று வளமற்ற அரைப்பாலை நிலமாக இருப்பதனால் சூழியல் அழிவு முக்கியமான காரணமாக இருந்திருக்கலாமென சொல்லப்படுகிறது. மழை இல்லாமலாகியிருக்கலாம். இப்பகுதி, பூகம்பங்கள் மண்டியதாகையால் பூகம்பங்களையும் காரணமாகக் காட்டுகிறார்கள்.

இன்னொரு காரணமும் உண்டு. இந்தப் பெருநிலப்பகுதியில் ஓடியிருந்த சரஸ்வதி நதி மிகப்பழங்காலத்திலேயே பூகம்பத்தால் வழி அடைபட்டு நின்றுவிட்டிருந்தது. அதன் நீர் கங்கையிலும் சிந்துவிலும் செல்ல ஆரம்பித்தது. நின்றுபோன சரஸ்வதி சிறுசிறு குளங்களாக மேலும் பல ஆயிரமாண்டுக்காலம் நீடித்தது. சரஸ்வதி என்றாலே குளங்களால் ஆனவள் என்றுதான் பொருள்.

ரிக்வேதத்தில் சரஸ்வதி அந்தர்யாமியாக, கண்ணுக்குத்தெரியாத ஓட்டமாக மண்ணுக்குள் ஓடுகிறது என்று சொல்லப்பட்டுள்ளது. அக்காலத்திலேயே சரஸ்வதி மறைந்துவிட்டிருக்கிறது. சரஸ்வதி நதியை ஒட்டி உருவாகி வந்த இந்த நாகரிகம் நெடுங்காலம் குளங்களை நம்பி நீடித்திருக்கலாம். குளங்கள் மறைய மறைய மெல்லமெல்ல

அழிந்திருக்கலாம் என்பதே இன்றுள்ள ஊகம்.

இன்று சிந்துசமவெளி நாகரிகம் என்று சொல்லப் படுவதில்லை. ஹரப்பன் நாகரிகம் என்ற சொல்லே புழக்கத்தில் உள்ளது. ஆய்வாளர்களில் முக்கியமான ஒரு சாரார் சிந்துசரஸ்வதி நாகரிகம் என்று சொல்கிறார்கள். 'சொல்புதிது' இதழை நானும் நண்பர்களும் நடத்திவந்தபோது சிந்து-சரஸ்வதி நாகரிகம் பற்றி சில முக்கியமான கட்டுரைகளை வெளி யிட்டோம். அதைத்தவிர தமிழ் சிற்றிதழ்களில் பெரிதாக ஏதும் எழுதப்பட வில்லை.

அப்படியென்றால் ஆரிய திராவிட படையெடுப்பு? அப்படி ஒரு படையெடுப்பு நிகழ்ந்திருக்கலாமென்ப தற்கு ஒரு ஆதாரம் கூட இன்றுவரை அளிக்கப் பட்டதில்லை. அது அன்றைய ஐரோப்பிய ஆய்வாளர்கள் சிலருக்கு அன்றைய தொல்லியல் சான்றுகளை விளக்கு வதற்கான கொள்கையாக இருந்தது. ஓர் முன்ஊகம் மட்டும்தான் அது. அதை அன்றைய கிறித்தவச் சிந்தனையாளர்களும்

சிந்து-சரஸ்வதி நாகரிகம், லோதல்

பிரிட்டிஷ் கல்வியாளர்களும் ஒரு நிரூபிக்கப்பட்ட உண்மையாக பிரசாரம் செய்து நிலைநாட்டினர். இன்று கிடைத்துள்ள தொல்லியல் தடயங்களை அந்தக்கொள்கை விளக்குவதில்லை. அதற்கு இன்னும் விரிவான கொள்கைகள் தேவைப்படுகின்றன.

ஆனால் அவ்வாறு புதியகொள்கைகளை உருவாக்கிக்கொள்ள இந்தியச் சிந்தனையாளர்களை அனுமதிக்கக்கூடாது என்ற எண்ணத்துடன் உள்ள ஏராளமான ஐரோப்பிய இனவாத ஆராய்ச்சியாளர்கள் களத்தில் உள்ளனர். பெரும்பாலும் மூர்க்கமான முன்முடிவுகளுடன் இந்த ஆய்வுகள் இன்று நடத்தப்படுகின்றன.

ஆரியர் திராவிடர் என இரு இனங்கள் இந்திய நிலத்தில் இருந்தனர், இன்றும் உள்ளனர் என்பதை எவ்வகையிலும் ஓர் அறிவார்ந்த கொள்கையாக ஏற்றுக்கொள்ள இன்றைய சிந்தனையாளர்களால் முடியாது. இந்திய நிலப்பகுதியில் வேளாண்மை- வணிகம் சார்ந்த பண்பாடு ஆரம்பித்தது ஹரப்பா-லோதல் நாகரிகத்துக்கு மேலும் பல்லாயிரம் வருடங்களுக்கு முன்னராக இருக்கலாம். அன்று முதல் கடைசியில் ஆப்கானியர் படையெடுப்பு வரை இந்திய நிலத்துக்குள் வெவ்வேறு மனிதக்கூட்டங்கள் வந்தபடியே இருந்தன. அவர்கள் கலந்து கலந்து உருவான ஒரு பெரும்பண்பாடு இது. இதை ஒட்டுமொத்தமாக ஆதிக்க இனம்-அடக்கப்பட்ட இனம் என இரட்டைப்படுத்துவது வெறும் பிரிவினையரசியல் மட்டுமே.

1954ல் லோதல் பற்றிய முதல் தடயம் கிடைத்தது. 1955ல் பெப்ருவரி 13 ஆம் தேதி லோதல் எஸ்.ஆர்.ராவ் தலைமையிலான குழுவால் முதல்முறையாக அகழ்ந்தெடுக்கப்பட்டது. ஐந்தாண்டுக்கால ஆராய்ச்சிக்குப்பின் 1960 ல் இந்தியத் தொல்லியல் துறை அந்நகரைப் பாதுகாக்க ஓர் அமைப்பை உருவாக்கியது. அதைப்பற்றிய ஆய்வேடுகள் வெளியிடப்பட்டன. ஆனால் இன்னமும்கூட நம் கல்வித்துறை இந்தப் புதைநகரங்களைப்பற்றிய ஆய்வுகளுக்கும் பாடங்களுக்கும் பெரிய அளவில் இடமளிக்கவில்லை.

கி.மு.இருபத்துநான்காம் நூற்றாண்டைச்சேர்ந்த தொல்நகரம் இது. லோதல் என்றால் மரணமேடு என்று குஜராத்தி மொழியில் பொருள். மொகஞ்சதாரோவுக்கு சிந்தி மொழியில் அதே பொருள்தான். இன்று ஒரு மேடாக இருக்கும் இந்த இடம் வரை சமீபகாலம் வரை கடல் இருந்திருக்கிறது. லோதல் நெடுங்காலம் ஒரு துறைமுகமாக இருந்திருக்கிறது.

லோதலில் ஒரு அகழ்வைப்பகம் உள்ளது. லோதலில் எடுக்கப்பட்ட முக்கியமான பலபொருட்கள் இங்கே வைக்கப்பட்டுள்ளன. லோதல் கல்மணிகளைத் தீட்டி மாலைகளாக ஆக்கி ஏற்றுமதி செய்யும்

துறைமுகமாக இருந்துள்ளது. லோதலில் ஒரு கல்மணித் தொழிற் சாலையே இருந்துள்ளது. அழகிய கல்மணிமாலைகளைப் பார்த்தோம். சங்கு, சிப்பி முதலியவற்றால் ஆன நகைகள். வெண்கல நகைகள். ஆச்சரியமாக சுடுமண்ணால் செய்யப்பட்ட நகைகள். சுடுமண் கைவளை களையும் நெக்லஸ்களையும் பார்க்கையில் அவற்றை அணிந்த பெண்களைக் கற்பனையில் கொண்டுவரவே முடியவில்லை.

லோதலின் ஆச்சரியங்களில் முதலானது அங்குள்ள நுட்பமான சுடுமண் முத்திரைகளும் எழுத்துக்களும். பாடநூல்களில் மட்டுமே கண்ட சிந்துசமவெளி எழுத்துக்களை நேரில் காண்பது பிரமிப்பூட்டும் அனுபவம். சுடுமண் முத்திரைகள் மிகமிக நுட்பமானவை, துல்லிய மானவை. அவை குடைவானவை. களிமண்ணில் அழுத்தினால் புடைப்புச் சித்திரமும் எழுத்துக்களும் உருவாகும். மிகச்சிறிய முத்திரைகள்கூட துல்லியமான கைநேர்த்தியுடன் உருவாக்கப் பட்டிருந்தன. பெரும்பாலான முத்திரைகளில் சிந்துவெளிக்காளையும் ஒற்றைக்கொம்பு மிருகமும் இருந்தன.

லோதல் வெண்கலக்காலகட்டத்தைச் சேர்ந்தது. அம்புநுனிகள், கத்திகள் மட்டும் அல்ல, அரங்கள்கூட செம்பு மற்றும் வெண்கலம்தான். ஏராளமான கல்லாயுதங்களையும் பயன்படுத்தியிருக்கிறார்கள். பலவகை யான வீட்டு உபயோகப் பொருட்கள். சாப்பிடுவதற்கான சட்டிகள் சமீப காலமாகக் கூட இந்தியாவில் புழக்கத்தில் இருந்தவை. கோருவைகள் என்று சொல்வோம் எங்களூரில். பெரிய பானைகள். மண் கரண்டிகள்.

அகழ்வைப்பகத்தில் சங்குகளை வெட்டிச்செய்த அகப்பைகளைப் பார்த்தோம். அவை உயர்குடிகளுக்குரியவையாக இருக்கலாம். இங்குள்ள நாகரிகம் எத்தனை உயர்ந்தது என்பதைக் காட்டும் சான்று இங்குள்ள பொம்மைகள். தலை தனியாக ஆடும் பொம்மைகள். பலவகையான மிருகங்களின் பொம்மைகள். காண்டாமிருகம், எருது, பன்றி இருக்கின்றன. ஆனால் ஒட்டகம் இல்லை. அத்துடன் யூனிகார்ன் என மேலைமரபில் சொல்லப்படும் விசித்திர மிருகத்தின் பல சிலைகள் உள்ளன.

ஆம், குதிரை இருக்கிறது - குதிரை என்றே எழுதி வைத்திருக்கிறார்கள். குதிரையின் தலை தனியாக செய்யப்பட்ட சிலையும் உள்ளது. லோதல் சிந்துவெளி நகரங்களின் அதே நாகரிகத்தைச் சேர்ந்தது எனப் புதை பொருளாய்வுகள் ஐயம் திரிபற நிரூபித்துள்ளன என்பதை நினைவில் கொள்ள வேண்டும். ஹரப்பாவுக்கு முந்தைய நகரம் இது. ஹரப்பா அழிந்த பின்னரும் ஐந்நூறு வருடம் நீடித்தது என்கிறார்கள்.

லோதல் நகருக்குள் நடந்தோம். உறுதியான சுட்டசெங்கற்களால் ஆன அடித்தளங்கள். சுவர்கள். அவை நாலாயிரத்தைந்நூறு வருடம்

முந்தையவை எனக் கற்பனை செய்யவே பிரமிப்பாக இருந்தது. உயர்ந்த நகர்மையம். அங்கே பெரிய மாளிகைகளுக்கான அடித்தளங்கள். சுட்டசெங்கல்லால் ஆன குளியலறைகள். அங்கிருந்து நீர் வழிந்தோடும் கச்சிதமான சாக்கடை அமைப்புகள். நகர் நடுவே சதுக்கபீடங்கள்.

லோதலின் முக்கியமான அமைப்பு என்பது அங்கே அமைக்கப் பட்டிருந்த பெரிய துறைமுகக்குளம்தான். ஒரு பெரிய படகுத்துறை இது. அறுபதடி நீளமான படகுகளைக்கூட லோதல் மக்கள் பயன் படுத்தியிருக்கிறார்கள். அவற்றில் ஏறி நெடுந்தூர கடற் பயணங்களைச் செய்திருக்கிறார்கள். சுமேரியாவுடன் வணிகம் செய்திருக்கிறார்கள்.

அந்தப்படகுகள் கடலில் இருந்து நீரோடைகள் வழியாக ஏறி நகருக்குள் வந்து அந்தத் துறைக்கு வந்து சேரும். ஏறுகடல் ஓதம் அதற்கு உதவும். இறங்குகடலோதத்தில் படகுகள் மீண்டும் கடலுக்குச் செல்லும். சிறிய படகுகள், கரைப் பகுதி ஊர்களில் இருந்து சபர்மதி ஆறுவழியாக இந்தத் துறைக்கு வந்து சேர வாய்க்கால்கள் இருந்தது கண்டுபிடிக்கப்பட்டிருக்கிறது. அக்காலத்தில் கடல் மிக அருகே இருந்தது, கடல்பாசிகளின் புதைவடிவத் தடம் வழியாக கண்டு பிடிக்கப்பட்டிருக்கிறது.

அந்தக் குளம் அப்படியே அகழ்ந்து எடுக்கப்பட்டு நீர் நிறைந்து கிடக்கிறது. பெரிய செங்கல் விளிம்புகள் கச்சிதமாக நூல் பிடிக்கப் பட்டுக் கட்டப்பட்டிருக்கின்றன. பொதுவாக எல்லா செங்கல் கட்டு மானங்களும் மிகமிகத் தேர்ந்த கொத்தனார்களால் கட்டப்பட்டவை. இத்தனை நூற்றாண்டுகளுக்குப் பின்னரும் செங்கல் கருங்கல் போன்ற இறுக்கத்துடன் உள்ளது. நகருக்கு அப்பால் பாசிமணி தொழிற்சாலை. தொழிலாளர் குடியிருப்புகள், அப்பால் ஓர் இடுகாடு. லோதல் மக்கள் சடலங்களைப் புதைத்தவர்கள்.

லோதல் பெருவெள்ளத்தால் பயனிழந்துபோய் கைவிடப்பட்டிருக் கலாம் என்று ஆய்வாளர்கள் கருதுகிறார்கள். லோதலின் முக்கியமான புதிர்களில் ஒன்று, இங்குள்ள வேள்வி பீடங்கள். நகரின் நடுவே அவை உள்ளன. அவை சமூகவேள்விச்சடங்குகளுக்குரியவை. அவை வேள்வி பீடங்கள் என்றால் வழக்கமான ஆரிய திராவிடக் கோட்பாட்டில் மேலும் அடி விழுகிறது. சிந்து சமவெளி மக்களும் வேள்விகளைச் செய்திருந்தார்களா என்ன?

காலம் சட்டென்று நீண்டு வெளிறிவிட்டது. நாட்களுக்கும் வருடங் களுக்கும் எந்த அர்த்தமும் இல்லை. கட்டைவிரலும் சுட்டுவிரலும் தொட்டுக்கொள்வதுபோல இரு யுகங்கள் சந்திக்கின்றன. நான் இதன் மேல் நடக்கும்போது, மண்ணுக்கு அடியில் உள்ள என் மூதாதையின் எலும்புகள் என்னை அறிகின்றன.

- 16 -

பலிதானா, ஹஸ்தகிரி, தலஜா

நேற்று இரவு கொஞ்சம் பிந்தித்தான் பலிதானா வந்து சேர்ந்தோம். லோதலில் இருந்து பலிதானா வந்த சாலை அற்புதமானது. கண்ணுக்கெட்டிய தூரம் வரை விரிந்த வயல்வெளி. கோதுமைப்பயிர் மென்மையாக வளர்ந்து காற்றில் அலையடித்தது. நெல்வயல்களின் அலைக்கும் இதற்கும் பெரிய வேறுபாடுண்டு. கோதுமைப்பயிர் மென்மயிர்ப்பரப்பு போன்றது. அலைகளும் சன்னமானவை.

வயல்களுக்கு அப்பால் தொடுவானத்தருகே பனி பெரிய பட்டுத்திரை போல தொங்க அதற்கு அப்பால் பிரமாண்டமான செஞ்சூரியன். பாலைவனச் சூரியனை இங்கேயே பார்ப்பது போல ஒரு பிரமை. நான்கு பக்கமும் நிலவெளியின் எல்லைகள் வெண்பனித் திரையால் மூடப்பட்டவை போல் இருந்தன. செவ்வொளி சிந்தி ஊறி வெண்பனிப்படலத்தில் பரவிக்கொண்டிருந்தது.

சபர்மதி ஆறு கடலில் கடக்கும் இடத்தில் விரிவான பின்தேக்கநீர் ஏரிகள். அவை கோடையில் உலர்ந்து உப்புப் பூத்துக் கிடந்தன. உப்பை சும்மா சுரண்டிக் குவித்து வைத்திருந்தனர். குஜராத் இன்றும் இந்தியாவின் உப்பு உற்பத்தியில் மையமான இடம் வகிக்கிறது. காந்தி இந்தப்பகுதியைச் சேர்ந்தவர் என்பதனால்தான் உப்புச் சத்யாக்கிரகத்தை அவரால் கற்பனை செய்யமுடிந்ததுபோலும்.

காற்றில் நல்ல குளிர் இருந்தது. இருள் படிந்து நிழல்கள் அதில் கரைந்துகொண்டே இருந்தன. எந்நேரமானாலும் பலிதானா சென்று தங்கிவிடுவதென முடிவெடுத்து வந்துகொண்டே இருந்தோம். பலிதானாவுக்கு வந்தபோது இரவு ஒன்பது மணி. ஒரு திகம்பர சமண

மடத்தில் இடம் கொடுத்தார்கள். அறையில் தங்கியதுமே நான் பயணக்குறிப்புகளை எழுத ஆரம்பித்தேன்.

இந்தக்குறிப்புகளை முழுமையான பயணக்கட்டுரை என்று சொல்ல முடியாது. பயணக்கட்டுரைகள் பயணம் முடிந்தபின்னர் குறிப்புகளைக் கொண்டு விரிவாக எழுதப்படுபவை. பயணக்குறிப்புகள் பயணம் நிகழும்போதே எழுதப்படும் அன்றாடப் பதிவுகள் மட்டுமே. இந்த வகைக் குறிப்புகளை அச்சு ஊடக காலத்திலேயே பார்க்கமுடியும் என்றாலும் இணையம் வந்தபின்னரே இவை இந்த அளவுக்குச் சாதாரணமாகி உள்ளன.

வாசகர்கள் பயணம் செய்பவர்களின் கூடவே செல்லும் உணர்வை அடைவதே இதன் முக்கியமான சாதக அம்சம். எதிர்மறை அம்சம் என்றால் பயணக்களைப்புடன், தங்குமிடம் சரியாக இல்லாத காடுகளிலும் மேடுகளிலும் அமர்ந்து எழுதவேண்டும் என்பது. இணைய வசதி கிடைப்பது இன்னும் கடினம். ஆனால் 2008ல் நாங்கள் செய்த இந்தியப்பயணத்தை இன்றுள்ள வசதிகள் கூட இல்லாமல் செய்தபோதும் அன்றன்று பதிவுசெய்ய முடிந்தது.

இக்குறிப்புகளை மேலும் விரிவான தகவல்களுடன் பிழைகள் திருத்திப் பயணக்கட்டுரை நூலாக ஆக்கலாமென நினைக்கிறேன். பொதுவாக ஒரு பயணம் முடிந்தபின்னர் அந்நினைவுகளில் தோய்ந்து எழுதும்போது சிறுசிறு தகவல்கள், சாதாரண அனுபவங்கள் எல்லாம் முக்கியமாக ஆகிவிடும். அப்போதுதான் பயணக்கட்டுரையின் அழகும் அதிகரிக்கும்.

ஆனால் உடனடிப்பதிவுகள் வேறு ஒருவகையில் முக்கியமானவை, உடனடியாக எவை உள்ளத்தில் பதிகின்றன என்று பார்க்கலாம் இல்லையா? சிந்தித்து அறியும் புரிதல்களை விட உடனடி மனப்பதிவுகள் மேலும் ஆழமானவையாக இருக்கக்கூடும். இப்படி ஒன்று இருக்கட்டுமே என்றும் தோன்றுகிறது.

இக்குறிப்புகளைப் பலசமயம் அரைத்தூக்கத்தில்தான் எழுதுகிறேன். ஏனென்றால் எங்கள் பயணம் மிகமிக நெருக்கமான நிகழ்வுகளால் ஆனது. ஒரு நாளில் மூன்று ஊர்கள். சாதாரணமாக இருநூற்றைம்பது கி.மீ. தூரம் வரை கார்ப் பயணம். அதிகாலை எழுந்து குளித்து இருள்பிரியும் முன்னரே கிளம்பினால் இரவு எட்டு அல்லது ஒன்பது மணிக்குத்தான் தங்குமிடம் அமைந்து அமர முடியும். நண்பர்கள் பெட்டிகளைக் கார் மேல் இருந்து அவிழ்த்துக் கொண்டு வருவதற்குள் நான் குளித்துவிடுவேன். நண்பர்கள் சாப்பிடச்செல்லும்போது நான் எழுதிக்கொண்டிருப்பேன். எனக்குப் பழங்கள் வாங்கிவருவார்கள்.

கூடுமானவரை பதினொரு மணிக்குத் தூங்க நினைப்பேன், ஆனால் பெரும்பாலும் பன்னிரண்டு ஆகிவிடும்.

பலிதானா அறையில் லோதல் பதிவை எழுதி முடிக்கையில் எல்லாரும் தூங்கி விட்டிருந்தார்கள். இரண்டு அறை எடுத்திருந்தோம். ஒன்றில் மூவர், ஒன்றில் நான்குபேர். வினோத் உரக்கக் குறட்டை விட்டுக் கொண்டிருந்தார். நான் எழுதி முடித்தபின் கழிப்பறைக்கு நடக்கும் போது ஒரு வினோதமான உணர்ச்சிக்கு ஆளானேன். லோதலில் உள்ள உறைகிணறு சட்டென்று நினைவுக்கு வந்தது. அந்த உறைகிணறை எங்கோ பார்த்திருப்பது போல, அதில் நீர் இறைத்துக் குளித்திருப்பது போல. அந்த இரவில் ஒரு பதற்றம் ஏற்பட்டது.

காலையில் நாலரைக்கு எழவேண்டும் என நினைத்தாலும் ஐந்தரைக்குத் தான் முடிந்தது. முதலில் தூங்கி எழுபவர் சீனுதான். 'எதுக்குசார் நடுவாலே ராத்திரின்னு ஒன்னு வருதுன்னு இருக்கு' என்று அடிக்கடி சொல்வார். அவர் தமிழக எல்லை தாண்டுவது இதுவே முதல்முறை. 'இதுவரையிலான ஒட்டுமொத்த வாழ்க்கையையும் ஒரே மூச்சா வாழுற மாதிரி இருக்கு' என்பார். எப்போதும் ஒரு பரவச நிலை.

ஆரம்பத்தில் காட்சிகளின் தாக்கத்தால் இரவுகளில் தூக்கமில்லாமல் அவதிப்பட்டார். எழுந்து அமர்ந்து சத்தம்போடுவார். மூச்சிளைப்பார். அழுவார். இப்போது மெல்லப் பழகிவிட்டது. புறவுலகை இழந்து கனவிலேயே வாழக் கற்றுக்கொண்டுவிட்டார்.

பலிதானா கோயிலுக்குக் காரில் சென்றோம். தங்கியிருந்த மடத்தில் இருந்து இரு கிலோமீட்டர் தொலைவில்தான் மலை. ஆனாலும் அந்த நடையை மிச்சம் பண்ணலாமென நினைத்தோம். ஒரு குஜராத்தி சமணர் காரில் இடம் கேட்டு ஏறிக்கொண்டார். அவர் பலமுறை வந்தவர். அவர் வழிசொல்ல இருள் படர்ந்த குளிர்ந்த காலையில் பலிதானாவின் மலை அடிவாரத்தை அடைந்தோம்.

நான் பலிதானா ஆளில்லாத தனித்த கோயில்வெளியாக இருக்குமென நினைத்திருந்தேன். மாறாகப் பரபரப்பான ஒரு கடைவீதி பலிதானா மலைக்குக் கீழே இருந்தது. ஆனால் டீ காப்பி ஏதும் இல்லை. சமணர்கள் காலையில் எதுவுமே சாப்பிடாமல்தான் மலை ஏறி இறங்குவார்கள். டோலிகளில் ஆட்களைத் தூக்கிச்செல்லும் தொழிலாளர்கள், கூட்டம் கூட்டமாகக் காத்திருந்தார்கள்.

மூங்கில் கழிகளைப் பதினைந்து ரூபாய்க்கு விற்றுக்கொண்டிருந் தார்கள். திரும்பக் கொண்டு வந்து கொடுத்தால் பத்துரூபாய் திரும்பக் கிடைக்கும். கழிகள் தேவைப்படும், ஏனென்றால் பலிதானா மலையுச்சிக்குச் செல்ல மூவாயிரத்து முந்நூற்று முப்பத்தாறு படிகள்

ஏறிச்செல்லவேண்டும். அதை முன்னரே கூகுளில் பார்த்திருந்தோம் என்றாலும் படிகள் செங்குத்தாகச் செல்வதைக்காண கொஞ்சம் பீதியாகத்தான் இருந்தது.

கிளம்பியதில் இருந்து அனேகமாக தினமும் மலை ஏறிக்கொண்டே இருப்பதனால் ஏறுவது பழகிவிட்டிருந்தது. ஆனாலும் பலிதானா ஏறுவது பெரிய விஷயம்தான். படிகளில் ஏற ஆரம்பித்தோம். மேலே பார்க்கக்கூடாது, படிகளைக் கணக்கிடக்கூடாது. ஏறிக்கொண்டே இருந்தால் போய்விடலாம். நுரையீரல் உடைவதுபோல விம்ம, மூச்சு இழுத்து தொண்டை வலிக்க, காதுகளிலும் மூக்கிலும் வெம்மை கொதிக்க கொஞ்சநேரம் நின்று இளைப்பாறவேண்டும். மீண்டும் ஏற வேண்டும். நுரையீரலை ஒவ்வொரு கணமும் உணரும் ஒரு பயணம்.

மூச்சிரைத்து வியர்வை வழிய கூலியாட்கள் மெல்ல வழிகோரியபடி டோலிகளில் முதியவர்களைச் சுமந்து மேலே சென்றனர். சமணர்கள் மிருகங்கள் மீது ஏறுவதில்லை, மனிதர்கள் மேல் ஏறுவார்கள். ஏனென்றால் மனிதர்களுக்கு அதைச்செய்யவேண்டாம் என முடிவெடுக்கும் உரிமை உண்டு. 'அறத்தாறிதுவென வேண்டா சிவிகை பொறுத்தானோடு ஊர்ந்தான் இடை' என்ற குறள் நினைவில் தட்டுப்பட்டது.

மலையில் டோலிகளில் ஆட்களை ஏற்றிக்கொண்டு செல்லும் தொழிலாளர்களில் பெண்களை இப்போதுதான் பார்க்கிறேன். பல்லக்கின் தண்டைத் தலையில் வைத்து சுமந்து செல்கிறார்கள். அவர்கள் குண்டாக உறுதியாக இருந்தனர். மலைகளிலும் பாலைவனங்களிலும் வாழ்ந்து பழகிய தலைமுறைகள்.

அந்தக்காலையில் வெண்ணிற ஆடை அணிந்து கூட்டம் கூட்டமாக சமணர்கள் மலையேறினர். அருகநாமத்தை மெல்லியகுரலில் வாழ்த்திப் பாடியபடி. வயதானவர்களை இளைஞர்களான பிள்ளைகளும் பேரர்களும் ஏந்திக் கொண்டு சென்றார்கள். வழக்கமாக மலை ஏறும் சமணத் துறவிகள் சரசரவென ஏறிச்சென்றார்கள். அவர்களின் கெண்டைக்கால்கள் மலையை நன்கறிந்திருந்தன.

நிறைய சமணப் பெண்துறவிகளைக் கண்டோம். நாரினால் ஆன தூரிகையும் கப்பரையும் கையில் ஏந்தி சுருக்குப்பாவாடை போன்ற கீழுடையும் சல்வாரும் அணிந்து முந்தானையை முக்காடாகப் போட்டு வாயை மூடிக்கொண்டு மேலே சென்று திரும்பிக்கொண்டிருந்தார்கள். அதிகமும் ஸ்வேதாம்பரர்கள். இங்கே திகம்பரர்கள் குறைவு. நாங்கள் ஒரு திகம்பரத் துறவியையும் காணவில்லை.

ஏறிச்செல்லும் பயணத்தில் முதலில் மலைமேல் உள்ள கோயில்களைப் பார்ப்பது ஒரு பரவசமூட்டும் அனுபவம். நான் சின்னவயதில் எங்கள்

சத்ருஞ்சயா மலை மேல் சமண கோயில்கள், பலிதானா

ஊர் ஆனைப்பாறை மேல் படுத்து மேகங்களைப்பார்ப்பதில் பித்துள்ளவனாக இருந்தேன். மேகங்கள் மீது பளிங்கினால் ஆன மாளிகைகள் கொண்ட நகரங்களை என்னால் பார்க்க முடியும். அவை ஒளிகொண்டு மின்னி மிதந்து நிற்கும். செவ்வொளியில் சிவப்பு மாளிகைகளாக ஆகும். அதேபோன்ற காட்சி.

மேகங்களற்ற நீலவானுக்குக் கீழே ஒரு பளிங்கு நகரம். பலிதானாவின் இந்தக் குறிப்பிட்ட மலையில் மட்டும் எண்ணூற்று ஐம்பது கோயில்கள் உள்ளன. சின்னஞ்சிறு கோயில்கள், பிரமாண்டமான கோயில்கள். பளிங்குக்கோயில்களின் கொத்து. ஒரு குழந்தைக்கற்பனைக்கு முல்லைமலர்ச்செண்டு எனத் தோன்றியது.

பளிங்கின் ஜாலம். வானில் கூடிய மேகக்குவைகள் போல. பனிப்புகையில் வடிக்கப்பட்ட மாளிகைகள் போல. மலைக்குச் சூட்டப்பட்ட வெள்ளி மணிமுடி போல. செவ்வொளியில் செந்நிறக் கோயில்களின் சிகரங்கள் எரியும் கனல்கள் போல் சுடர் விட்டன. காற்றில் தழல்போல கொடிகள் படபடத்தன. பொற்கலசங்கள் தாலிக்குண்டுகள் போல மின்னிக்கொண்டிருந்தன. எங்கோ ஒரு மாயநகரை உருவாக்கச்சென்ற மயனின் சேனைகள் ஒரு கைப்பிடி அள்ளிக் கீழே போட்டுச்சென்றனர் போலும்!

பலிதானாதான் இந்தியாவில் சமணர்களின் முதன்மை முக்கியத்துவம் உடைய தலம். கி.மு.மூன்றாம் நூற்றாண்டுமுதலே இருந்துவந்த இந்நகரம் காலப்போக்கில் அழிந்து கைவிடப்பட்ட நிலையில் இருந்தது. கி.பி. பதினொன்றாம் நூற்றாண்டில் இந்தக் கோயில்களை சோலங்கி வம்சத்து மன்னர் குமாரபாலர் மீண்டும் கட்டி எழுப்பினார். ஆனால் பதினான்காம் நூற்றாண்டிலும் பதினைந்தாம் நூற்றாண்டிலும் இஸ்லாமியப் படையெடுப்பாளர்களால் தொடர்ந்து இந்த மலைமேல் இருந்த ஆலயங்கள் இடித்துத் தள்ளப்பட்டன.

கடைசியாக 1656ல் முகலாய மன்னர் முராத் பக்ஷீஷ் அவர்களிடமிருந்து இந்த நிலத்தை சாந்திதாஸ் ஜாவேரி என்ற சமணப் பெருவணிகர் விலைக்கு வாங்கினார். 1730 வரை இங்குள்ள ஆலயங்கள் தொடர்ச்சியாகக் கட்டப்பட்டன. 1730ல் ஆனந்த்ஜி கல்யாண்ஜி டிரஸ்ட் என்ற அமைப்பு இந்த ஆலயங்களின் பொறுப்புக்கு வந்தது. அதன் பின் மேலும் நூற்றுக்கணக்கான கோயில்கள் கட்டப்பட்டன.

இதுதான் உலகிலேயே மிகப்பெரிய ஜைனக் கோயில்வளாகம். சத்ருஞ்சயா என்பது இந்த மலையின் ஒட்டுமொத்தமான பெயர். இதைச்சுற்றிக்கொண்டு சத்ருஞ்சயா என்ற ஆறு ஓடுகிறது. அதில் கட்டப்பட்ட அணையால் அந்த ஆறு ஒரு பிரமாண்டமான ஏரியாக மாறி மலையை மூன்று பக்கங்களிலும் சூழ்ந்துள்ளது. சத்ருஞ்சயா மலையில் மட்டும் 3507 கோயில்கள் உள்ளன. பெரும்பாலானவை வெண்ணிற சலவைக்கல்லால் ஆனவை. இக்கோயில்கள் அனைத்துக்கும் செல்ல படிகள் பிரிந்து பிரிந்து செல்கின்றன. மொத்தக் கோயில்களையும் பார்த்து வர எட்டாயிரம் படிகள் ஏற வேண்டும்.

மேலே செல்லச்செல்லக் கீழே சூழ்ந்துகிடந்த நீலநீர்வெளி காலை ஒளியில் மின்னி ஜொலிக்க ஆரம்பித்தது. இந்தப்பயணத்திலேயே மிக அழகிய புலரிச்சித்திரம். செம்பழுப்பு நிறமான மண் ஒரு பெரும் பொன்னகை. அதில் பதிக்கப்பட்ட நீலக்கல் அந்த ஏரி. பார்க்கப்பார்க்க மனம் பொங்கிக்கொண்டே இருந்தது. மனதின் விசித்திரம், அன்று வரை கண்ட அத்தனை சிற்பங்களும் ஓவியங்களும் மனிதக் கற்பனை என்ற அசட்டு முயற்சியின் சான்றுகள் என்ற எண்ணம் வந்து விட்டது.

மலைமேல் செல்லும் சமணர்கள் அங்கே வெண்ணிறமான பூஜை உடை வாங்கி அணிந்துகொண்டு பூஜைப்பொருட்களுடன் உள்ளே சென்றார்கள். பலிதானா கோயிலில் எங்கும் உணவு அனுமதிக்கப் படுவதில்லை, குழந்தைகளுக்குக் கூட. தண்ணீர் மட்டும் கிடைக்கும். ஆகவே அனைவரும் அதற்கெல்லாம் சித்தமாகவே வந்திருந்தனர். துன்பங்களைப் பொறுத்துக்கொள்வது சமணர்களின் நோன்புகளில் முதன்மையானது.

பலிதானாவின் மையக்கோயில் குன்றின் உச்சியில் உள்ளது. இது ஆதிநாதரின் ஆலயமாகும். கடந்த ஆயிரமாண்டுகளாக இந்தக் குன்றின் மீது சமணர்கள் கோயில்களைக் கட்டி நிறைத்தபடியே இருக்கிறார்கள். அவை ஒன்றில் இருந்து ஒன்று முளைத்தவை போல, ஒரு வெள்ளைக் கோழியின் வெண்குஞ்சுக்கூட்டங்கள் போல, வெண்ணுரைப்பெருக்கு போல அந்த மையக்கோயிலைச் சுற்றிப் பெருகிக் கிடந்தன.

இந்தக் கோயில்கள் எல்லாமே நுட்பமான கலையழகுடன் சலவைக் கல்லில் செய்யப்பட்டவை. ஒட்டுமொத்தமாகப் பார்க்கும்போது தந்தத்தாலான சிறிய பொம்மைகளின் குவியல்போலுள்ளன இவை. சோலங்கி வம்சத்தின் குமாரபால மன்னரும் விமல்ஷாவும் சம்ப்ரிதி ராஜாவும் கட்டியவை இக்கோயில்களில் பல. குமாரபால ராஜா இக்கோயில்களைக் கட்டுவதை ஆரம்பித்து வைத்தார் எனலாம். 11 ஆம் நூற்றாண்டில் ஆரம்பித்து இன்றுவரை இங்கே கோயில்கள் கட்டப் பட்டபடியே இருக்கின்றன. இடிக்கப்பட்டவற்றை உடனடியாக மீண்டும் கட்டுவது சமணர்களின் வழிமுறை.

சித்திரை மாதம் இங்கே திருவிழா. அன்று பல்லாயிரம் மக்கள் இங்கே குழுமுகிறார்கள். சென்றமுறை பன்னிரண்டு லட்சம் பேர் வந்ததாகச் சொல்லப்படுகிறது. ஒட்டுமொத்தமாக இந்த மலையில் இருபத் தேழாயிரம் சமண தீர்த்தங்கரர் சிலைகள் உள்ளன. இக்கோயில் களையும் சிலைகளையும் தனித்தனியாகப் பார்ப்பது சாத்தியமே அல்ல. ஒட்டுமொத்தமான ஒரே பார்வையில் அக் காட்சிவெளியை உள்வாங்கியபடி பித்தெடுத்துச் சுற்றிவருதல் மட்டுமே சாத்தியம்.

ஆதிநாதரின் கோயில், பலிதானா

ஆதிநாதரின் கோயில் கஜுராஹோவின் காந்தரிய மகாதேவர் கோயில் அளவுக்கே பெரியது. அதே போன்ற சிகரமாலிகை என்னும் கோபுர வடிவம். அதாவது சிறிய கோபுரங்களைக் குவித்துக்குவித்து கோபுரத்தை உருவாக்கியது போன்ற அமைப்பு. காலை வெயில் ஏறி விட்டது. நாங்கள் இரண்டரை மணிநேரத்தில் ஏறி வந்துவிட்டிருந் தோம். வெயிலில் கோபுரம் வெள்ளித்தேர் போலப் பல்லாயிரக் கணக்கான அதிநுட்பமான சிற்பங்களுடன் ஜொலித்தது. ஆனாலும் காற்று நடுக்கும் குளிர் கொண்டிருந்தது.

சமணர்கள் ஒவ்வொருவரும் வாழ்க்கையில் ஒருமுறையேனும் இந்தக் கோயிலுக்குச் சென்றாகவேண்டும் என்ற நம்பிக்கை உள்ளது. சமணர்களின் முதல் தீர்த்தங்கரர் ரிஷபதேவர். இவர் ஆதிநாதர் என அழைக்கப்படுகிறார். சமண மதநம்பிக்கையின்படி இவர்தான் மக்களுக்கு விவசாயம் செய்யவும் மிருகங்களைப் பழக்கவும் சொல்லித்தந்தவர். இவர் ஹரப்பா நாகரிக காலகட்டத்தில் வாழ்ந்தவர் எனக் கருதும் ஆய்வாளர் உள்ளனர். இவரது அடையாளமான ரிஷபம்-காளை, சிந்து சரஸ்வதி காலகட்டத்துச் சின்னம். நம்பிக்கைகளின்படி ரிஷபதேவர் அரசாண்ட இடங்களில் ஒன்று இந்த மலை.

மலைக்குமேல் எவரும் இரவு தங்க அனுமதிக்கப்படுவதில்லை. மலைக்குமேலே அங்கார் பாபா என்ற சூபியின் சமாதி உள்ளது. அதுவும் சமணர்களால் வழிபடப்படுகிறது. சில பர்தா அணிந்த இஸ்லாமியப் பெண்கள் மலைமேல் ஏறிச்செல்வதைக் கண்டோம்.

மலையில் இறங்கி வந்தபோது பன்னிரண்டு மணி. கொலைப்பசி. ஆனால் அங்கே பொரி போன்ற ஒரு மிக்சர் அல்லாமல் எதுவுமே கிடைப்பதில்லை. தர்மசாலைகள் நிறைந்த ஊரில் உணவுக்கு எவரும் வருவதில்லை போலும். நாங்கள் எங்கள் அறைக்குத் திரும்பி பெட்டிகளைக் காரில் கட்டிக்கொண்டு கிளம்பினோம். செல்லும் வழியிலேயே மதிய உணவு உண்டோம். ஐம்பது ரூபாய்க்கு வயிறு நிறைய சப்பாத்தி சோறு தயிர். காரிலேயே களைப்பில் கிருஷ்ணனும் ராஜமாணிக்கமும் தூங்கி வழிந்தார்கள்.

சத்ருஞ்சயா மலையின் மறுபக்கம் இருந்த மலை ஹஸ்தகிரி. ஆனந்த்ஜி கல்யாண்ஜி டிரஸ்ட் சார்பில் இந்த மலையில் அதிபிரமாண்டமான ஒரு சமண சலவைக்கல் ஆலயம் கட்டப்படுகிறது. நல்லவேளையாக மலையுச்சி வரை செல்ல சாலை உள்ளது. செல்லும் வழியில் சத்ருஞ்சய் நீர்த்தேக்கத்தைப் பார்த்தபடியே சென்றோம். இந்நிலம் முன்பு பாலையாக இருந்திருக்கலாம். இன்று இது இந்த நீர்த்தேக்கத்தால் செழிப்புற்றிருக்கிறது.

சமண ஆலயம், ஹஸ்தகிரி மலை

இந்தத் தலம் ஆதிநாதரின் முதல் மகன் பரதனால் கட்டப்பட்டது என்று சமண வரலாறு சொல் கிறது. பரதனின் பாதத் தடம் கோயிலுக்குள் உள்ளது என்கிறார் கள். பரதனின் இளையவன் தான் பாகுபலி. நெடுங்காலம் சிறு ஆலயமாகப் பழுதடைந்து கிடந்த ஆலயம் இப்போது கட்டி சீரமைக்கப்படுகிறது. கிட்ட தட்ட 200 கோடி ரூபாய் செல விடப்பட்டுள்ளது, மேலும் நூறு கோடி ரூபாய் செலவாகலாம்.

நாங்கள் பார்த்ததிலேயே மிகப் பிரமாண்டமான சமண ஆலயம் இதுவே. கட்டி முடிக்கப்பட்டால் இந்தியாவிலேயே பெரிய சமண ஆலயமாகவும், பெரிய சலவைக் கல் கட்டடமாகவும் இது இருக்கும். சிற்பக்கலையின் நேர்த்தியில் இந்தக் கோயில்முன் தாஜ்மகாலை ஒரு குழந்தை விளையாட்டு என்றுதான் சொல்லவேண்டும். இங்குள்ள சிலைகள் ஒவ்வொன்றும் சலவைக்கல் என்ற ஊடகத்தின் உச்சகட்ட சாத்தியத்தை வெளிப் படுத்துபவை. கண்ணாடிபோல இறுகிய உயர்தர சலவைக்கல். மிகமிக நுட்பமான செதுக்குகள் கொண்ட சிலைகள். மொத்தக் குன்றின் உச்சியையும் வளைத்துக் கொண்ட மாபெரும் வளாகம்.

நான்கு முகம் கொண்ட கோயில். நான்கு பக்கமும் அதிபிரமாண்டமான வளைவுக்கூரை கொண்ட மண்டபங்கள். அவற்றைச்சுற்றி

இரண்டு அடுக்குகளாக சுற்று மண்டபங்கள். மையத்தில் பிரமாண்டமான கருவறை. அதில் நான்கு பக்கமும் திறக்கும் வாசல்களில் நான்கு ஆதிநாதர் சிலைகள். படிகள் ஏறி மாடிக்குச் சென்றால் அதேபோன்ற சுற்றமைப்பு.

படானைச்சேர்ந்தவரும் மும்பையின் பெருவணிகருமான மறைந்த காந்திபா மணிபாய் இந்தக்கோயிலுக்கு நூறுகோடிக்கும் மேல் செலவிட்டிருக்கிறார். இக்கோயிலைக் கட்டும் பெரும்பணியைத் தொடங்கி முன்னெடுத்தவர் அவரே. கலையின் தூய மனநிறைவையும் மனித முயற்சி சார்ந்த பிரமிப்பையும் நம் சுயம் சார்ந்த சிறுமையுணர் வையும் ஒரே சமயம் உருவாக்கக்கூடியது இக்கோயில்.

உண்மையில் சென்றகாலக் கலைக்கோயில்களைப் பார்க்கையில் இனி இதுபோல சாத்தியமா என்ற ஏக்கம் எழும். அவற்றைவிடவும் மேலான, மகத்தான கலைப்படைப்புகளை நம் தேசத்துக் கலைஞர் களால் இன்றும் உருவாக்கமுடியும் என்பதற்கான கண்கூடான ஆதாரம் இக்கோயில். இதற்கிணையான ஓர் ஆலயத்தை ஏன் தென்னாட்டில் நம்மால் உருவாக்கமுடியவில்லை என்றும் தோன்றியது.

மாலை மூன்று மணிக்குக் கிளம்பினோம். எங்கள் அடுத்த இலக்கு தலஜா. ஜுனாகட் செல்லும் வழியில் சத்ருஞ்சயா நதியும் சரிதா நதியும் கலக்கும் முனையில் அமைந்துள்ள அதிபுராதனமான நகரம் இது. இந்நகர் நடுவே சித்தாசலம் என்ற குன்று உள்ளது. இது இரண்டாயிரமாண்டு பழைமை கொண்ட ஒரு சமணப் பல்கலைக் கழகம். மலை சேற்றுப்பாறையால் ஆனது. அந்தப்பாறைகளில் குடையப்பட்ட முப்பது குகைகள் உள்ளன. எல்லாமே அகலமான கல்விக்கூடங்களும் தங்கும் அறைகளும். சிற்பங்கள் ஏதும் இல்லை. பெரும்பாலான குகைகள் காலப்போக்கில் இடிந்து சரிந்துவிட்டன.

சமண குகைகள், தலஜா

கம்பி வேலி கட்டப்பட்ட பாதைகள் வழியாக குகைகளைச் சென்று பார்த்தோம். காலையில் அத்தனை படிகளை ஏறியமையால் மேலும் மலை ஏறுவது சிரமமாக இருக்குமென நினைத்தோம். மாறாக அப்படி மலை ஏறியதனாலேயே மேலும் ஏறுவது எளிதாக இருந்தது. கற்குகைகள் இருண்டு கிடந்தன. அங்கே இருந்த அந்த கல்விச் சாலையைக் கற்பனையில் உருவாக்கிக்கொள்ள முடிந்தது.

குகைகள் மகத மன்னரான சம்பிரதியின் காலத்தில் குடையப்பட்டவை. இந்தக் குன்றின் மேல் குமாரபால மன்னர் கட்டிய சுமதிநாதரின் ஆலயம் இருந்தது. அது இடிக்கப்பட்டது. பின்னர் இன்னொரு கோயில் பதினேழாம் நூற்றாண்டில் கட்டப்பட்டது. அருகே பார்ஸ்வநாதருக்கு இன்னொரு கோயில் உள்ளது.

இடிந்த இக்கோயில்களை இப்போது சலவைக்கல்லில் எடுத்துக்கட்டிக் கொண்டிருக்கிறார்கள். குஜராத்தின் வளர்ச்சியால் உடனடியாக நிகழ்வது இந்த ஆலயப்புதுப்பித்தல்தான் எனத் தோன்றியது. கீழே ஒரு குகையை துர்க்கை ஆலயமாக ஆக்கியிருந்தார்கள். சில பக்தர்கள் தென்பட்டனர். மலை விளிம்பில் நின்று சூரிய அஸ்தமனத்தைப் பார்த்தோம். பனியின் வெண்பட்டுத் திரை மஞ்சளாகி, செம்மையாகி இருண்டுகொண்டே இருந்தது.

முடிந்தவரை ஜூனாகட் பாதையில் செல்ல முடிவெடுத்தோம். வழியில் எங்காவது தங்கலாம் என ஒரு சின்ன ஊரில் நிறுத்தி, இங்கே ஓட்டல் உண்டா எனக் கேட்டோம். ஓட்டல் இல்லை, காந்தி ஆசிரமம் உள்ளது, அங்கே தங்கலாம் என்றார் வழிப்போக்கர். காந்தி ஆசிரமம் எளிமையான வசதிகளுடன் பெரிதாக இருந்தது. ஆச்சரியமாகக் குழாயில் வெந்நீர் வந்தது. ஆனந்தமாகக் குளித்தபின் இன்றைய குறிப்புகளை எழுத ஆரம்பித்தேன்.

- 17 -

கிர்நார்

காலையில் எழுந்து ஜுனாகட் நகருக்குள் நுழைந்தோம். ஜுனாகட் பலவகையிலும் இந்திய வரலாற்றில் பேசப்பட்ட ஊர். ஜுனாகட் சுதந்திரம் கிடைக்கும்போது நவாப் ஆட்சியில் இருந்தது. நவாப் பாகிஸ்தானுடன் சேர விரும்பினார். மக்கள் இந்தியாவுடன் சேர விரும்பினர். பட்டேலின் ராணுவநடவடிக்கை மூலம் ஜுனாகட் இந்தியாவின் பகுதியாக ஆகியது.

பலவகையிலும் ராணுவ முக்கியத்துவம் கொண்ட ஜுனாகட்டை பட்டேல் வெற்றிகரமாக இந்தியாவின் பகுதியாக ஆக்கியதை நாம் பல நூல்களில் வாசிக்கலாம், ஜுனாகட் சுவாரசியமான நகரம். நகரின் நுழைவுவாயிலே பெரும் கோட்டைவாயிலாக இருந்தது. நகரைச் சுற்றி ஒரு பெரும் கோட்டை. நகருக்குள்ளும் இடிந்த கோட்டைகள் கண்ணுக்குப்பட்டன. கோட்டைக்குள் கோட்டைகள் போலப் பெரிய கட்டடங்கள்.

ஜுனாகட்டில் அசோகச்சக்கரவர்த்தியின் முக்கியமான சாசனம் ஒன்று அகழ்ந்தெடுக்கப்பட்டுள்ளது. ஆனால் எங்களுக்கு நேரமில்லை. எங்கள் பயணம் சமணப்பாதை. ஆகவே கிர்நார் செல்வதற்கு முடிவெடுத்தோம்.

ஜுனாகட்டில் இருந்து ஏழு கி.மீ.தூரத்தில் உள்ள கிர்நார், சமணர்களின் முக்கியமான புனிதத்தலம். குஜராத்தின் மிக உயரமான மலை இதுவே. 3470 அடி உயரமுள்ளது. இங்குள்ள கோயில்களைக் கட்டிய ருத்ரதாமனின் கல்வெட்டில் கிரிநகர் என்று கிர்நார் குறிப்பிடப் பட்டுள்ளது.

அதற்கும் முன்புள்ள புராணங்களில் உஜ்ஜயந்தா என்று கிர்நார் சொல்லப்பட்டது. வைஜெயந்தா என்றும் அழைக்கப்பட்டது. சில கல்வெட்டுகளில் இது உர்ஜயத் என்று சொல்லப்பட்டுள்ளது.

மகாபாரதத்தில் இது ரைவத மலை என்று குறிப்பிடப்பட்டுள்ளது. ரைவதர் என்னும் மன்னர் இங்கு இருந்தார். அவர் 'காலையிலும் மாலையிலும் கும்பிடத்தக்க சாத்வீகர்' என்று மகாபாரதம் சொல்கிறது. கிர்நார் இந்துக்களுக்கும் பௌத்தர்களுக்கும் கூட புனிதநகரம்தான். கிர்நார மகாத்மியா என்ற காவியத்தில் கிர்நார் வஸ்த்ரபாதா என்று சிறப்பிக்கப்படுகிறது.

சமணர்களுக்கு இந்தியாவிலேயே மிகப்புனிதமான ஐந்து நகரங்களில் ஒன்று இது. இருபத்திரண்டாவது தீர்த்தங்கரரான நேமிநாதரின் தீக்ஷை, கேவலஞானம், நிர்வாணம் ஆகிய மூன்று கல்யாணங்கள் (மங்கல நிகழ்வுகள்) இங்கேதான் நிகழ்ந்தன. இங்கே பல்லாயிரம் சமண முனிவர்கள் கேவலஞானம் அடைந்தனர் என்கிறார்கள்.

நேமிநாதர் கோயிலுக்குச் செல்லும் வழி

நேமிநாதர் கிருஷ்ணனின் ஒன்றுவிட்ட அண்ணன். விருஷ்ணி குலத்தில் பிறந்தவர். அவர் தன் திருமணத்தில் ஆடுகள் கொல்லப்பட்டதைக் கண்டு மனம் உடைந்து அருகநெறி சேர்ந்தார் என்பது சமணர்களின் கதை.

கிர்நார் சந்திரகுப்த மௌரியர் காலத்திலேயே உருவாக்கப்பட்ட மலைநகரம். கிர்நார் மலை, ஆறு முகடுகள் கொண்டது. உயரமான சிகரம் கோரகநாதா என்று சொல்லப்படுகிறது.

மலைமேல் ஏறிச்செல்ல இரண்டாயிரம் படிகள்

இருக்கின்றன என்று சமண இணையதளம் ஒன்று சொன்னதை நம்பி உற்சாகமாகக் காலை பத்து மணிக்கு ஏற ஆரம்பித்தோம். ஆயிரத்தைந்/நூறு படிகள் ஏறியதும் ஒரு விஷயம் தெரியவந்தது. எட்டாயிரம் படிகள்!

நாங்கள் ஏறவேண்டிய மலைச்சிகரம் காலை ஒளியில் சுடர்விட்டபடி மேகங்கள் மேல் ஒரு விண்ரதம் போல நின்றுகொண்டிருந்தது. மனம் தளராமல் ஏற ஆரம்பித்தோம். 'நாமள்ளாம் பலிதானாவையே ஏறினவங்க சார்' என்றார் கிருஷ்ணன். இரண்டாயிரம் படிகள் தாண்டிய பின்னரும் மலைச்சிகரத்தில் கோயில் அப்படியே நின்றது.

மொத்தம் எத்தனை படிகள் எனத் திரும்பிவந்துகொண்டிருந்த ஒருவரிடம் கேட்டோம். ஐந்தாயிரம் படிகள் ஏறினால் சமண ஆலயங்கள் வந்துவிடும் என்றார். இந்த மலையுடன் ஒப்பிடுகையில் பலிதானா ஒரு குன்று. துணிந்து ஏறிக்கொண்டே இருந்தோம். கல்படிகள். மிகச்செங்குத்தானவை. மனிதர்கள் ஏறி ஏறி வழவழவென இருந்தன. படிகளில் ஐந்து கிலோமீட்டர் தூரம் ஏறிச்சென்றால் முதல் மலைமுகடை அடையலாம்.

அங்கே மலை நாற்புறமும் செங்குத்தான சிகரமாக முடிவடைகிறது. அந்த சிகர நுனியில் ஐந்து சமண ஆலயங்கள் உள்ளன. நேமிநாதரின் ஆலயம் இருக்கும் இடம் இதுவே. இத்தனை மலை உச்சியில் இப்படி ஒரு கோயில் தொகுதியை எதிர்பார்க்கவே முடியாது.

கோயில்களால் ஆன ஒரு குட்டி நகரம் இது. பெரிய கோயில்கள் பதின்மூன்று. சின்னஞ்சிறு கோயில்கள் இருபதுக்கும் மேல். பலிதானாவின் கோயில்கள் புதியதாகக் கட்டப்பட்டவை, சலவைக் கல்லால் ஆனவை. இக்கோயில்கள் ஏழாம் நூற்றாண்டைச் சேர்ந்தவை, சிவந்த கல்லாலும் மணல்கல்லாலும் கட்டப்பட்டவை. ஒரு கோயிலில் இருந்து எதிர்பார்க்கமுடியாத வழிகள் வழியாக அடுத்த கோயிலுக்குச் சென்றுகொண்டே இருந்தன. ஒரு துளசிமணிமாலை சுருண்டு கிடப்பது போல பிரமை எழுந்தது. ஒவ்வொரு கோயிலும் ஒரு செம்மணி.

முதல் கோயில் நேமிநாதருக்குரியது. 190 அடி உயரமானது. சிவந்த கல்லில் செதுக்கப்பட்ட சிற்பங்களில் இருகைகளிலும் சக்கரங்களுடன் சமண தேவர்கள். நடனமிடும் தேவ கன்னிகைகள், யட்சிகள். இசைக்கும் யட்சர்கள். கோயில் வளாகத்துக்குள் அந்நேரம் நாங்கள் மட்டுமே இருந்தோம். அமைதியில் குளிர்ந்த வெயிலில் அந்தக் கோயில் அந்தரங்கமாக எங்களுடன் பேசிக்கொண்டிருப்பது போலிருந்தது.

ஏழாம் நூற்றாண்டைச் சேர்ந்த சமண கோவில்கள், கிர்னார் மலை

ஒரு மகத்தான நூலின் பக்கங்களைப் புரட்டுவது போல ஒரு கோயிலில் இருந்து இன்னொன்றுக்குச் சென்றுகொண்டே இருந்தோம். இக்கோயில்கள் எல்லாமே வட இந்தியக் கோயில்பாணியில் பலநூறு சிறு சிகரங்களால் ஆனவையாக இருந்தன. ஆயிரத்து எட்டு சிறிய சிகரங்கள் வரிசையாக அமைந்த முகப்பு மண்டபம். உள்ளே சென்றால் ஒற்றைக்கல்லால் ஆன பெரிய மண்டப மலர்க்கவிகை மாடம். ஆலய வாசல்களில் நுண்ணிய சிற்பங்கள். இப்போதெல்லாம் சிற்பங்களைப் பார்ப்பதெப்படி எனக் கற்றுக்கொண்டோம். பருவடிவம் கொண்டு நம்மைச்சூழ நிறைந்து நிற்கும் அந்தக் கனவுவெளிக்கு நம்மை முழுமையாக ஒப்புக்கொடுப்பதுதான் அந்த வழி.

அங்கிருந்து பார்க்க அடுத்த சிகரம் கண்ணுக்குப் பட்டது. மலைச்சிகர நுனியில் வான்வழிசென்ற விண்ணவர் எவரோ கைமறதியாக விட்டுச்சென்ற ஒரு விளையாட்டுப்பொம்மை போல நின்றது. இந்த மலையில் உள்ள ஆறு சிகரங்களுக்கும் செல்ல தொடர்ச்சியான படிக்கட்டுகள் உள்ளன. மொத்தம் 9999 படிக்கட்டுகள் உள்ளன என்பது ஐதீகம். ஆனால் 8000 படிகள்தான் உள்ளன என்று சொல்கிறார்கள்.

துணிந்து மேலே ஏற ஆரம்பித்தோம். ஆறாயிரத்து நானூறு படிகள். தொடைகள் கடுத்துத் தசைகள் தானாகவே துடித்துக்கொண்டன. நுரையீரலில் படிந்த எல்லா அழுக்கும் மூச்சாக சீறி வெளியேறியது.

சிகரத்துக்குச் செல்லும் வழியில் பரதரி குகா, மாலி பரபாப் ராமச்சந்திர கோயில், கதிபாஷன் போன்று பல சிறு கோயில்கள் உள்ளன. சிவன், காலபைரவன், காளி கோயில்கள். மலை ஏறும் பெரும்பாலானவர்கள்

நேமிநாதர் கோவில், கிர்னார் மலை

இந்துக்கள். செல்லும் வழி முழுக்க சிறு கடைகள் இருந்தன. தண்ணீர், தின்பண்டங்கள் கிடைக்கும். நெல்லிக்காய் கிடைத்தது. உப்புநீரில் ஊறப்போட்டு வைத்திருந்தனர். நெல்லிக்காயும் குளிர்நீரும் இனிய வழித்துணையாக அமைந்தன.

செல்லும் வழியில் பல இடங்களில் ரகுபதி ராகவ ராஜாராம், வைஷ்ணவ ஜனதோ போன்ற பாடல்கள் ஒலித்தன. ஓர் ஒலி ஒளிக் காட்சியை நின்று பார்த்தேன். அது நர்சிங் மேத்தா பற்றியது. அவர் கிர்நாரில் பல வருடம் இருந்திருக்கிறார். கிர்நார் அவரது வாழ்க்கையுடன் பின்னிப்பிணைந்த ஊர்.

நர்சிங் மேத்தா குஜராத்தி மொழியின் முக்கியமான கவிஞர். நர்ஸி பகத் என்றும் அழைக்கப்படுகிறார். குஜராத்தின் பக்தி இயக்கத்தை உருவாக்கியவர்களில் ஒருவர். குஜராத்தி மொழி அவரது கவிதைகள் வழியாகவே தனித்துவம் கொண்டது. ஆகவே அவர் ஆதிகவி என்று அழைக்கப்படுகிறார். அவரது வைஷ்ணவ ஜனதோ என்ற பாடல் காந்திக்கு மிகவும் பிடித்தமானது.

தலஜாவில் 1414ல் ஒரு பிராமணக்குடும்பத்தில் பிறந்த நர்சிங் மேத்தா பின்னர் இன்று ஜுனாகட் என்று அழைக்கப்படும் ஜினதுர்க் நகருக்குச் சென்றார். அவர் எட்டுவயது வரை பேசமுடியாதவராக இருந்தார்

என்றும் கண்ணனின் அருள்பெற்றுப் பேசவும் பாடவும் ஆரம்பித்தார் என்றும் சொல்லப்படுகிறது. 1429ல் நர்சிங் மேத்தா மேனகாபாயை மணந்தார்.

இல்லறத்தில் சலித்து காட்டுக்குச்சென்று தங்கிய நர்சிங் மேத்தா அங்கே சிவலிங்கமொன்றைக் கண்டடைந்து பூஜைசெய்தார் என்றும், சிவன் தோன்றி அவரை பிருந்தாவனத்துக்குக் கொண்டுசென்று கண்ணனின் ராசலீலாவைக் காணும்படிசெய்தார் என்றும் சொல்கிறார்கள். அவர் பிருந்தாவனத்திலேயே தங்கி, கிட்டதட்ட இருபதாயிரம் பக்திப்பாடல்களை எழுதினார்.

அதன்பின் நர்சிங் மேத்தா தன் ஊருக்கு வந்தார். ஜுனாகட்டில் வறுமை நிறைந்த வாழ்க்கையை வாழ ஆரம்பித்தார். குன்வாபாய் என்ற மகளும் சியாமள்தாஸ் என்ற மகனும் பிறந்தார்கள். நர்சிங் மேத்தா அன்றைய சாதியமைப்புக்கு எதிரானவராக இருந்தார். பெண்களுடன் ராஸ நடனமாடுவதும் வழக்கம். ஆகவே அவர் ஜுனாகட்டின் வைதிகர் களால் வெறுக்கப்பட்டார். ஆனால் அவரது இசைப்பாடல்கள் எளிய மக்களிடையே பிரபலமடைந்தன. அவை நாடோடிப் பாடகர்களால் பாடப்பட்டு குஜராத் முழுக்க பரவின. நர்சிங் மேத்தா 1481 வாக்கில் இறந்திருக்கலாமென்று சொல்லப்படுகிறது.

உச்சிமலைக்குச் சென்று சேர்ந்தோம். அங்கிருந்து பார்க்க சுற்றிலும் இருந்த பிரமாண்டமான சமவெளி பச்சைக்கடலாகத் தெரிந்தது. அதன் மேல் வெள்ளிமழை போல வெயில் பொழிந்துகொண்டிருந்தது. தூரத்தில் இரு மலைகள் மண்மேடுகள் போலத் தெரிந்தன. நடுவே சிறிய அணை, கைக்குட்டையைப் போட்டு வைத்தது போல. அதன் பின்னால் ஒரு நீர்த்தேக்கம், ஒரு நீலப்புடவைத்துண்டு போல. கொளுத்தும் மதிய வெயிலிலும் நடுக்கும் குளிர்.

கீழே நேமிநாதர் ஆலயமும் சுற்றியிருந்த கோயில்களும் மேகங்களின் கடலலைகளில் மிதக்கும் கப்பல் தொகுதிகள், படகுக்கூட்டங்கள் போலத் தெரிந்தன. வானில் ஒரு தெய்வீக நகரம். மெய்மறக்கச் செய்யும் காட்சி.

மலையுச்சிக்கோயில்கள் சிறியவை. சிவன், காலபைரவன், காளி, துர்க்கை போன்ற தெய்வங்களுக்காக சாமியார்கள் அவர்களே கட்டிக் கொண்டவை போலத் தோன்றின. பலவகையான சாமியார்கள் அங்கே குகைகளைத் திருத்திச் செய்த சிறு குடியிருப்புகளில் நிரந்தரமாக வசிக்கிறார்கள். பலர் நல்ல சௌகரியமாகவே வீடுகளைக் கட்டி வைத்திருந்தார்கள். சாய்வுநாற்காலிகள், எரிவாயு அடுப்புகள் கண்ணுக்குப்பட்டன.

கிர்னார் மலையின் உயர்ந்த குன்றின் மேல் தத்தாத்ரேயர் கோவில்

உச்சிமலையில் நின்றபோது அடுத்த மலை கண்ணுக்குப்பட்டது. மேலும் ஆயிரம் படிகள். ஆனால் மிக அற்புதமான ஒரு இடம் அது. இந்த மலைச்சிகரத்தில் இருந்து ஒரு பெரிய அந்தரப்பாலம் போல மலைஉச்சியால் ஆன நீட்சி அந்தச் சிகரம் நோக்கிச் சென்றது. பத்தடி அகலமான ஒரு கருங்கல்படிப் பாதை.

அது தொங்குபாலம் போலவே மேலேறி அந்தச் சிகரத்தை அடைந்தது. ஏணியில் ஏறுவது போல செங்குத்தாக ஏற வேண்டும். மேலே ஒரு சிறிய காளி கோயில். அங்கிருந்து பார்த்தபோது அடுத்த சிகரம் தெரிந்தது. ஏறலாம் எனத் துணிந்தவர் கடலூர் சீனு மட்டுமே. மற்றவர்கள் மௌனமாகத் தலை குனிந்து இருந்தார்கள்.

அந்த மலைச்சிகர உச்சியில் இருந்து நான் கண்டது என் வாழ்க்கையில் கண்ட மிக அழகிய இயற்கைக்காட்சிகளில் ஒன்று. ஒளி பரவிய பெருங்காடு, மலைத்தொடர்கள் நடுவே பச்சை ஏரி போல நிறைந்து கிடந்தது. ராஜாளிப்பருந்துகள் எங்களுக்கு வெகு ஆழத்தில் வட்ட மிட்டன, அவற்றின் முதுகை நாங்கள் பார்த்தோம். கீழே ஒரே வீச்சில் கிர்நார் ஊரையும் ஜுனாகட் நகரையும் பத்துப்பதினைந்து கிராமங் களையும் காணமுடிந்தது.

பின்னர் மலை இறங்க ஆரம்பித்தோம். மேலே ஏறிவர ஐந்தரை மணிநேரம். கீழே இரண்டு மணிநேரத்தில் இறங்கி வந்தோம். வந்து சேர்ந்ததும் ஏற்பட்ட நிறைவுணர்ச்சி, நம் எல்லைகளை நாம் மீறும் போது அடையப்பெறுவது. ஒரு வகையில் நம்மை அறிதல்.

- 18 -

டோலாவீரா

கிர்நாரில் இருந்து கட்ச் பகுதியில் இருக்கும் டோலாவீராவுக்குச் செல்வதென்பது எங்களின் திட்டம். ஆனால் கட்ச் பகுதியில் பார்த்தாக வேண்டிய இடமாக டோலாவீரா மட்டுமே இருந்தது. அதற்காக அவ்வளவு தொலைவு செல்லத்தான் வேண்டுமா என்ற எண்ணம் ஏற்பட்டது. மேலும் அது சமண மதத்துடன் நேரடியாக சம்பந்தப்பட்ட இடமும் அல்ல. எங்கள் பயணம் சமணப்பயணம், பல முக்கியமான ஊர்களைத் தவிர்த்துவிட்டுத்தான் வந்திருக்கிறோம்.

ஆனால் முத்துக்கிருஷ்ணன் அந்த நிலப்பகுதியைப் பார்ப்போமே, விட்டுவிடவேண்டாமே என்றார். எனக்கும் அது சரி என்று பட்டது. இந்தியாவிலேயே கட்ச் பகுதி மிகுந்த தனித்தன்மை கொண்ட நில அமைப்புள்ளது. அத்துடன் சமணத்திற்கும் அது உருவான குஜராத், ராஜஸ்தான் நிலப்பகுதியின் தொன்மைக்கும் நெருக்கமான உறவுண்டு. அவர்களின் முதல் தீர்த்தங்கரர் ரிஷபதேவர். சிந்துசமவெளி முத்திரைகளில் உள்ள ரிஷபமே அவருடைய சின்னம்தான் என சமணர் எண்ணுகிறார்கள்.

அதிகாலையிலேயே கிளம்பிவிட்டோம். நல்ல குளிர் இருந்தது. முந்தையநாள் ஏறிய ஆறாயிரம் படியின் உண்மையான கனம் என்ன என்று மூட்டுகளும் தசைகளும் அறிவித்தன. மலை ஏறியமையால் கால் வலிப்பது நியாயம், பின்பக்கம் எல்லாம் ஏன் வலிக்கிறதென உடற் கூற்றியலைக் கொண்டு விளக்க முடியவில்லை. ஆனால் இனிய வலி அது. உடல் இத்தனை பயணத்தை ஏற்று ஈடுகொடுக்கிறதென்பதே நல்ல விஷயம்தான்.

டோலாவீரா செல்ல நான்குமணி நேரம் பயணம் செய்ய வேண்டும். களைப்பில் நான் பகல் முழுக்க தூங்கிக்கொண்டே இருந்தேன். கட்ச்

டோலாவீரா செல்லும் வழியில் ஒட்டகக்கூட்டமும் அதை மேய்ப்பவர்களும்

பகுதிக்குள் நுழைந்தபோது சட்டென்று நிலம் மாறுபடுவது தெரிந்தது. அரைப்பாலைவனம் போல கண்ணுக்கெட்டிய தொலைவுவரை சமநிலம், புதர்க்குவியல்கள் ஆங்காங்கே. மண்ணில் அலையாக புழுதி கிளம்பிக்கொண்டே இருந்தது. மண் தீப்பற்றி எரிவதுபோல.

சட்டென்று ஒரு ஒட்டகக்கூட்டத்தைக் கண்டோம். முப்பது நாற்பது ஒட்டகங்கள் இருக்கும். நாலைந்து குட்டிகள். அவை எல்லாமே அந்தப் புதர்க்கூட்டங்களின் இலைகளை மேய்ந்துகொண்டிருந்தன. ஒரு முப்பது வயதுக்காரரும் அவரது மகன் பன்னிரண்டு வயதான பையனும் அவற்றை மேய்த்தார்கள். ஒட்டகக்கூட்டம் அருகே அமர்ந்து படமெடுத்துக்கொள்ள நண்பர்கள் முண்டியடித்தனர். உதைக்குமா கடிக்குமா என்ற பயம் இருந்தது. ஆனால் முகத்தைப் பார்த்தால் ஒட்டகம் சாந்த சொரூபி என்றும் பட்டது. ஒட்டகம் மேய்க்கும் பையன் சாமர்த்தியசாலி. புகைப்படம் எடுத்த காமிராவை அன்பளிப்பாகக் கேட்டான். இல்லையென்றால் பணம் கொடுங்கள் என அன்பாகக் கேட்டு ஐம்பது ரூபாய் வாங்கிக்கொண்டான். அதில் கொஞ்சம் அதிருப்திதான். நிறைய சுற்றுலாப்பயணிகளைப் பார்த்திருப்பான் போல.

மேலே செல்லச்செல்ல அந்நிலப்பகுதி ஒரு புதிய தேசத்துக்கே வந்து விட்டது போன்ற பிரமையை அளித்தது. கிருஷ்ணன்-ராதை சிற்பங்களில் ராதை அணிந்திருப்பதுபோல உடையணிந்த பெண்கள். அழுத்தமான நிறங்களில் பாவாடைகள். தலையில் சுற்றிவரும் மேலாடை, பளபளக்கும் ஜாக்கெட், கைநிறைய சங்குவளைகள். ஆண்கள் வண்ணத்தலைப்பாகை சுற்றி பளிச்சிடும் வண்ணங்களில் சட்டை வேட்டி அணிந்து சரித்திரப்படங்களில் வரும் கதாபாத்திரங்கள் போல இருந்தனர்.

வழியில் முதல் ஆச்சரியத்தைக் கண்டோம். பல கிலோமீட்டர் தூரத்துக்குக் கடல் வற்றிப்போய் உப்பு வெளியாகக் கிடந்தது. ஆர்க்டிக் பனிப்படலம் என்று சொன்னால் நம்புவார்கள். கண்கூசும் வெண்மை. கண்ணுக்கெட்டிய தூரம் வரை உப்பு. ஒரு காலத்தில் இந்த உப்பைச்

டோலாவீரா செல்லும் பாதையில் வற்றிப்போன கடல் நடுவே பாதையும் அதன் இரு பக்கமும் உறைந்த கிடந்த உப்பு வெளியும்

சுரண்டி விற்பதே குஜராத்தின் மைய வணிகமாக இருந்தது. இன்று அந்த வணிகம் அவ்வளவு தீவிரமாக இல்லை போலிருக்கிறது.

உப்புப்படலம் மீது இறங்கிக் கொஞ்சதூரம் நடந்தோம். வெள்ளிப்பாளம் மீது நடப்பது போலிருந்தது. கீழே தரையில்லை, ஒளிவிடும் முகில் அது எனத் தோன்றியது. பொருபொருவென காலில் உப்பு மிதிபட்டது. ஆனால் உப்பை மிதிப்பது ஒரு குற்றவுணர்ச்சியையும் அளித்தது. என்னதான் இருந்தாலும் உப்பு ஓர் உணவுப்பொருள்.

மதியம் ஒரு மணிக்கு டோலாவீரா சென்று சேர்ந்தோம். அந்த உப்புக் கடல் நடுவே செல்லும் நீளமான சாலைதான் ஒரே வழி. உண்மையில் டோலாவீரா ஒரு தீவு. ஆழமற்ற கடல் வழியாக உருவாக்கப்பட்ட சாலை நாங்கள் சென்றது. அது கூகிள் வான்வழிப் படங்களில் பிரமாண்டமான ஒரு பாலம் போலத் தெரியும். இருபக்கமும் மந்திரத்தால் கடல் உறைந்த பாற்கடலாக ஆகிவிட்டது போல!

டோலாவீரா லோதல் போலவே முக்கியமான ஒரு புதைநகரம். கிட்டதட்ட நான்காயிரம் வருடத் தொன்மை கொண்டது. உள்ளூர்க் காரர்கள் இதைக் கொட்டாடா டிம்பா என்கிறார்கள். கட்ச் பாலைவன வனப்பாதுகாப்பகத்துக்குள் அடங்கியது இப்பகுதி. கி.மு.2650 முதல் 2100 வரை இது செயலூக்கத்துடன் இருந்திருக்கலாமென்றும் கைவிடப் பட்டு சில நூற்றாண்டுகள் கழித்து கி.மு. 2100ல் மீண்டும் புழக்கத்துக்கு வந்திருக்கலாம் என்றும் ஊகிக்கிறார்கள். கி.மு. 1450 வாக்கில் இது மீண்டும் கைவிடப்பட்டது.

டோலாவீரா 1967ல் ஆய்வாளர் ஜெ.பி.ஜோஷியால் கண்டுபிடிக்கப் பட்டது. ஆனால் 1990க்குப்பின்னர் தான் முறையான அகழ்வாய்வு இங்கே ஆரம்பித்தது. இன்று வரை தொடர்ச்சியாக இங்கே

அகழ்வாய்வுகள் நிகழ்ந்துவருகின்றன. டோலாவீராவை அகழ்வாய்வு செய்த நிபுணரான ஆர்.எஸ்.பிஷ்டு டோலாவீராவின் வரலாற்றையும் பண்பாட்டையும் விரிவாக ஆராய்ச்சி செய்துள்ளார்.

டோலாவீரா மன்ஹார்-மன்ஸார் என்ற இரு நீர்வழிகளின் நடுவே உள்ள தீவாகும். முற்காலத்தில் இந்த இரு கடல் நீட்சிகளும் இல்லை. இந்நிலம் கடலால் சூழப்பட்டு மூவாயிரம் வருடங்களே ஆகியுள்ளன. முன்பு இதன் முன்பக்கம் கடல் இருந்திருக்கலாம். கடல் உள்ளே வந்து இதைச்சூழ்ந்திருக்கலாம். டோலாவீரா சிந்துசமவெளி நாகரிகம் பற்றி சொல்லப்பட்டுவந்த பெரும்பாலான ஐரோப்பிய ஊகங்களுக்கு முடிவுகட்டியது. ஒன்று இந்நகரத்துடன் தொடர்புள்ள பல சமகால நகரங்கள் பஞ்சாபிலும் ஹரியானாவிலும் குஜராத்திலும் கண்டு பிடிக்கப்பட்டன. ஆகவே சிந்துசமவெளி நாகரிகம் என்ற ஒன்று உண்மையில் இல்லை என நிறுவப்பட்டது. சிந்து வெளிநாகரிகம் என்று அதுவரை சொல்லப்பட்டுவந்தது கிட்டதட்ட வட இந்தியா முழுக்கப் பரவியிருந்த ஒரு பெரும்பண்பாடுதான்.

இந்தப் புதைநகரங்கள் அமைந்திருக்கும் விதம் காஷ்மீர் முதல் கட்ச் கடல் வரை நீளும் ஒரு கீழ்நோக்கிய கோடு போல உள்ளது. ஆகவே ஒரு நதியின் படுகையில் இவை அமைந்திருக்கலாம், அந்நதி ஒருவேளை மறைந்த சரஸ்வதியாக இருக்கலாம். சிந்து சரஸ்வதி நாகரிகம் என்னும் கருத்தாக்கம் வலுப்பெற்றுவருகிறது.

டோலாவீராவில் கிடைத்துள்ள பல பொருட்களுக்கு சுமேரிய நாகரிகத்துடன் நெருக்கமான ஒற்றுமை உள்ளது. ஆகவே அவர்கள் இவர்களுடன் வணிகம் செய்திருக்கக்கூடும். லோதல் காளிஃபங்கன் டோலாவீரா ஆகியவை சுமேரிய நாகரிகத்துடன் உரையாடலில் இருந்தவை.

சென்ற ஐம்பதாண்டுக்காலத்தில் ஆசியாமைனர், வட ஆப்ரிக்கா, அரேபியா முதல் இந்தியாவில் பீகார் வரை பரவியிருந்த பல ஆயிரம் புதைநகரங்கள் கண்டெடுக்கப்பட்டுள்ளன. இவற்றைப் புதை நகரங்களின் பால்வீதி என்று சொல்லலாம். ஒரு மேகப்படலம் போல இந்த நிலம் முழுக்கப் பரவியிருக்கிறது. இந்த நாகரிகப்படலத்தின் தொல்பொருட்கள் கிடைத்தபடியே உள்ளன. எல்லாம் ஒன்றுடன் ஒன்று தொடர்புள்ளவை.

ஐந்தாயிரம் வருடம் முன்னரே ஏதோ சில சூழியல் மாற்றங்களால் அழிந்து மறைந்த ஒரு நாகரிகவெளி இது. இது உண்மையில் என்ன, இதன் மொழி என்ன, பண்பாடு என்ன, இன்றைய பண்பாடுகளுக்கும் இதற்குமான உறவென்ன எல்லாமே மர்மங்கள்தான். இந்த

மர்மத்தையே இன்று உலகமெங்கும் தொல்லியல் நிபுணர்கள் ஆய்வு செய்து வருகிறார்கள். ஆரிய திராவிட இனவாதம் போன்ற எளிமை யான கொள்கைகளால் இதை விளக்கிவிடமுடியாது என்பது இன்று தெளிவாகியிருக்கிறது.

இந்த விஷயம் இந்தியக் கல்வி-அரசியல் தளங்களில் வேரோடி உள்ள ஆரியப் படையெடுப்புக் கோட்பாட்டுக்கு எதிரானது. ஆகவே இந்த ஆய்வுமுடிவுகள் இன்றுவரை நம் கல்வித்திட்டங்களுக்குள் வரவிடாமல் அரசியல் சக்திகளால் தடுக்கப்பட்டுள்ளன. ஆனால் இந்தியாவின் முற்போக்காளர்களும் சில ஐரோப்பியர்களும் அதை ஏற்காமல் முன்முடிவுகளுடன் மறுத்து வாதிட்டு வருகிறார்கள். எந்த விதமான ஆதாரங்களும் இல்லாது ஆரிய திராவிட ஊகத்தை வரலாறென ஏற்றுக்கொண்டவர்கள்.

டோலாவீரா, லோதலை விடப் பழைமையான நகரம் என்று சொல்லப் படுகிறது. டோலாவீரா நீள்சதுர வடிவமுள்ள நகரம். கிட்டதட்ட 100 ஹெக்டேர் பரப்புள்ளது. ஹரப்பா, மொகஞ்சதாரோ நகரங்களைப் போலவே இதுவும் திட்டமிட்டு உருவாக்கப்பட்ட நகரமாகும். லோதல் போலவே சுற்றிலும், நடுவே கோட்டை, ஆட்சியாளர்கள் வாழும் மையநகரம், சூழ கடைமட்டத்தினரின் கீழ்நகரம் என மூன்று கட்டங்கள் கொண்டதுதான் இதுவும். வலுவான அதிகார அமைப்பும் காவல் அமைப்பும் கொண்டது இந்நகரம் என்று தெரிகிறது. ஒரு தொல்நகரம் இத்தகைய பேரமைப்புடன் இருப்பது பிரமிப்பூட்டியது. புதைநகரம் என்று சொல்லும்போது சில செங்கல் இடிபாடுகள் என பிரமை எழலாம். உண்மையில் டோலாவீரா ஒரு மிகப்பெரிய நகரம். பல ஏக்கர் தூரத்துக்கு விரிந்து கிடக்கும் கட்டடங்கள், தெருக்கள், மாபெரும் சதுக்கம். ஆசியாவின் புதைநகரங்களிலேயே மிகப்பெரிய சதுக்கம் டோலாவீராவில் இருந்ததுதான் என்கிறார்கள்.

ஹரப்பா காலத்துப் பிறநகரங்களுக்கும் டோலாவீராவுக்கும் இடையே உள்ள முக்கியமான வேறுபாடு என்பது டோலாவீரா கற்களால் கட்டப்பட்ட கட்டடங்கள் கொண்டது என்பதுதான். பிறநகரங்கள் எல்லாமே சுடுமண்ணால் ஆனவை. முதல் பார்வையிலேயே நம்மை வியக்கச்செய்வது இந்த விஷயம்தான். இரும்பு இல்லாத கால கட்டத்தில் இத்தனை கற்களை எப்படி வெட்டி அடுக்கி இதைக் கட்டினார்கள் என்பது.

மையத்தில் உள்ள அரண்மனைக்கோட்டை பெரும்பாலும் மீட்டெடுக்கப்பட்டுள்ளது. கம்பீரமான நகர்வாயில். உயர்ந்த கோட்டைச்சுவர். நுழைவாயிலில் கற்களை வெட்டி ஒன்றுடன் ஒன்று பொருத்தி உருவாக்கப்பட்ட தூண்களின் எச்சங்களும் கற்பலகைகளும்

டோலாவீரா தொல்லியல் நகரம்

உள்ளன. டோலாவீராவின் இன்னொரு முக்கியமான சிறப்பு என்னவென்றால் மிகவிரிவான நீர்சேமிப்பு மற்றும் வினியோக அமைப்பு இங்கே இருந்தது என்பதுதான். முழுக்கமுழுக்கக் கல்லால் செதுக்கப் பட்ட ஓடைகள் வழியாக நீர் வினியோகிக்கப்பட்டிருக்கிறது. மழை நீரைச் சேமித்து வினியோகிக்க இந்த அமைப்பைப் பயன்படுத்தி யிருக்கிறார்கள். கிட்டதட்ட 16 வெவ்வேறு வகையான நீர் சேமிப்பு அமைப்புகள் இங்கே உள்ளன.

நகரின் முகப்பில் பிரமாண்டமான நீர்ச்சேகரிப்புக்குளம் உள்ளது. பாறையில் வெட்டப்பட்டு மேலே கல் கட்டி எழுப்பப்பட்ட குளம். அதில் இருந்து நகருக்குள் உள்ள எல்லாக் குளங்களும் புதை குழாய்கள் வழியாக இணைக்கப்பட்டுள்ளன. நகர் முழுக்கக் குளியல் அறைகள், கழிவுநீர்க் கால்வாயால் இணைக்கப்பட்டிருக்கின்றன. அக்கால் வாய்கள் ஒரு இடத்தில் சேர்ந்து அந்த நீர் தாவரங்களுக்குப் பயன் படுத்தப்பட்டுள்ளது.

டோலாவீரா காலத்தில் மேலும் ஆயிரம் வருடம் நீடித்தமைக்குக் காரணம் இந்த நீர்ச்சேகரிப்பு அமைப்புதான். ஆனால் காலப்போக்கில்

இப்பகுதி கட்ச் கடல் உள்ளே வந்து துண்டிக்கப்பட்டதாக ஆகியது. மழைபொய்த்துப் பாலைநிலமாக ஆகியது. நகரம் மெல்லமெல்லக் கைவிடப்பட்டது. நகர் நடுவே வட்டவடிவமான ஒரு அமைப்பு உள்ளது. அதில் எலும்புகள் ஏதும் கிடைக்கவில்லை. ஆகவே ஏதேனும் மதச்சடங்குக்கான அமைப்பாக அது இருந்திருக்கலாம். இங்கே மணல்பாறையால் ஆன ஒரு ஆண் சிலை பெரிய ஆண்குறியுடன் உள்ளது. இது வளச்சடங்குகளுக்காக வழிபடப்பட்ட சிலையாக இருக்கலாம்.

இங்கே கிடைத்துள்ள பெரிய முதுமக்கள்தாழிகளில் ஒன்றில் மட்டுமே எலும்புகள் இருந்தன. டோலாவீராவில் பலவகையான யாக குண்டங்கள் போன்ற அமைப்புகள் உள்ளன. இங்கே வேள்விச் சடங்குகள் செய்யப்பட்டன என்று சொல்லும் ஆய்வாளர்கள் உள்ளனர். நகர் நடுவே உள்ள சதுக்கத்தில் இரு கல்தூண்கள் உள்ளன. அவை ஆண்குறிபோன்ற அமைப்புடன் உள்ளன. அவை என்ன என்பது மர்மம்தான். வேதங்களில் சொல்லப்படும் ஸ்தம்ப வழிபாட்டுக்கான தூண்கள் அவை என்கிறார்கள். சிவலிங்கத்தின் முதல் வடிவம் என்கிறார்கள். டோலாவீராவின் முத்திரைகள், எழுத்துக்கள், சிலைகள், அடையாளங்கள் எல்லாமே மொகஞ்சதாரோ பண்பாட்டைச் சேர்ந்தவை. இந்நாகரிகத்தின் மக்கள் பேசிய மொழி அறியப்பட வில்லை. கிட்டதட்ட 400 அடிப்படைக் குறிகள் பிரித்தறியப் பட்டுள்ளன. அவை எழுத்துக்களாக இருக்கலாம். பெரும்பாலான எழுத்துக்கள் மண்ணாலான முத்திரைகளில் உள்ளன. அவை சரக்கு களை அடையாளப்படுத்தப் பயன்படுத்தப்பட்டிருக்கலாம். செம்புக் கருவிகளும் பல்வேறு வீட்டு உபயோகப்பொருட்களும் கிடைத்துள்ளன.

டோலாவீராவைப் பார்த்துவிட்டுக் கிளம்பினோம். மணி மூன்று. ஏழுமணிக்கு படானை சென்றடையலாம் எனத் திட்டம். கூகிள் காட்டிய வழியே சென்றோம். குறுக்குவழி, ஆனால் சரியான கிராமத்துப்பாதை. ஒரு கட்டத்தில் ஆளரவமில்லாத காட்டுக்குள் கொண்டு விட்டுவிட்டது. பொட்டல் பாலை நிலம். அங்குள்ளவர் களுக்குத் தெரிந்த மொழி கட்ச் மொழி மட்டுமே.

தட்டுத்தடுமாறி ஒரு கிராமத்திற்குள் சென்றோம். பெரும் தலைப்பாகை கட்டிய ஆசாமி தன் உடலாலும் கைகளாலும் மொழியாலும் முயற்சி செய்து எங்களுக்கு வழி காட்டினார். அதைத் தவறவிட்டோம். நேராக ஒரு வெந்தய வயலுக்குள் சென்று சேர்ந்தோம். அங்கே ஒரு பெண் நீர் பாய்ச்சிக்கொண்டிருந்தாள். அவளிடம் வழி கேட்க முத்துக்கிருஷ்ணன் சென்றார். அவள் அவரைப்

பார்த்ததும் அஞ்சி கூச்சலிட்டுவிட்டு தப்பி ஓடிவிட்டாள். அவர் கொஞ்சதூரம் துரத்திச்சென்றார், அவள் ஓடியே போய்விட்டாள். வேறு வழி இல்லை, வந்தவழியே திரும்பினோம்.

புழுதி பறக்க மண்சாலையில் நாலைந்து கி.மீ. வந்தோம். வழியில் எல்லைக்காவல்படையின் ஒரு முகாம் தென்பட்டது. முகாம் என்றால் வழக்கமான பீரங்கிகள் மதில்கள் ஏதும் இல்லை. ஆஸ்பெஸ்டாஸ் கூரை போட்ட தாழ்வான குடில்கள். நடுவே ஒரு பெரிய கொட்டகை. நாலைந்து டிரக்கர்கள். கட்டுமஸ்தான இளைஞர்கள் ஃபுட்பால் விளையாடிக்கொண்டிருந்தார்கள். மணல்மூட்டை அடுக்கப்பட்ட மேடை மேல் ஒருவர் மட்டும் சீருடையில் துப்பாக்கியுடன் இருந்தார்.

வண்டியை நிறுத்தி வழிகேட்டோம். அது முட்டாள்தனம், ஆனால் அவர்கள் தீவிரவாதிப்பயம் ஏதுமில்லாமல் ஓய்வாகத்தான் இருந்தனர். அங்கிருந்த வீரர்கள் வழி சொன்னார்கள். இருவர் மலையாளிகள். நெடுநாட்களுக்குப்பின் மலையாளம் பேசினேன். அவர்களுக்கும் மகிழ்ச்சி.

அவர்கள் சொன்ன வழியே திரும்பி வந்தோம். அப்போதும் வழி கண்டு பிடிக்க முடியவில்லை. அல்லாடிச் சுற்றியலைந்து ஒரு பண்ணை வீட்டுக்கு முன் நிறுத்தினோம். அந்தப் பண்ணையார் வெந்தய விவசாயி. எங்களுக்கு உதவ அவரே பைக் எடுத்துக் கூட வந்தார். சரியான வழிகாட்டி அனுப்பி வைத்தார். நாங்கள் முதலில் சென்ற அதே பாதை, ஒரே ஒருமுறை தப்பாகத் திரும்பியிருந்தோம். சின்னத் தப்புதான். சரியான வழி குழியாக இருக்கிறதென நினைத்து சீராக இருந்த தப்பான வழிக்குத் திரும்பிச் சென்றிருந்தோம். தத்துவார்த்த மான ஓர் அறிதல் இது.

மீண்டும் பயணம். நேராகச் சென்று இறங்கியது முப்பது கிலோ மீட்டருக்கு மேல் நீள அகலமுள்ள ஒரு ஏரியில். பல ஆண்டுகளுக்கு முன்னரே வற்றிக் காய்ந்துபோன ஏரி. தொடுவானம் வரை விரிந்து கிடந்த நிலம் வெடித்து வெடித்து அபாரமான ஒரு காட்சிப்பரப்பாக இருந்தது. எல்லையற்ற ஒரு மீன்வலையை விரித்தது போல. ஒரு மகத்தான தோல்பரப்பு போல. அங்கே சென்றதும் காரின் சக்கரம் ஓட்டையாகிவிட்டது. சக்கரத்தை ஓட்டுநர் கழற்றி மாட்டினார். அங்கே நின்று பார்த்தபோது உண்மையில் நாங்கள் ஒரு பாலைவனம் முன்னால் நிற்பதாகவே எண்ணினோம். ஏரி எனப் பின்னர் கூகிள்தான் சொன்னது. நாங்கள் அந்தப் பாலையில் இறங்கிக் கொஞ்ச தூரம் நடந்தோம். கண் எட்டும் தூரம் வரை அந்த நிலம்தான். வேறு ஏதோ கிரகத்தில் எப்போதோ காய்ந்து போன கடல் ஒன்றுக்குள் சென்று கொண்டிருக்கும் வான்பயணிகள் போல உணர்ந்தோம். ஏரிப்பரப்பு

உடைந்த தரையோட்டுத்துண்டுகளால் ஆனதுபோல கால்கீழே உடைந்தது.

சூரியன் பிரமாண்டமான செவ்வட்டமாக மேற்கே அணைந்தது, மறு நிமிடமே குளிர் அலைபோல வந்து சூழ்ந்து கொண்டது. எங்கள் முகவிளக்கு வெளிச்சம் ஏரிக்குள் ஒரு சிறிய மின்மினி போல செல்வதை நாங்களே கற்பனையில் கண்டோம். மிகத்தொலைவில் இன்னொரு மின்மினி. மெல்லிய ரீங்காரம். அது பத்து கி.மீ.அப்பால் என தோன்றியது.

ஏரிக்குள் காரை ஓட்டி பதினைந்து கிலோமீட்டர் தூரம் சென்று ஒரு கரையை அடைந்தோம். அங்கே ஒரு பட்டியில் மாடுகளுடன் நால்வர் அமர்ந்திருந்தனர். வழிகேட்டதும் விரிவாக விளக்கிவிட்டு சாய் குடிக்கும்படி உபசரித்தனர். ஏற்கெனவே தீ மூட்டிக் கனல் செக்கச்சிவப்பாக இருந்தது. அதிலேயே டீ போட்டுக் கொடுத்தனர். நல்ல பாலில் போடப்பட்ட அருமையான டீ. அவர்கள் மாடு மேய்த்துப் பட்டியில் கட்டிவிட்டு அங்கேயே தூங்குவார்களாம். குளிருக்கு எப்போதும் கையோடு கம்பிளி. சூழ்ந்து அமர்ந்து அந்த நாடோடி களுடன் டீ குடித்தது இப்பயணத்தின் அரிய அனுபவங்களில் ஒன்று.

அவர்களில் ஒருவர் அருகே உள்ள ஊருக்குச் செல்ல விரும்பினார். வண்டி என ஏதும் அவ்வழி செல்வதில்லை, சென்றால் அதில் ஏறிப் பக்கத்து ஊருக்குச் செல்வது வழக்கமாம். எதை நம்பி அங்கே இருந்தார் எனத்தெரியவில்லை. காரைப்பார்த்ததால் கிளம்பலாம் என நினைத் திருக்கலாம். அவரை ஏற்றிக்கொண்டு கிளம்பினோம். அவர் வழிகாட்டினார்.

ஒருவழியாக மீண்டும் சாலைக்கு வந்தோம். அங்கிருந்து இந்தச் சிற்றூருக்கு வந்திருக்கிறோம். இதன் பெயரை அறியக்கூட முயல வில்லை, அவ்வளவு களைப்பு. சிறிய விடுதியில் மூன்று அழுக்கான அறைகள். இப்போது மணி பதினொன்று. இந்தக்குளிரில் இனிமேல் தான் தூங்கவேண்டும்.

- 19 -

படான், மேஹ்சானா, மோதேரா

இரவு தங்கிய ஊர் ரதன்பூர் என காலையில் தெரிந்துகொண்டோம். பொதுவாக இந்தப் பயணத்தில் எங்கள் தங்குமிடங்கள் இருவகை. சமண தர்மசாலைகள் பெரும்பாலும். அவை நடுத்தர வசதி கொண்டவை. மெத்தை, கம்பிளிப்போர்வை, சுடுநீர் உத்தரவாதம். சில இடங்களில் கட்டில் இருக்காது. அறைகள் வசதியாகப் பெரியவையாக இருக்கும். பின்பக்கம் சமைக்கவும் வசதி இருக்கும். ஒரு சின்ன ஸ்டவ் கையோடு வைத்திருக்கலாமென ஒவ்வொரு முறையும் தோன்று மென்றாலும் காலையில் அது என்ன புதிய சுமை என எண்ணம் ஏற்படும்.

பராமரிப்புச்செலவு என மிகச்சிறிய தொகையை சில இடங்களில் அளிக்கவேண்டியிருக்கும். பல இடங்களில் இலவசம். பொதுவாக எங்குமே வசதிக்குறைவான தங்குமிடங்கள் அமையவில்லை. எல்லா இடங்களிலும் உற்சாகமான வரவேற்பையே பெற்றோம். சமணம் என்றால் என்ன என்று புரியவைத்தவை இந்த தர்மசாலைகளே.

தர்மசாலைகள் கிடைக்கவில்லை என்றால் சாலையோர விடுதிகளில் தங்குவோம். பெரும்பாலும் புறநகர்களில் தான் இடம்பார்ப்போம். எட்டுப்பேர் தங்க இரண்டு அறை என்பது எங்கள் செலவுத்திட்டம். பேரம் பேசி எழுநூறு எண்ணூறு ரூபாய்க்குள் இரு அறைகளை முடிப்போம். பெரும்பாலும் எல்லா ஓட்டல்களிலும் ஒரு சோகப் பாடலைப் பாடுவோம். 'Sir we are from Tamil Nadu... We are on a mission to see all Jain temples in India' என்று ராஜமாணிக்கம் அவரது பரிதாபக் குரலில் கல்லும் கரையும்படி பேச ஆரம்பித்ததுமே பெரும் பாலும் ஓட்டல்காரர்கள் இறங்கி வந்து விடுவார்கள்.

பாதிக்குப்பாதிகூட தள்ளுபடி கிடைத்திருக்கிறது. தாங்கமுடியாத விடுதி என ஏதும் நிகழவில்லை. விதிவிலக்கு ரதன்பூர்.

ரதன்பூரில் நாங்கள் நுழைந்ததே இரவு பத்து மணிக்கு. பல இடங்களில் விடுதிகளுக்காக விசாரித்தோம். பெரும்பாலான இடங்களில் அறை இல்லை. சில இடங்களில் வாடகை கட்டுப்படியாகாது என விட்டு விட்டோம். இரவு ஏறிக்கொண்டே சென்றது. நல்ல களைப்பு. எங்காவது தங்கியே ஆகவேண்டும் என முடிவெடுத்து அந்த விடுதியை ஏற்றுக்கொண்டோம். ஓர் அறை, அது ஏசி அறை என்று பேச்சு. ஆனால் ஏசி வேலைசெய்யாது.

ஏசி என்றால் வெப்பத்துக்காக. ஆனால் கடும் குளிர் அப்படியே நீடித்தது. ஓர் அறை சாமான்கள் வைக்கும் இடம், ஓட்டல் பணியாளர்கள் தங்குவது. இரண்டுக்கும் சேர்த்து வாடகை ஆயிரத்து இருநூறு ரூபாய். வைப்பறையில் தங்கிய நான்குபேர் இரு கட்டிலை சேர்த்துப்போட்டு ஒன்றாகப் படுக்க வேண்டியிருந்தது. அவர்களில் நன்றாகத் தூங்கியவர் சீனு மட்டும்தான். அவர் படுத்திருந்த தரை கதகதவென இருந்தது. காரணம் காலையில் தெரிந்தது, கீழே உள்ள தளத்தில் தந்தூரி அடுப்பு இருந்திருக்கிறது.

கிர்நார் மலை ஏறிய அலுப்பு காலையிலும் மிச்சமிருந்தது. நேராக எதிரே இருந்த சிறிய கடைக்குச் சென்று டீ குடித்தோம். அங்கே ஒரு தமிழர் அறிமுகமானார். சென்னைவாசி. அங்கே ஏதோ வேலைக்காக வந்த அதிகாரி. அவருக்கு நாங்கள் சென்ற, செல்லவிருக்கிற எந்த ஊரைப்பற்றியும் எதுவும் தெரிந்திருக்கவில்லை. வட இந்தியர்களைப் பற்றிய இகழ்ச்சிகளைச் சொன்னார், அவர்களிடம் இருந்து அவர் கற்றுக்கொண்ட ஒரே விஷயம், பான்பீடா. அதை வாங்கி வாயில் போட்டுவிட்டுக் கிளம்பிச் சென்றார்.

முந்தையநாள் எழுதிமுடிக்கத் தாமதமானதனால் நான் குளிக்காமல் படுத்துக் கொண்டேன். வழக்கமாக தூசிபோகக் குளித்துவிட்டுப் படுப்பேன், அது ஒரு புத்துணர்ச்சியை அளிக்கும். ஆனால் களைப்பில் ஒன்றுமே தெரியவில்லை. தூங்கியதும் தெரியாது. விடிகாலையில் ஒரு கனவு. கட்சின் அந்த பிரமாண்டமான வறண்ட ஏரி. அதன் தவிட்டு நிறமான சேற்றுப்பரப்பு பாளம் பாளமாக வெடித்துக் கிடக்கிறது. அதெல்லாமே பித்தளையால் ஆனவை என சட்டென்று கண்டு கொண்டேன். அமர்ந்து பெயர்க்க முனைகையில் இருவர் எதிரே வந்தார்கள். எங்களுக்கு டீ கொடுத்து உபசரித்தவர்கள். சிரித்தபடி ''அதெல்லாம் டோலாவீரா மக்களுக்குச் சொந்தமான பித்தளை, பெயர்க்கமுடியாது'' என்று சொல்லி விட்டுச் சென்றார்கள். நான் திகைத்து நிற்க வெயில் பட்டு வெண்கல ஓடுகள் வேய்ந்த தரை மின்ன

ஆரம்பித்தது. ஆம், சீனு விளக்கைப் போட்டு, சார் ஆறுமணி என்று கத்தினார்.

எட்டுமணிக்குத்தான் வண்டியை எடுக்க முடிந்தது. ஒன்பது மணிவாக்கில் படான் வந்து சேர்ந்தோம். படான் குஜராத்தின் தொன்மையான தலைநகரங்களில் ஒன்று. இந்துக்களுக்கும் சமணர் களுக்கும் முக்கியமானது. பெரும்பாலான சமணக் கோயில்களைக் கட்டிய மன்னர் குமாரபாலர் இந்த நகரையே தலைமையிடமாகக் கொண்டு ஆட்சி செய்திருந்தார். சமணர்களின் வணிக மையமாக விளங்கிய படான் இஸ்லாமியர்களால் அழிக்கப்பட்ட பின்னரே வணிகர்கள் கொஞ்சம் கொஞ்சமாக அகமதாபாதுக்குக் குடியேறினார்கள்.

படான் கி.பி. 745 வாக்கில் வன்ராஜ் சவ்டா என்ற மன்னரால் உருவாக்கப்பட்டது. சவ்டா அரசவம்சம் இருநூறாண்டுக்காலம் இந் நகரை ஆண்டிருக்கிறது. முன்பு அனஹில்வாடா என்ற பெயர் இந்நகருக்கு இருந்தது. புராதன நகரங்களை ஆராய்ச்சி செய்தவரான அமெரிக்க வரலாற்றாசிரியர் டெரிஷியஸ் சாண்ட்லர் இந்நகரம் கி.பி. ஆயிரத்தில் உலகில் இருந்த நகரங்களில் பத்தாவது இடத்தில் இருக்கிறது என அடையாளப்படுத்தியிருக்கிறார்.

முகம்மது கோரி இந்நகர் மேல் படையெடுத்தார். அப்போது இந்நகரை ஆண்டிருந்தவர் இரண்டாம் மூலராஜா. அவர் அன்று பன்னிரண்டு வயதுச் சிறுவன். அவர் அன்னை நாயகிதேவி அவருக்காக இந்நகரை ஆண்டார். ராணி, முகமது கோரியைக் களத்தில் வென்று ஆப்கானிஸ் தானுக்குத் துரத்தினார். அதன்பின் கோரி குஜராத் மேல் படை எடுக்க வில்லை. காயத்ரா என்ற ஊரில் இந்தப் போர் நடந்தது.

பின்னர் முகமது கோரியின் தளபதி குத்புதீன் ஐபக் கி.பி. 1200ல் படானைத் தாக்கினார். கிட்டதட்ட எட்டுமாதம் நீடித்த முற்றுகை மற்றும் போரில் குத்புதீன் ஐபக் மூலராஜாவைத் தோற்கடித்தார். டெல்லி சுல்தான்களுக்குக் கப்பம் கட்டும் நாடாக படான் நீடித்தது. அதன் செல்வ வளமும் படைபலமும் குறைந்தது. கப்பம் கட்டுவதனால் அது நலிந்தபடியே வந்தது. மேலும் இப்பகுதி வணிகத்தால் செழிப்பது. கொள்ளையை மட்டுமே ஆட்சியாக நடத்திய சுல்தான்களின் காலத்தில் இந்தியவணிகமும் வீழ்ச்சியடைந்தது.

டெல்லியில் அடிமை வம்சம் வலுவிழந்த போது சோலங்கி மன்னர்கள் தனியரசை அறிவித்தனர். ஆனால் பின்னர் ஜலாலுதீன் கில்ஜியின் தளபதியாக இருந்த அலாவுதீன் கில்ஜி 1298ல் படான் மேல் பெரும் படையுடன் வந்து தாக்கித் தோற்கடித்தார்.

அலாவுதீன் கில்ஜி படானைப் பூரணமாக அழித்தார். எல்லாக் கோட்டைகளையும் கோயில்களையும் இடித்தழித்தார். கிட்டதட்ட முந்நூறு இந்து சமண ஆலயங்களை இப்பகுதியில் அவர் அழித்ததாக அவரது வரலாற்றாசிரியர்கள் சொல்கிறார்கள்.

இடுகாடாக ஆன படான் மக்களால் கைவிடப்பட்டு நூறாண்டுக்காலம் இடிபாடுகளாகக் கிடந்தது. பதிமூன்றாம் நூற்றாண்டில் மீண்டும் உயிர்பெற்றெழுந்தது. இடிந்து கிடந்த படான் அருகே முகாமிட்ட முகலாயப்படை அங்கே ஒரு படானை உருவாக்கியது. குஜராத்துக்கான டெல்லி சுல்தானின் பிரதிநிதி படானைத் தலைநகரமாகக் கொண்டு ஆட்சி செய்தார். படானைச்சுற்றிப் புதிய கோட்டை கட்டப்பட்டது. அதுவே இன்றைய படான்.

பழைய படான் இன்று நகருக்கு வெளியே. கோட்டையின் சில எச்சங்கள் இன்றுமுள்ளன. பதினெட்டாம் நூற்றாண்டுமுதல் படான் பரோடா மன்னரின் ஆட்சியின்கீழ் இருந்தது. பின்னர் இந்தியக் குடியரசின் பகுதியாக ஆகியது. நாங்கள் புதிய படானை மிக வேக மாகத் தாண்டிச்சென்றோம். பழைய படானின் பெரிய கோட்டை வாசல் இடிந்த நிலையில் சாலையோரமாக நின்றது. சோலங்கி மன்னர் களின் தலைநகரில் அவர் களின் அடையாளமாக எஞ்சியிருப்பது அதுவே.

ஆனால் ஒரு மகத்தான நினைவுச்சின்னம் மீட்டு எடுக்கப்பட்டுள்ளது. அது ஒரு கிணறு. கிணறு என்றால் நம் நினைவில் வரும் எதுவும் அல்ல இது. பிரமாண்டமான ஒரு நிலத்தடி மாளிகை எனச் சொல்லலாம். இந்தியாவின் அற்புதங் களில் ஒன்று என எந்தச் சந்தேகமும் இல்லாமல் இதைச் சொல்லிவிட முடியும்.

ராணி கி வாவ், பதான்

நெருங்கிச்செல்லும் வரை இந்தக் கட்டு மானத்தின் அளவும் அழகும் நம் கண்ணுக்குப்

ராணி கி வாவ் சுவர்களிலும் தூண்களிலும் அடர்ந்து செறிந்த சிற்பங்கள்

படாது. அலாவுதீன் கில்ஜியால் இடித்துத் தள்ளப்பட்ட இந்தக் கலை அற்புதம் மேலே மேலே செங்கல் குவியல்கள் விழுந்து மண்மூடிப் புதைந்து கிட்டதட்ட ஆயிரம் வருடங்கள் எவருக்கும் தெரியாமல் கிடந்தது. அந்த இடம் மக்களால் ராணி கி வாவ்-ராணியின் கிணறு என அழைக்கப்பட்டது.

1958ல் இந்த இடம் அகழ்வாராய்ச்சிக்கழகத்தின் கவனத்துக்கு வந்தாலும் 1972ல்தான் முறையான அகழ்வு-மீட்புப் பணிகள் ஆரம்பிக்கப்பட்டன. 1984ல்தான் இது பொதுப்பார்வைக்கு முன்வைக்கப்பட்டது. ஆனால் இந்தியாவின் சுற்றுலாப்பயணிகள், கலையார்வலர் பெரும்பாலானவர்களுக்கு இந்த இடம் பற்றி ஒன்றுமே தெரியாது. மிகமிகக் குறைவாகவே இங்கே பயணிகள் வருகிறார்கள்.

மிகுந்த கவனத்துடன் இந்த ஆழமான கிணற்றில் இருந்து சிற்பங்கள் மீட்கப்பட்டு உரிய இடம் கண்டடையப்பட்டுப் பொருத்தப் பட்டுள்ளன. இதன் கட்டமைப்பில் முப்பது சதம் மீட்கப்பட்டுள்ளது. அதுவே பிரமிக்கச்செய்கிறது. இதைப்போன்ற ஒரு மகத்தான கட்டுமானம் இன்னொன்று உலகில் உண்டா என்பதே ஐயம்தான்.

சிவந்த மணல்கல்லால் ஆனது இது. எட்டடி ஆழத்தில் படி இறங்கிச் சென்றால் இக்கட்டுமானம் ஆரம்பிக்கிறது. படிகள் பல நிலைகளைக் கடந்து இறங்கிச்செல்கின்றன. ஒவ்வொரு நிலையும் பெரும் அரண்மனை போலத் தூண்களும் மாடிகளும் உப்பரிகைகளுமாகக் கட்டப்பட்டுள்ளது. இரு சுவர்களிலும் தூண்களிலும் அடர்ந்து செறிந்து சிற்பங்கள். பெரும்பாலும் விஷ்ணுவின் வடிவங்கள். கிருஷ்ணலீலையே அதிகமும் செதுக்கப்பட்டுள்ளது. ராமனின் சிலைகளும் உள்ளன.

பல்வேறு நளின நிலைகளில் நின்றுகொண்டிருக்கும் பேரழகிகளான தேவதைகளை இளவெயிலின் செவ்வொளியில் காண்பது ஒரு கனவனுபவம். கலை ஏன் நம்மைக் கனவுக்குள் கொண்டுசெல்கிறது என்பது எப்போதும் எழும் வினா. நமக்கு நிகழும் நிஜமும் சலிப்பூட்டுவதனால்தான், போதாதவையாக இருப்பதனால்தான் கலையை நாடுகிறோமா?

அத்துடன் வினோதமான ஒன்று, அது ஆழத்தில் இறங்கிச் செல்வதனால் உருவாவது. ஆழம் என்பது நம்முள் இறங்கும் உணர்வை அளிக்கிறது. நம் கனவில் சுஷுப்தியில் ததும்பி நின்றிருக்கும் சிலைகள் இவை. இலைநுனிகளில் ஒளிவிடும் பனித்துளிகள் போல கனிந்து உதிரப்போகும் கணத்தில் உறைந்த கலைவடிவங்கள்.

சிதையாத சிற்பங்களின் நுணுக்கமும் அழகும் மூச்சடைக்க வைப்பவை. சுட்ட மண்ணால் ஆனவையோ என தோன்றும் செந்நிறக் கல்லால் ஆன சிலைகள். அனைத்துமே நடனநிலையில் உயிரசைவின் அழகின் உச்சதருணத்தில் நின்றன. பெரும்பாலும் வைணவச் சிற்பங்கள் என்றாலும் மகிஷாசுரமர்த்தனி, துர்க்கை போன்ற தெய்வங்களின் சிலைகளும் உள்ளன.

குறிப்பாக இங்குள்ள மகிஷாசுரமர்த்தனி சிலையை இந்த வகைச் சிற்பங்களில் ஒரு பெரும் படைப்பு என்றே சொல்லவேண்டும். மகிஷம் நாக்குத் தள்ளி சரிந்திருக்க தாய்மை நிறைந்த முகத்துடன் அதை வதம் செய்கிறாள் தேவி. மென்மையான கல், ஆகையால் மிகமிக நுணுக்கமாக, குழைவாக செதுக்கப்பட்ட சிலைகளின் முகங்களின் பேரருளும் பேரழகும் கலைக் கடவுளை கண்ணெதிரே காட்டும் வல்லமை கொண்டது என்பதற்கான சான்றுகள்.

படிகளாக இறங்கிச்செல்லும் இந்த நிலத்தடி மாளிகை ஒரு ஆழமான கிணற்றில் சென்று முடிகிறது. பாதிக்குமேல் செல்ல இன்று அனுமதி இல்லை. உள்ளே எல்லா இடங்களிலும் இடைவெளி இல்லாமல் சிற்பங்கள். இதை சிற்பங்களை அள்ளிநிறைத்த ஒரு கலம் என்று சொல்லத்தோன்றுகிறது.

இந்த நிலத்தடிக் கிணறு 64 மீட்டர் நீளமும் 20 மீட்டர் அகலமும் 27 மீட்டர் ஆழமும் கொண்டது. இந்தக் குளத்தின் வடிவ நேர்த்தியை எந்தக் கோணத்தில் நின்று நோக்கினாலும் பரவசத்துடன் அல்லாது உணர முடியாது. 1998 முதல் இது யுனெஸ்கோவால் பாதுகாக்கப் படுகிறது.

கி.பி.1050ல் மன்னர் சோலங்கி வம்சத்து நிறுவனரான முதலாம் பீமதேவரின் நினைவாக அவர் மனைவி உதயமதி இதைக் கட்டினார். படானை ஆண்ட முதலாம் மூலராஜாவின் மைந்தரான பீமதேவர் குஜராத்தின் வரலாற்றில் முக்கியமானவர். பல கோயில்களைக் கட்டியவர். இந்திய வரலாற்றில் மனைவிக்காகக் கணவன் கட்டிய தாஜ்மகால் முக்கியமான ஒரு கட்டடம். ஆனால் கணவனுக்காக மனைவி கட்டிய இந்த நினைவகம் அதைவிடக் கலையழகில் பலமடங்கு மேலானது.

உதயமதி இதைக்கட்ட ஆரம்பித்தாலும் கட்டிமுடித்தவர் அவள் மகன் முதலாம் கரன்தேவ். உதயமதி இதைக்கட்டிய செய்தியை வைணவக் கவிஞரான மெருங்க சூரி அவரது பிரபந்த சிந்தாமணி என்ற நூலில் குறிப்பிடுகிறார். இந்தக்கிணற்றில் இருந்து கிட்டதட்ட 30 கி.மீ. தூரத்துக்கு ஒரு சுரங்கவழி உள்ளது. கல்லால் ஆன குழாய்கள் போடப்பட்டு அருகே உள்ள சித்பூர் என்ற நகர் வரை சென்றிருக்கிறது.

இது தண்ணீர் செல்லும் வழியா, தப்பிச்செல்லும் வழியா என்று சொல்லமுடியவில்லை. இந்தியாவின் மிக நீளமான சுரங்க வழியும் இதுவே.

ராணி கி வாவில் இருந்து செல்லும் வழியில் ஓர் அகழ்வைப்பகம் உள்ளது. அது இன்னும் கட்டி முடிக்கப்படவில்லை. அங்கு இப்பகுதியில் இருந்து எடுக்கப்பட்ட ஏராளமான சிலைகளின் உடைசல்கள் வைக்கப்பட்டுள்ளன.

படான் நகருக்குள் நுழைந்து அங்குள்ள சமண ஆலயமான பஞ்சநாத் தீர்த்தத்தைத் தேடிச் சென்றோம். மிகமிகக் குறுகலான தெருக்கள். எங்கள் கார் குடலுக்குள் கவளம்செல்வதுபோல செல்ல நேர்ந்தது. ஆனால் எவருக்கும் அசௌகரியமேதும் இல்லை. ஊரே கூடி இடம் வலம் பார்த்துச் சொன்னார்கள்.

பஞ்சநாத் கோயில் சிவந்த சலவைக்கல்லால் ஆனது. மராட்டியர் கட்டிய பூரி, காசி போன்ற கோயில்களின் அதே கல், அதே வடிவம். அழகான கோயில். கோயில் சுவர்களில் அப்சர கன்னியர்களின் அழகிய சிலைகள். இச்சிலைகளில் அடிக்கடி வரும் சில வடிவங்கள் குறிப்பிடத்தக்கவை. அம்பை வில்லில் பொருத்தி நாணேற்றி நிற்கும் அப்சரகன்னி, முதுகை நன்றாகத் திருப்பி நின்று காலில் முள் எடுப்பவள், இருகைகளையும் தலைக்குமேல் தூக்கி சோம்பல் முறிப்பவள். எல்லா தோற்றங்களுமே மார்பகத்தின் அழகைக் காட்டும் நோக்கம் கொண்டவை.

அது ஸ்வேதாம்பர மரபைச்சேர்ந்த கோயில். மூலவரான ஆதிநாதர் பெரிய ரஜதகிரீடத்துடன், புஜகீர்த்திகளுடன் அமர்ந்திருந்தார். கோயிலில் இருந்த ஒருவர் நாங்கள் சிற்பங்களைப் பார்ப்பதைக் கண்டு நாங்கள் சிற்பிகளா என்று கேட்டார். அதேபோல ஒரு சமணக் கோயிலில் எங்களூரில் நாங்கள் கோயில் கட்டுகிறோமா என ஒருவர் விசாரித்தார் என்பது நினைவுக்கு வந்தது. எங்கள் சிற்பக்கலை ஆர்வத்துக்கான சான்றாக அதை எடுத்துக்கொண்டோம்.

மேஹ்சானா எங்கள் அடுத்த இலக்கு. அகமதாபாதுக்கும் காந்திநகருக்கும் அடுத்தபடியாக மேஹ்சானாதான் குஜராத்தின் பெரிய ஊர். பால்பொருட்களின் உற்பத்திக்குப் புகழ்பெற்றது இது. மேஹ்சானா எருமைகள் வட இந்தியாவெங்கும் புகழ்பெற்றவை. கட்ச் எருமைகளில் இருந்து உருவாக்கப்பட்ட உயர்தர எருமைகள் இவை.

மேஹ்சானாவில் நுழைந்து சிமாந்தா சுவாமி பிரவேஷ்துவார் எனப் புகழ்பெற்ற சமண ஆலயத்தைத் தேடிச் சென்றோம். அதிகம் சுற்றாம லேயே கோயிலை அடைய முடிந்தது. கேட்டவர்களெல்லாம் வழி

சொன்னார்கள். மேஹ்சானாவின் முக்கியமான அடையாளம் இக்கோயில்.

சிமாந்தா சுவாமி சமண ஆலயம், மேஹ்சானா

புதியதாக வெண்பளிங்குக்கல்லில் கட்டப்பட்ட இந்த ஆலயம் மிக அழகியது. 49 மீட்டர் நீளமும் 30 மீட்டர் அகலமும் 33 மீட்டர் உயரமும் கொண்ட இக்கோயில் சுத்தமான பளிங்கினால் ஆனது. கோயிலைப் பார்த்து நின்றபோது அது ஒரு அழகிய குழந்தையின் முதல் பல் என்ற எண்ணம் எனக்கேற்பட்டது. பளிங்குப்பெண்கள். பளிங்கு தேவர்கள்.

வள்ளுவர் போன்ற தோற்றத்துடன் இருந்த ஒரு சிலையைச் சுட்டிக்காட்டிய சீனு அது விஸ்வகர்மா சிலை என்றார். ஆமாம் என எல்லாருமே வியந்தோம். கையில் முழக்கோல், வஜ்ராயுதம், கோணக்கோல், கமண்டலம் ஆகியவற்றுடன் சமபங்க நிலையில் நின்றுகொண்டிருந்தது சிலை. சமணர் ஆலயங்களில் விஸ்வகர்மர் இருப்பது வியப்பூட்டியது.

தேவர்கள் பலரை அடையாளம் காணவே முடியவில்லை. சங்கு சக்கரம் கதாயுதம் ஏந்திய பெண்சிலை, விஷ்ணுவின் பெண் தோற்றம் போல இருந்தது. இரு கைகளிலும் சக்கரம் ஏந்திய தேவர்கள். சக்கராயுதம் கட்கம் ஏந்திய தேவதைகள். இப்பகுதியின் சிற்பக்கலை என்பது கூடவே இருந்தாகவேண்டிய புராணங்கள் இல்லாத நிலையில் வெறும் வடிவங்களாக தனித்துவிடப்பட்டிருக்கிறது. நம்மூரின் தலபுராணங்கள் நம் சிற்பக்கலையைப் புரிந்துகொள்ள எத்தனை முக்கியமானவை என தெரிந்தது.

பளிங்கு என்ற ஊடகம் சிலைக்கு இன்னொரு அழகைக் கொடுக்கிறது. கருங்கல் ஊடகம் சிலைகளை ஆழமும் உறுதியும் கொண்டதாக, மண்ணுடன் தொடர்புடையதாக ஆக்குகிறது. பளிங்குச் சிலைகளை மென்மையானதாக மேகங்களுடன் தொடர்புடையதாக ஆக்குகிறது. கருங்கல்சிலை அது என்றுமுள்ளது என எண்ணச்செய்கிறது. பளிங்குச்சிலை நாம் கண்ணிமைத்தால் அது கலைந்து மறைந்துவிடும் என எண்ணச்செய்கிறது.

கோயிலின் மூலவராக ஆதிநாதர். மிக அபூர்வமான பளிங்கினால் ஆன சிலை. பளிங்குக்குள் உலோகங்கள் கலந்தால் அழகிய வண்ணத் தீற்றல்கள் உருவாகும். நீலம் சிவப்பு பொன்வண்ணத் தீற்றல்கள் கொண்ட கண்ணாடிபோல ஒளி ஊடுருவும் அற்புதமான கல்லில் செதுக்கப்பட்ட சிலை. பொன்னிறம் சுடரும் வஜ்ரகிரீடம், புஜகீர்த்திகள் அதன் மேல் அணிவிக்கப்பட்டிருந்தன. அருள் நிறைந்த, நம்மைப் பார்க்காத தியானவிழிகள்.

கோயிலைச் சுற்றி அழகிய பூங்கா உள்ளது. கோயிலின் பக்கவாட்டில் உலோகத்தால் ஆன தீர்த்தங்கரர் சிலைகள் நான்கு பக்கமும் அமர்ந்த மேரு உள்ளது. அதன் மேல் கண்ணாடிப் பாதுகாப்பு. அதற்குப் பொன் முலாம் பூசப்பட்டிருக்கலாம். அதன் மேல் ஒரு கண்ணாடிக் கூரை செய்கிறார்கள். அந்த நவீனக் கட்டுமானம் மொத்தமாகக் கோயிலின் அழகைக் குறைக்குமோ என எண்ணச்செய்தது.

மேஹ்சானாவின் முக்கியமான கவர்ச்சி என்பது அருகே மோதேரா என்ற ஊரில் இருக்கும் சூரியனார் கோயில்தான். சோலங்கி வம்சத்து மன்னர் பீமதேவரால் கி.பி.1026ல் இக்கோயில் கட்டப்பட்டது. பீமதேவரின் மரணத்துக்குப்பின்னர் அவருக்காகத்தான் ராணி கி வாவ் கட்டப்பட்டது. சோலங்கி மன்னர்கள் அடிப்படையில் சௌர மதத்தினர், பின்னர் வைணவர்களாக ஆனவர்கள்.

புஷ்பவதி என்ற ஆற்றின் கரையில் உள்ளது இக்கோயில். இது சோலங்கி மன்னர்களைத் தோற்கடித்த குத்புதீன் ஐபக்கால் இடித்துத் தள்ளப்பட்டது. இடிபாடுகளாக நெடுங்காலம் கிடந்து மீட்கப்பட்டது. இப்போதும் மீட்புவேலைகள் நடந்தபடி உள்ளன. கோபுரம் இல்லை. கோயிலை நெருங்க நெருங்க ஒரு கல் அடித்தளம் மட்டுமே கண்ணுக்குப்படும். ஆனால் நெருங்கியதும் ஏற்படும் வியப்புக்கு அளவே இல்லை.

இந்தக்கோயில் ஒரு மாபெரும் கலைச்சாதனை. மீண்டும் மீண்டும் இந்த வரிகளைச் சொல்ல நேர்கிறது, வேறு வழியில்லை. குஜராத்தின் கலைச்சிகரங்களை மட்டுமே தேர்வுசெய்து இந்தப் பயணத்திட்டம்

சூரியனார் கோயில், மோதேரா

அமைக்கப்பட்டது. ஆனாலும் ஒவ்வொரு முறையும் கலை என் எதிர்பார்ப்பைத் தட்டி எறிந்து நிமிர்ந்து நிற்கிறது.

இந்தியாவின் சிற்பக்கலை பற்றிப்பேசும் எவரும் இந்தக் கோயிலைப் பாராமல் பேசமுடியாது. ஒரு கட்டடம் செங்கற்களுக்குப்பதிலாக முழுக்கமுழுக்க சிற்பங்களை மட்டுமே கொண்டு கட்டப்பட்டதெனக் கொண்டால் அதுதான் இந்தக் கோயில். கோயிலின் எல்லா அணுவும் சிற்பங்கள்தான். சிற்பங்களே தூண்கள், உத்தரங்கள், வளைவுகள், மடிப்புகள், திண்ணைகள், ஏன் அடித்தளமே கூட ஒரு சிற்பக்குவியல் தான்.

கோயிலுக்கு முன்னால் சூரியகுண்டம் என்ற பெயரிலான ஒரு பெரும் குளம் உள்ளது. நான்கு பக்கமும் விதவிதமான ஜியோமிதி வடிவங்களில் சரிந்திறங்கும் படிகள். ஒவ்வொரு படியிலும் கோயில்கள். சிறிய கோயிலுள் சின்னஞ்சிறு கோயில்கள். நூற்றுக் கணக்கில். அந்த ஒவ்வொரு கோயிலின் சுவரிலும் சின்னஞ்சிறிய சிற்பங்கள். சப்த கன்னியர், விஷ்ணு, துர்க்கை. ஆச்சரியமாகத் தீர்த்தங்கரர் சிலைகள்.

கோயிலின் முகப்பில் இருபக்கமும் சிற்பங்களால் ஆன சிற்பமாக இரு தூண்கள். முக மண்டபத்தை ஒரு வானளாவிய ஒரு நகைக்குவியல் என்றுதான் சொல்லவேண்டும். இந்தக்கோயில் மஞ்சள்நிறமான மணல்கல்லால் செதுக்கப்பட்டது.

சிற்பங்கள் எல்லாமே காற்றில் மழுங்கிவிட்டன. ஏராளமான சிலைகள் உதிர்ந்து விட்டன. முழுமையான எச்சிலையும் இல்லை என்றே சொல்லவேண்டும். ஆனால் இந்த அளவுக்கு சிலைச்செறிவுள்ள இன்னொரு ஆலயம் இந்தியாவில் இல்லை. சிலைச்செறிவுக்குப் பெயர்போன கஜுராஹோ கூட இதை விட ஒரு மாற்று குறைவுதான்.

இக்கோயிலின் அடித்தளக் கட்டுமானங்களில் பலவகையான பாலியல் சிலைகள் உள்ளன. பல கோணங்களிலான உடலுறவுக்காட்சிகள். சூரியன் வீரியத்தின் அடையாளம். ஆகவே இச்சிலைகள் எல்லா சூரிய சன்னிதிகளிலும் இருக்கும். தமிழகத்தில் சில விஷ்ணு கோயில்களில் சூரியன் சன்னிதி உண்டு, அங்கும் இச்சிலைகள் சில இருக்கும். கொனார்க் சூரியக் கோயிலில் இந்த வகையான சிலைகள் ஏராளமாக உள்ளன.

சுற்றிச்சுற்றிப் பார்த்துக்கொண்டே இருந்தோம். ஒரு பெரும்காவியம் கண்ணெதிரே முடிவிலாது கிடப்பது போல. அல்லது ஒரு மழைமாறாக் காடு போல. பார்க்கப்பார்க்க வகைமை. ஒட்டுமொத்த

மாக ஒருமை. அழகு என்பது மனிதனை இத்தனை பித்துக் கொள்ளச் செய்யுமா என்ன? அழகுக்காக இந்த அளவுக்கு மனிதன் உழைப்பானா என்ன? அழகுக்காக இந்த அளவுக்கு வாழ்க்கையை அர்ப்பணிப்பானா என்ன?

வேறெதற்காக மனிதன் இந்த அளவுக்கு உழைத்திருக்கிறான்? இந்த அளவுக்கு அர்ப்பணித்திருக்கிறான்? இந்நாள் வரையிலான மானுட வரலாறே அழகை மேலும் அழகை மேலும் மேலும் அழகை நோக்கி மானுடப்பிரக்ஞை கொண்ட தாவல் மட்டும்தானே?

ஆம், உடைக்கும் பிரக்ஞை இருந்திருக்கிறது. ஆணவம், அதிகாரம், குரூரம்... ஆனால் அழகுதான் எஞ்சியிருக்கிறது. அழகும் ஆக்கமும், ஆணவத்தையும் அழிவையும் வென்று முன்செல்லத்தான் செய்கிறது. அதுவே வரலாறு உலகமெங்கும் காட்டும் உண்மை.

ஆனால் இந்த அழகு... பிதற்றச்செய்கிறது இந்த பிரமாண்டம். இத்தனை பேரழகையும் மனிதன் எதற்காகத் தேடுகிறான்? அவனுள் இருக்கும் அழகுக்கான தாகம் இத்தனை பிரமாண்டமானதா என்ன? இத்தனை கட்டிய பின்னும் அது அப்படியே இன்னும் எஞ்சுகிறதா என்ன?

- 20 -

தரங்கா, கும்பாரியா

நேற்றிரவு ஏழுமணிக்கே தரங்கா குன்றுகளின் அடிவாரத்துக்கு வந்து விட்டோம். வழிதோறும் சமண தர்மசாலைகளைத் தேடியபடியே வந்தோம், சாலையோரமாகவே கண்டுகொண்டோம். வந்து எங்கள் சோகப் பாடலைப் பாட ஆரம்பிப்பதற்குள்ளாகவே அந்த சமணத் துறவி ''சாப்பாடு தங்கிடம்தானே, அதோ அங்கே செல்லுங்கள்'' என்று புன்னகையுடன் சொன்னார். வசதியான இரு பெரிய அறைகள். காலையில் வெந்நீர் கிடைக்கும் என்றார்கள்.

நான் உடனடியாக என் துணிகளைத் துவைக்க ஆரம்பித்தேன். பொது வாக, கிளம்பியதில் இருந்தே நான் அழுக்குத்துணிகளைத் தங்கவிட வில்லை. எனக்குக் குளித்தபின் அழுக்கு போடுவது பிடிக்காது. தினமும் துணிகளைத் துவைத்துப் பிழிந்து உதறிக் காயப்போடுவேன், காலையில் காய்ந்திருக்கும். அதற்கேற்ப எளிதில் காயும் பாலியெஸ்டர் சட்டைகளை வைத்திருப்பேன். அடர்நிறம் கொண்டவை.

ஆனால் பலிதானா முதல் தினமும் அறைக்கு வரத் தாமதமாகியது. ஆகவே துவைத்த இரு சட்டைகள் மட்டுமே மிஞ்சின. வேறு வழியில்லை. ஈரம் சொட்ட கொண்டுவந்த துணிகளை பயங்கர ஓசையுடன் பத்துப்பதினைந்துமுறை உதறினேன். காயப்போட்டபின் அமர்ந்து கட்டுரையை எழுதினேன். ஆனால் இணையத் தொடர்பு இல்லை. ஆகவே கட்டுரையை இணையத்தில் ஏற்ற வசதி இல்லை. செய்வதொன்றும் இல்லை என்பதனால் இரவு பத்து மணிக்கெல்லாம் படுத்துத் தூங்கிவிட்டேன்.

அதிகாலையில் எழுந்து தரங்கா குன்றுக்குச் செல்லவேண்டும். இந்தப் பயணத்திலேயே குளிரை இப்போதுதான் அனுபவித்தோம்.

போகப்போகக் குளிர் அதிகரிக்கும் என்றார்கள். எல்லைப்பாதுகாப்புப் படை வீரர் ஏற்கெனவே மௌண்ட் அபுவில் இரவில் இரண்டு பாகை வரை குளிர் இறங்குவதாக செய்தி சொல்லி பீதியைக் கிளப்பியிருந்தார்.

விடிகாலையில் வெளியே விறகடுப்பில் சூடான தண்ணீர் ஒரு உருளைத்தொட்டிக்குள் கொதித்துக்கொண்டிருந்தது. குளிக்கும்போது உடம்பு குளிரில் எந்த அளவுக்கு சுருங்கி ஒடுங்கியிருக்கிறதெனப் புரிந்தது. ஒரு பெரியவர் டீ கொண்டு வந்து எல்லாருக்கும் தந்தார். தரமான டீ. வடக்கே டீக்கடைகளில் டீத்தூளைக் கொதிக்க வைத்து மீண்டும் கொதிக்கவைத்து பிழிந்து சக்கையாக்கி டீ போடுகிறார்கள். இந்த டீ அப்படி இல்லை.

தர்மசாலை வளைவுக்குள் சமணத் துறவிகள் தங்குவதற்கான அறைகள் சில உள்ளன. இருபத்துநான்கு தீர்த்தங்கரர்களுக்கும் தனித்தனியாக சின்னக் கோயில்கள். நடுவே வெண்பளிங்கில் பத்தடி உயரத்தில் அமர்ந்திருக்கும் அஜிதநாதரின் சிலை. காலையில் அந்தப் பகுதியைச் சுற்றிவந்தது அமைதியை நிறைக்கும் அனுபவமாக இருந்தது. சுற்றிலும் பெரிய மலைகள். நடுவே குட்டைமரங்கள் கொண்ட காடு. அங்கே சமணர்கள் வளர்க்கும் மயில்கள் அகவின. சமண மையங்களில் சமணத் துறவிகளுக்காக மயில்பீலி சேகரிக்க மயில்கள் வளர்க்கப் படுவது வழக்கம். மயில் உதிர்க்கும் இறக்கைகளையே அவர்கள் பயன்படுத்த வேண்டும்.

காலை எட்டு மணிக்கு தரங்கா குன்றுகளைப் பார்க்கக் கிளம்பிச் சென்றோம். அந்தக்குளிருக்கு அதுவே புலர்காலைதான். பனிப்படலம் மீது வெயில் இறங்குகையில் வெண்பளிங்கு புகையாக நுரையாக ஆகிவிட்டது போலவும் கோயில்கள் கரைந்து அதில் மிதப்பது போலவும் பிரமை எழுந்தது. பனிப்படலம் ஒலிகளை ஒருவிதமாக மழுங்கடிக்கச் செய்கிறது. எல்லா ஒலிகளிலும் ஒரு மௌனம், ஒரு கனம் கூடிவிடுகிறது. எப்போதும் ஒரு தியானநிலையில் இருப்பது போல. ரீங்கரிக்கும் வெண்கல மணிக்குள் புகுந்துவிட்ட ஈ போல ஒரு மயக்கம்.

தரங்கா சமணர்களின் முக்கியமான புனிதத் தலங்களில் ஒன்று. பன்னிரண்டாம் நூற்றாண்டில் சோலங்கி வம்சத்து மன்னர் குமார பாலரால் கட்டப்பட்ட சமணக் கோயில் இங்கே உள்ளது. இப்பகுதி யெங்கும் நூற்றுக்கும் மேற்பட்ட சமண ஆலயங்கள் உள்ளன. அனைத்துக்கும் சமணர்கள் தீர்த்த யாத்திரையாக வந்துகொண்டிருக் கிறார்கள்.

உண்மையில் தரங்கா கி.மு.இரண்டாம் நூற்றாண்டிலேயே புனிதத் தலமாக இருந்தது. இங்கே கோட்டையும் ஆலயங்களும் இருந்தன. பின்னர் அந்த ஆலயங்கள் புதுப்பித்துக் கட்டப்பட்டன. ஆசாரிய

ஹேமச்சந்திரர் அறிவுரை சொன்னதன் பேரில் குமாரபாலர் இதைக் கட்டினார். சோலங்கி வம்சத்தின் இந்து மன்னர்கள் இங்கே பல சமணக் கோயில்களைக் கட்டியிருக்கிறார்கள்.

காரில் வரும்போது இதைப் பேசிக்கொண்டே வந்தோம். குஜராத் ஒருவகையில் குமாரபாலரின் உருவாக்கம் என்றே சொல்லலாம். ஹேமச்சந்திரர்-குமாரபாலர் உறவைப்போல இந்திய வரலாறெங்கும் உதாரணங்கள் உள்ளன. ராஜராஜ சோழன்-கருவூர்த்தேவர் போல. சிவாஜி-சமர்த்த ராமதாசர் போல. ஹரிஹர-புக்கர் வித்யாரண்யர் போல.

ஒரு மன்னனை ஒரு குரு எவ்வகையிலேனும் ஆட்கொண்டு அரச போகங்களில் இருந்து திசை திருப்பினாரென்றால் அவன் மாமன்னனாக, கலைப்புரவலனாக ஆகிவிடுவதைக் காண்கிறோம். அது நிகழவில்லை என்றால் பெண்ணின்பமும் அதிகார வெறியும் அம்மன்னரை அழிக்கும்.

கூடவே இன்னொன்றும் தோன்றியது. ஏன் குமாரபாலரை நாம் அறிந்ததே இல்லை? ராஜராஜ சோழனை ஏன் குஜராத்திகள் அறியவே இல்லை? ஹானிபாலை, நெப்போலியனை அறிந்திருக்கிறோம். சுதந்திர இந்தியாவில் நிகழ்ந்த முக்கியமான பிழைகளில் ஒன்று, எந்த வித வழிகாட்டுநெறிகளும் இல்லாமல் பாடத்திட்டங்களைத் தீர்மானிக்கும் உரிமை மாநில அரசுகளுக்கு வழங்கப்பட்டமை. குறுகிய பிராந்தியவாதமும் இனவாதமும் அரசியல் நோக்குடன் நம் குழந்தைகள் மனங்களில் திணிக்கப்பட வழிவகுத்தது அது.

தரங்காவில் மூன்று பாறைச்சிகரங்கள் உள்ளன. இது சமணர்கள் வழிபட்டாகவேண்டிய 14 சிகர ஆலயங்களில் ஒன்று. ஆலயத்தை ஒட்டிய வழியில் மேலே செல்லும் படிகள் எழுகின்றன. குறுகலான கற்படிகள். படிகளில் ஏற ஏற காற்று வந்து சூழ்ந்துகொண்டது. கீழே நிலம் விரிந்து பரந்தபடியே சென்றது.

இந்தப்பகுதி, பலவகையிலும் ஆந்திராவின் ராயலசீமாவை நினைவூட்டுகிறது. அள்ளிக்கொட்டப்பட்டது போல பாறைகள். உடைந்தும் குவிந்தும் கிடக்கும் பாறைகள் நடுவே வழி வளைந்து சென்றது. மணல்பாறைகள், ஆகவே அவை நீரில் அரிக்கப்பட்டுக் கோழிமுட்டை போல, உடைந்த கோளங்கள் போல, மண்டை ஓடுகள் போல, படகுகள் போல விசித்திரமான வடிவங்கள் கொண்டிருந்தன.

நாநூறு படிகளுக்கு மேல் மலையுச்சியில் சிறிய கோயில். அதற்குள் அஜிதநாதர் நின்ற கோலத்தில் கோயில்கொண்டிருந்தார். பளிங்குச்சிலை. மலையைச்சுற்றி குமாரபாலர் கட்டிய கற்கோட்டை ஆங்காங்கே இடிந்தும் சரிந்தும் நின்றிருந்தது. மோனம் நிறைந்து கிடந்த மலைச்சரிவைப் பார்த்து சிறிது நேரம் அமர்ந்திருந்தோம்.

முதல் சிகரத்தின் உச்சியில் அஜிதாநாதர் கோவில்

தியானநிலை கைகூடிய தருணம். இயல்பாகவே 'அசதோமா சத்கமய...' என்ற மந்திரம் மனதில் கூடியது.

பின்பு நினைத்துக்கொண்டிருந்தேன். 'தீமையில் இருந்து நன்மைக்கு, இருளில் இருந்து ஒளிக்கு, மரணத்தில் இருந்து பெருவாழ்வுக்கு இட்டுச்செல்க' என்பதே அப்பாடலின் பொருள். ஆனால் அசத் என்பதை ஏன் தீமை என மொழியாக்கம் செய்ய வேண்டும்? அதற்கு இல்லாதது, இருப்பற்றது என்றும் பொருள் கொள்ளலாமே. இன்மையில் இருந்து இருப்புக்கு என ஏன் பொருள் கொள்ளக்கூடாது? அரவிந்தர் அப்படித்தான் ஓர் உரையில் பொருள் கொள்கிறார்.

புலரி ஒரு மாயத்தூரிகையால் வானத்தில் ஒவ்வொரு மலையாக எழுதிக்கொண்டிருந்தது. ஒளிரும் பொன் வண்ணத்தில் பாறை முகடுகள். நிழல்களுடன் கலந்து புடைத்தெழுந்த மலைப்பாறைச் சரிவுகள். பச்சை மரங்கள். அப்பால் நீர்த்த வண்ணத்தில் மலைகள். அவற்றுக்கும் அப்பால் மிகநீர்த்த வண்ணத்தில் தொலை தூரத்து மலைகள். அவற்றுக்கும் அப்பால் கலைந்த வண்ணத்தீற்றல்கள் போல இன்னும் உருவாகி முடிக்காத மலைகள்.

விசித்திரமான மலைப்பகுதி. தரங்கா என்றால் அலை. கல்லால் ஆன அலைப்பரப்பு அப்படியே உறைந்திருந்தது. அல்லது அதன் கொந்தளிப்பை உணரமுடியாத அளவுக்கு வேகமாக நிகழும் குறுகலான காலத்தில் நானும் என் பிரக்ஞையும் இருந்தோம். துளிகள் போல பாறைகள். துமிகள் போல சிறு பாறைகள். பாறையலையை அசப்பில் பார்த்தபோது அந்த உக்கிரம் அச்சம் கொள்ளச்செய்தது.

கீழே இறங்கிவந்து இன்னொரு டீ குடித்துவிட்டு மீண்டும் ஐந்நூறு படிகள் ஏறி இன்னொரு கோயிலுக்குச் சென்றோம். அந்த மலை உச்சிக்குச் செல்லும் பாதை வினோதமானது. பிரமாண்டமான பாறைகள் ஒன்றுமேல் ஒன்றாகக் கிடந்த சந்துக்குள் நுழைந்து குகைக்குள் செல்வதுபோலச் சென்றது. மாபெரும் யானைகளின் கால்களுக்குள் செல்வது போல. கரும்பாறையாகக் கொட்டும் அருவி ஒன்றுக்குள் சென்றது போல.

தரங்கா பேராலயம்

கீழே இறங்கி வந்தோம். குமாரபாலர் அஜிதநாதருக்குக் கட்டிய பேராலயம் இங்குள்ளது. இக்கோயிலில் அஜிதநாதரின் காலடிச்சுவடு கல்லில் பொறிக்கப்பட்டுள்ளது. குஜராத்தின் மிகப்பெரிய ஆலயம் இதுவே. ஹஸ்தகிரி பேராலயம் முடிக்கப்பட்டால்தான் இதைவிட உயரமானதாக அது ஆகும். சுல்தானியப் படையெடுப்பில் சிதைக்கப் பட்டாலும் பின்னர் முழுமையாக சீர்செய்யப்பட்டு இன்று கட்டிய கோயில் போலிருக்கிறது. சிவப்புக்கல்லால் ஆன கட்டடம்.

பிரமாண்டமான கோயில். *148* அடி உயரம் கொண்டது. தஞ்சைப் பெரிய கோயிலை விட அறுபதடி உயரம் குறைவானது. ஆனால் அடித்தளம் முதல் உச்சியின் சிகரவட்டம் வரை ஒவ்வொரு பகுதியிலும் சிற்பங்களும் அலங்காரங்களும் கொண்டது. ஒவ்வொரு சிற்பமும் ஒவ்வொரு அலங்காரமும் முழுமையான பேரழகு கொண்டவை. அதேசமயம் அவை எல்லாம் ஒன்றுடன் ஒன்று கச்சிதமாக இணைந்து ஒரே முழுமையான வடிவமாகவும் ஆகின்றன.

இத்தகைய பரிபூரணத்தைப் பொதுவாக மலர்களின் அல்லிவட்டம் புல்லிவட்டம் போன்ற அமைப்புகளில் மட்டுமே காண முடியும். இந்தக் கோயிலும் கல்லில் பூத்த அபூர்வமான ஒரு மலர்தான். இதன் செந்நிறக்கல்தான் அழகை முழுமையாக்குகிறது. காலை இளவெயிலில் ஒரு செம்புச்சிலை போல் மிளிர்கிறது கோபுரம்.

இந்தியாவில் இடியாமல் முழுமையுடன் இருக்கும் மகத்தான கலைக் கோயில்கள் சிலவே. கஜுராஹோவின் காந்தரிய மகாதேவர் கோயில் முக்கியமானது. அதைப்பற்றி மிக அதிகமாக எழுதப்பட்டுள்ளது. தரங்கா கோயில் கஜுராஹோ ஆலயத்துக்கு இணையானது. கலையின்

நேர்த்தியில் ஒரு படி மேலானது. ஆனால் இக்கோயில் பற்றிப் பெரிதாக ஏதும் எழுதப்பட்டதில்லை. நான் இக்கோயிலை இப்போதுதான் பார்க்கிறேன்.

இந்தக் கோயிலைப்பார்த்து நிற்கும்போது சட்டென்று ஒரு பொறாமையும் தாழ்வுணர்ச்சியும் உருவாகிறது. இந்த ஆலயத்துக்கு நிகரான ஒரு கலைப்படைப்பு தமிழ் மண்ணில் இல்லை. இப்படி ஒவ்வொரு அணுவிலும் கலையழகு கூடிய ஒரு கட்டடமே நம்மிடம் இல்லை. தஞ்சைக் கோயில் இதைவிடப் பெரியது, ஆனால் இப்படி சிற்பமே கோயிலாக ஆன அற்புதமல்ல அது.

ஐம்பதடி நீளமும் நூறடி அகலமும் நூற்றுநாற்பத்தியெட்டு அடி உயரமும் கொண்ட இக்கோயில் நாகரா பாணி கோபுரம் கொண்டது. முன்பக்கம் பெரிய முகமண்டபம். மண்டபத்துக்குள் கவிழ்ந்த தாமரை வடிவமான கூரை. சிற்பங்களாலான தூண்கள். இந்த ஆலயத்தின் சுற்றுச்சுவரில் உள்ள சிற்பங்களைப் பார்த்துத் தீராது. பல சிற்பங்களை அடையாளம் காண முடியவில்லை. இரு கைகளிலும் சக்கரங்களுடன் நிற்கும் தேவதை அடிக்கடி தென்பட்டாள்.

ஒரு முக்கியமான விஷயம் உண்டு. சமண ஆலயங்களில் அனேகமாக எல்லாவற்றிலுமே இந்து தெய்வங்கள் உள்ளன. பிள்ளையார் தவிர்க்க முடியாதவர். சில இடங்களில் பிள்ளையார் தேவியருடன் அமர்ந்திருக்கிறார். சங்கு சக்கரத்துடன் பெருமாள் எழுந்தருளாத சமண ஆலயங்கள் குறைவு. இங்கே நடனநிலையில் சிவன் இருக்கிறார். கோயில்களைப் பெரும்பாலும் இந்து மன்னர்களே கட்டியு மிருக்கிறார்கள்.

இக்கோயிலின் பக்கவாட்டில் கௌமுக்ஜி கோயில் உள்ளது. சாமவசரன் என்று சொல்லப்படும் விரிந்த மண்டபம் இங்கே அமைந் திருக்கிறது. குமாரபால மகாராஜாவின் ஒரு சிலை இங்கே உள்ளது. அக்கோயிலின் அருகே ஒரு குன்றுமேடையில் பாகுபலி சுவாமியின் பளிங்குச்சிலை நின்று கொண்டிருக்கிறது. பன்னிரண்டடி உயரமான சிலை நின்ற தியானக்கோலத்தில் விண்ணை நோக்குகிறது.

அங்கே தர்மசாலையில் உணவுண்டோம். முழுமையான மதிய உணவு. சப்பாத்தி, சோறு, கூட்டு. எங்கள் முன்னால் அமர்ந்திருந்த சமணர் களுக்குத் தனியாக சாப்பாடு வந்தது. செந்தில்குமார் தேவன் ‘அவங்களுக்கு மட்டும் தனியா சாப்பாடு போடுறாங்க போல’ என்றார். அதை ஊகித்த எதிரே அமர்ந்த சமணர் சிரித்துக்கொண்டு ‘உங்களுக்கு வேறு சாப்பாடு. எங்கள் சப்ஜியில் நிறைய சக்கரை போடுவோம்’ என்றார். எங்கள் சப்ஜியிலும் கொஞ்சம் வெல்ல இனிப்பு. அப்படி யென்றால் அவர்களின் சப்ஜி பாயசம் போலவே இருக்கும் போல!

தரங்கா பேராலயம் - அடித்தளம் முதல் உச்சியின் சிகரவட்டம் வரை ஒவ்வொரு பகுதியிலும் சிற்பங்களும் அலங்காரங்களும்

தரங்கா பேராலயம் - சுற்றுச்சுவரில் உள்ள சிற்பங்கள்

தரங்கா பேராலயம் - நாகரா பாணி கோபுரம் கொண்டது

மடத்துக்குச் சென்று வண்டியை எடுத்துக்கொண்டோம். நல்ல தண்ணீர் கிடைக்கும் இடங்களில் கூடுமானவரை தண்ணீர் பிடித்துக்கொள்வது எங்கள் வழக்கம். பொதுவாக பயணங்களில் குடிநீரில் மிக அதிகமாக கவனம் செலுத்துவோம். குளங்கள் கிணறுகளில் நீர் பிடிப்பதில்லை. வடிகட்டி தூய்மைப்படுத்தப்பட்ட நீரையே குடிப்போம். பெரும் பாலும் வாங்கிக்கொள்வோம்.

அங்கிருந்து நேராக கும்பாரியாவுக்குக் கிளம்பினோம். கும்பாரியா வழியில்தான் செய்தித் தொடர்புக்குள் நுழைந்தோம். உடனே கட்டுரையை அனுப்பி வைத்தேன். என் கட்டுரைத்தொடரை இணையத்தில் பல்லாயிரம்பேர் வாசிக்கிறார்கள். அவர்களும் மானசீகமாக என்னுடன் வந்துகொண்டிருக்கிறார்கள்.

குஜராத்தில் அம்பாஜி அருகே உள்ள கும்பாரியா சமணர்களுக்கு முக்கியமான ஊராகும். பண்டைக்காலத்தில் இப்பகுதி முழுக்க அரசானா என்ற பெருநகரமாக இருந்தது. இன்று பெரும்பகுதி கைவிடப்பட்ட கிராமநிலமாக உள்ளது. இந்நகரத்தின் தோற்றம் அழிவு இரண்டுமே இன்றும் மர்மமானவை.

கும்பாரியா என்ற பெயரைக்கொண்ட இந்த ஊர் சித்தூர் அரசர் ராணா கும்பாவால் உருவாக்கப்பட்டது என்று சொல்கிறார்கள். அரசானா, பதினாறாம் நூற்றாண்டிலேயே கும்பாரியா என அழைக்கப்பட ஆரம்பித்துவிட்டது. ராணாகும்பா வாழ்ந்த காலம் பதினான்காம் நூற்றாண்டு. ஆகவே இந்த ஊகம் பொருத்தமற்றது என்கிறார்கள். இந்த ஊர் சோலங்கி மன்னர் காலகட்டத்தில் சமண வணிகர்களின் இடமாக இருந்திருக்கலாம். இங்கிருந்த எல்லா ஆலயங்களும் படையெடுப்பாளர்களால் இடிக்கப்பட்டன.

கும்பாரியாவில் ஐந்து பெரிய சமண ஆலயங்கள் அருகருகே உள்ளன. ஐந்துமே வெண்பளிங்கில் கட்டப்பட்ட அழகான கோயில்கள். பெரிய நாகராபாணி கோபுரம். முகமண்டபம். சிற்பங்கள் கொண்ட தூண்கள். வெண்பளிங்கு பார்க்கப்பார்க்கக் கண்ணுக்குப் பழகி ஒரு அண்மையை அளிக்க ஆரம்பித்தது. குமார்யாவின் சிலைகளைப் பார்க்கையில் அவை தித்திப்பானவை, சீனியாலானவை என்ற எண்ணம் ஏற்பட்டு புன்னகை வந்தது.

இவை இடிபாடுகளாக நெடுங்காலமாக கிடந்தன. கதைகளின்படி மாதா அம்பாஜி இப்பகுதியில் வாழ்ந்த சேத் விமல்ஷா என்பவருக்கு ஜைனக்கோயில்களைக் கட்டி, தீர்த்தங்கரர்களைக் குடியிருத்தும்படி கனவில் வந்து சொன்னார். அவர் இந்த ஐந்து கோயில்களையும் கட்டியதாகச் சொல்கிறார்கள். அவர் கட்டிய வேறு சில கோயில்கள் அழிந்துவிட்டன என்று சொல்லப்படுகிறது.

சமண ஆலயம், கும்பாரியா

கும்பாரியா எங்கள் குஜராத் பயணத்தின் கடைசி ஊர். நேராக மௌண்ட் அபுவுக்குக் கிளம்பினோம். வழியெல்லாம் உயர்ந்த மலைகள். பாறைகள் தியானம் செய்யும் சிகரங்கள். நீரோடைத் தடங்கள். குளிர் ஏற ஆரம்பித்தது. பாறைகளின் விதவிதமான வடிவங்களைப் பார்த்துக் கொண்டே சென்றேன். காட்சிவெளி குழம்பியடித்தது. கடந்த பல நாட்களாகவே சிற்பங்களையும் பாறைகளையும் மாறி மாறிப் பார்த்துக் கொண்டே இருக்கிறேன். பாறைகளில் ஒளிந்திருக்கும் சிற்பங்கள் தெரிகின்றன. சிற்பங்கள் அலங்காரம் மறைந்து முழுமை கொண்ட பாறைகளாகின்றன.

ஒலி சொல்லாகிறது. சொல் கவிதையாகிறது. பிரபஞ்ச அர்த்தம் கொண்ட அனைத்தையும் தொட்டுத்தொட்டு மீட்டெடுத்து தனக்கான அர்த்தங்களை உருவாக்கிக் கொண்டிருக்கிறது மனிதப்பிரக்ஞை. மொத்தப் பிரபஞ்சத்தையும் தன்வயப்படுத்தித் தனக்கான அர்த்தங்களை ஏற்றித் தன்னுள் நிறைக்கத் துடிக்கிறது. அதன் கைக்குச் சிக்குவது சிறு துளி...

பாறை மேல் படியும் மானுடப்பிரக்ஞை அதைச் சிற்பமாக்குகிறது. அப்படியென்றால் சிற்பங்களைப்பார்க்கும் எந்தப் பிரக்ஞை அதைப் பாறையாகக் காண்கிறது? தூய மிருகம் ஒன்று உள்ளிருந்து இவற்றைப் பார்த்துக்கொண்டிருக்கிறதா என்ன?

- 21 -

அசல்கர், தில்வாரா

இரவு குளிரில் நடுங்கியபடி தில்வாரா வந்து சேர்ந்தோம். நாங்கள் குளிருக்கான ஆடைகள் எடுத்துக்கொண்டிருந்தாலும் போதுமானதாக இல்லை. மழையை எதிர்பார்க்கவே இல்லை. பெய்திருந்தால் நாறிப்போயிருக்கும், நல்லவேளை.

மௌண்ட் அபு அருகே உள்ளது தில்வாரா. மௌண்ட் அபுவுக்குக் கொஞ்சம் முன்னாலேயே திரும்பிச் செல்லவேண்டும். ராஜஸ்தான் மாநிலத்தில் உள்ள ஒரே மலைவாசஸ்தலம் மௌண்ட் அபு. வரலாற்று ரீதியாகவும் நிலவியல் சார்ந்தும் இது குஜராத்துக்குச் சொந்தமானது, ராஜஸ்தானில் உள்ளது. சிரோகி மாவட்டத்தில் ஆரவல்லி மலைத் தொடரில் உள்ளது. மாநிலப்பிரிவினை ராஜஸ்தானுக்கு இதை அளித்தது.

புராணங்களில் அற்புதாரண்யா என அழைக்கப்பட்ட இந்த மலை மர்மமானதாக, தேவர்களுக்குரியதாகக் கருதப்பட்டது. ஆகவே இன்றும் இது பற்பல மதங்களுக்கு மையமாக உள்ளது. புகழ்பெற்ற பிரம்மகுமாரிகள் சபையின் தலைமையகம் இங்குதான் உள்ளது. அதைக் கடந்துசென்றோம். பஹாயி இஸ்லாமிய மதத்தின் தலைமையகமும் இங்குதான் உள்ளது. பொதுவாக நம் திருவண்ணா மலையைப்போல அனைத்துவகையான தியான அமைப்புகளுக்கும் இந்த மலை முக்கியமானது.

நெடுங்காலம் குஜராத்தின் சோலங்கி மன்னர்களின் ஆட்சியின் கீழ் இருந்தது. இங்கே முகமது கோரியை முதலாம் மூலராஜா தோற்கடித்து துரத்தியதாக வரலாறு.பின்னர் சுல்தான்களால் கைப்பற்றப்பட்டது. இங்கிருந்த ஆலயங்கள் அனைத்தும் இடிக்கப்பட்டன. பின்னர்

மீண்டும் சோலங்கி மன்னர்கள் இம்மலையைக் கைப்பற்றி ஆலயங்களை மறுபடியும் கட்டினர். இந்தியா முழுக்க ஒரே கதைதான்.

மௌண்ட் அபு அருகே உள்ள தில்வாரா சமணர்களின் முக்கியமான தலம். நாங்கள் அந்தியில்தான் அந்த இடத்துக்கு வந்தோம். இடத்தைப்பற்றிய ஒரு சித்திரம் அப்போது உருவாகவில்லை. கீழே உள்ள கோயிலில் தர்மசாலை பற்றிக் கேட்டோம். நேர் மேலே உள்ள திகம்பர் மடத்தில் இடமிருக்கும் என்றார்கள். கீழே உள்ள மடம் சமணர்களுக்கு மட்டுமானது, அவர்களுக்கான சடங்குகளில் பங்கெடுத்தாகவேண்டும்.

ஆகவே மலைமேலே சென்றோம். நல்ல அறைகள் இரண்டு கிடைத்தன. போர்த்திக்கொள்ள ரஜாய் எனப்படும் மெத்தைகள் கொடுத்தார்கள். நேர் கீழே இருந்த உணவகத்தில் உணவுண்டு வந்தோம். சப்பாத்தி கத்தரிக்காய் கூட்டு. பப்பட். இங்கே எங்குமே அசைவ உணவு கிடையாது. மது கிடையாது. அவற்றை தேடிப்போக வேண்டும், குற்றவாளிகளைப்போல.

தில்வாராவின் சமண ஆலயங்கள் பன்னிரண்டு மணிக்குத்தான் பொது தரிசனத்துக்குத் திறக்கப்படும் என்றார்கள். அது வரை சமணர்கள் மட்டுமே பங்கெடுக்கும் சமாராதனை என்னும் நிகழ்ச்சி நடக்கும். ஆகவே எங்களிடம் அசல்கட் என்னும் ஊருக்குச் சென்று அங்குள்ள கோயிலைப் பார்த்து வரும்படி சொன்னார்கள். திட்டத்தை அதன்படி வகுத்துக்கொண்டோம்.

நாங்கள் முந்தைய நாளே தர்மசாலையில் சிற்றுண்டி சொல்லி வைத்திருந்தோம். ஆறுமணிக்கே தேவை என்று நாங்கள் கண்டிப்பாகச் சொன்னாலும் நாங்கள் தூங்கி எழுந்தது ஏழு மணிக்கு. காரணம் நல்ல குளிர். தொடர்பயணத்தின் அலுப்பு. இம்மாதிரி பயணங்களை ஒருபோதும் நெருக்கமாக அமைத்துக்கொள்ளக்கூடாது. நன்றாகத் தூங்க நேரமிருக்கவேண்டும். தூங்காமல் ஓர் ஊருக்குச்செல்வது ஒப்பேற்றுவதாகவே அமையும். அத்தனை தொலைவுக்கு வந்து அப்படி ஓர் ஊரைப் பார்ப்பது வீண்.

மொட்டை மாடியில் நின்றுகொண்டு சுற்றியிருந்த மலைகள் வெயில் நீராடுவதைப் பார்த்துக்கொண்டு டீ குடித்தோம். மலையுச்சிகள் ஒளிகொண்டிருந்தன. கொதிக்கக்கொதிக்க வெந்நீர்க் குளியலுக்குப் பின் அசல்கட் கிளம்பினோம்.

தில்வாராவில் இருந்து எட்டு கி.மீ.தொலைவில் உள்ள அசல்கட் ஒரு மலைக்கோட்டை. கோட்டையின் இடிபாடுகள் மட்டும் ஆங்காங்கே மிச்சமுள்ளன. அண்ணாந்து பார்த்தால் மலையின் மீது தொங்குவது

போல சமண ஆலயம் தெரிந்தது. சட்டென்று பூட்டானின் புலிக்கூடு மடாலயத்தை நினைவூட்டியது. சரிந்த பாதை கொஞ்ச தூரம் செல்லும். அதில் கார் போகமுடியும். அதன் பின்னர் படிகள்.

புலிக்கூடு மடாலயம் போன்ற
அசல்கட் மலைக்கோவில்

மூச்சிரைக்க நடந்தோம். செங்குத்தான பாதை. அதற்குள் அவ்வளவு தொலைவுக்குச் செல்வதற்கான மூச்சு வல்லமையை அடைந்துவிட்டிருந்தோம். மலைக்குமேலே சமண ஆலயங்கள் இருந்தன. அதற்கு மேலே காளிகோயில் ஒன்றும் கோட்டையின் உச்சிக்கட்டடத்தின் இடிபாடுகளும் மிஞ்சியிருந்தன.

சமண ஆலயம் சமீபகாலமாகப் பழுதுபார்க்கப்பட்டு சுத்தமாக, அழகாக இருந்தது. முதற்கோயிலின் கருவறைக்குள் ஆதிநாதர் கோயில் கொண்டிருந்தார். சுற்றிலும் பிற தீர்த்தங்கரர்கள். இது ஒரு கோயில்செண்டு. முழுக்க முழுக்க வெண்பளிங்கினால் ஆன ஒன்பது கோயில்கள். மைய ஆலயம் இரண்டு அடுக்கு கொண்டது. கருவறைக்குள் ஸ்வேதாம்பர மரபுப்படி ரஜத கிரீடம் அணிந்த ஆதிநாதரின் பத்தடி உயரமான சிலை. கம்பீரமாகக் கோயில் கொண்டிருந்தார்.

அமைதியும் பளிங்கின் குளிரும் இளவெயிலும் பறவைகளின் ஒலிகளும் ஒன்றாகக் கலந்த ஒரு படலம் அக்கோயில்களை மூடியிருந்தது. காலையில் செல்லும் ஆலயம் ஒழிந்த மனதில் அழுத்தமான சித்திரமாகப் பதிந்துவிடுகிறது.

மலையிறங்கி வரும் வழியில் ஒரு நாய்க்குட்டி குழைந்தோடி வந்தது. பயணிகள் பிஸ்கட் போட்டுப் பழகிய நாய். ஒரு வாரம் வயதிருக்கும். பால்பல்லாகையால் கடிக்க ஆசைப்பட்டது. பிடிக்கப்போனால் குட்டிகளின் மரபுப்படி மல்லாந்து வாலை ஆட்டியது. நான் ரொம்பச் சின்னக்குட்டியாக்கும், என்னை நீ கொஞ்சத்தான் வேண்டும் என்று பொருள். முத்துக்கிருஷ்ணன் ஒரு பொட்டலம் பிஸ்கட் வாங்கிப் போட்டார். எங்களை மறந்து பாய்ந்துபோய் பசியுடன் தின்றது.

இந்தப் பயணம் முழுக்க நாங்கள் பெரும்பாலான சமணக் கோயில்களில் நாய்க்குட்டிகளைப் பார்த்துக் கொண்டே சென்றோம்.

சென்ற கார்த்திகை மாதத்தில் கருவுற்ற நாய்களின் குட்டிகள். எல்லா இடங்களிலும் அவை கொழுகொழுவெனப் புழுதியில் புரண்டு விளையாடிக்கொண்டிருந்தன. சமணர்களுக்கு சீவகாருண்யம் மத ஆசாரம் என்பதனால் உணவுக்குப் பஞ்சமில்லை.

தில்வாரா வந்தபோது பன்னிரண்டு மணி. பயணிகள் வரிசையில் நின்றார்கள். அலைபேசி, காமிரா எல்லாவற்றையும் வாங்கிக் கொண்டார்கள். படம் எடுக்க முற்றாக அனுமதி இல்லை. 'ரொம்பதான் கெடுபிடி செய்கிறார்கள். நாங்கள் தரங்காவையே பார்த்தவர்கள்... கோபேஸ்வரில் விளையாடினவர்கள் எங்ககிட்டையேவா?' என்றார் கிருஷ்ணன்.கேலிபேசியபடி உள்ளே சென்றோம்.

தில்வாராவில் ஐந்து கோயில்கள் உள்ளன. இவை படானை ஆண்ட சோலங்கி வம்சத்து சாளுக்கிய மன்னர்களால் கி.பி.11 முதல் 13 வாக்கில் கட்டப்பட்டவை என்று சொல்லப்படுகின்றன. இவர்கள் வாதாபி சாளுக்கியர்கள் அல்ல. ராஜஸ்தானில் உள்ள கிளை. சோலங்கி மன்னர்கள் ஏன் சாளுக்கியர்கள் என சொல்லப்படுகிறார்கள் என்பது ஒரு மர்மம். அங்கிருந்து இங்கே வந்திருக்கலாம்.

தில்வாரா கோயில்கள் காட்டுக்கு நடுவே உள்ளன. கோயில்களைச் சுற்றி உயர்ந்த கோட்டை மதில் உள்ளது. ஒருபக்கம் பெரிய பாறை. இங்குள்ள ஐந்து கோயில்களில் பெரிய மையக்கோயில் விமல்வாசஹி கோயில். இது சோலங்கி மன்னர் முதலாம் பீமதேவரின் அமைச்சரும் குருவுமான விமல்ஷா அவர்களால் கி.பி.1021ல் கட்டப்பட்டது. பீமதேவர் சமணர் அல்ல, இந்து வைணவர் என்பது குறிப்பிடத்தக்கது. ஏராளமான சமண ஆலயங்களைக் கட்டியவர் அவர். விமல்வாசஹி கோயில் ஆதிநாதருக்கானது.

இங்கே முன்னர் இருந்த ஆதிநாதர் ஆலயம் கோயிலின் பக்கவாட்டில் இப்போதும் உள்ளது. சிறிய முகமண்டபமும் கருவறையும் உடையது. கருவறைக்குள் பத்தடி உயரமான கருப்பு சலவைக்கல்லில் ஆதிநாதரின் பேரழகு கொண்ட சிலை உள்ளது. கறுமையின் அழகை அச்சிலை போல காட்டக்கூடிய இன்னொன்று இல்லை. ஊழிக்கருமை. முடிவிலியின், இன்மையின் கருமை. அக்கோயிலை ஒட்டிக் கட்டப் பட்ட கோயிலில் அதே சிலையைக் கருவறையில் வெள்ளியில் நகல் செய்து நிறுவியிருக்கிறார் விமல் ஷா.

விமல்வாசஹி கோயிலை இந்தியாவின் சமண ஆலயங்களில் அழகானது என்று சொல்வது வழக்கம். ஒரு கலை ஆர்வலனாக இந்தியாவின் மிகச்சிறந்த சிற்பங்கள் கொண்ட கோயில் அது என்று நான் சொல்வேன். நாங்கள் இதற்குள் இந்தியாவின் மகத்தான

கலைச்சிகரங்கள் சிலவற்றைப் பார்த்து பிரமித்து வந்திருக்கிறோம். ஒவ்வொரு கோயிலும் ஒன்றை இன்னொன்று மிஞ்சக்கூடியது. ஆனால் இந்த ஆலயம் ஈடிணையற்றது.

இரண்டு வகையில் மகத்தானது இந்த ஆலயம். ஒன்று தனிச்சிற்பங்கள். ஒவ்வொரு சிலையிலும் உள்ள எழிலும் நுண்மையும் முழுமையும் கலையின் உச்சநிலையில் மட்டுமே சாத்தியப்படக்கூடியவை. இன்னொன்று இச்சிலைகளை ஒன்றாகக் கொண்டு அமைக்கப்பட்ட கோயிலின் கட்டடக்கலை. ஒவ்வொரு அணுவிலும் சிற்பங்கள். ஒவ்வொரு சிற்பத்திலும் பல சிற்பங்கள். ஒவ்வொரு சிற்பமும் ஒரு பெருநிகழ்வு. பிரமிப்பின் சொல்லின்மையின் வெளிப்பாடுகளை மீண்டும் மீண்டும் பதிவுசெய்கிறேன் எனத் தெரிகிறது. வந்து பாருங்கள் என்றல்லாமல் எதையும் சொல்ல முடியாது.

நாகரா பாணியில் அமைந்த உயர்ந்த கோபுரம், கவிழ்ந்த தாமரை வடிவ உள்மாடம் கொண்ட முக மண்டபம், சுற்றிலும் தீர்த்தங்கரர் சன்னிதிகள் கொண்ட சுற்றுப் பிராகாரம் ஆகியவை கொண்ட ஆலயம் இது. முழுக்க வெண்சலவைக்கல்லால் ஆனது. சலவைக்கல் செதுக்குதலின் உச்சகட்ட சாத்தியம் இந்த ஆலயத்தில் எட்டப்பட்டுவிட்டது. சிலந்தி வலையின் மென்மையுடன், வெண்தாமரையின் மெருகுடன், நுரைக் குமிழியின் ஒளியுடன், நாரைச்சிறகின் நுட்பத்துடன், வழியும் பாலின் நெளிவுடன், வெண்ணெயின் குழைவுடன் கூடிய செதுக்குதல்கள். ஒவ்வொரு சிற்பம் முன்னாலும் சில கணங்கள் சிந்தை அழிந்த பித்துநிலை கைகூடுகிறது.

இயற்கை, மலர்களில் அதன் முடிவில்லாத வடிவசாத்தியங்களை சோதித்திருக்கிறது. பிழையில்லாத வடிவம் என்பதற்கு மலர்கள் என்றல்லாமல் பதில் சொல்ல முடியாது. நிறங்களும் அமைப்பும் மலர்களில் முழுமையான ஒத்திசைவை சாத்தியமாக்குகின்றன. கடவுள் வெறும் நடைமுறைவாதியல்ல, அவன் கலைஞன் என்பதற்கான ஆதாரம் மலர்களே. ஆனால் மனிதனுக்கு மலர்கள் போதவில்லை. மலர்களைக்கொண்டு மாலைகளை, செண்டுகளை, மலர்க்களங்களை உருவாக்கி அவன் கடவுளைக் கடந்துசெல்ல முயல்கிறான்.

மலர்களின் தனித்தன்மை அவற்றின் நிலையின்மை. கனவெனக் கலையும் தன்மை. அந்நிலையின்மையே நாம் அவற்றை மென்மை மென்மை என உணரச்செய்கிறது. இந்த ஆலயத்தில் சுற்றுப் பிராகாரத்தின் விதானங்கள் முழுக்க வெண்பளிங்கில் மலர்களை விரியச்செய்திருக்கிறார்கள். கல்லில் மலர்ந்த மலர்கள்.

எவையுமே மண்ணில் உள்ள மலர்கள் அல்ல. மலர்களின் வடிவ அழகை மட்டும் எடுத்துக்கொண்டு கற்பனையில் விரிவாக்கிக் கொண்டு உருவாக்கப்பட்டவை. தாமரை இதழ்களுக்குள் அல்லி வட்டம். அதற்குள் மந்தார இதழ்வரிசை. அதற்குள் அல்லிபீடம். மோகினிகள் இதழ்களாக மலர்ந்த மலர்கள். மலரிதழ்களின் சிடுக்கற்ற சிக்கலை, கண்களை ஏமாற்றி விளையாடும் அதிபின்னலைக் கல்லில் கொண்டுவந்த மேதையின் கால்கள் நாங்கள் நின்ற இடத்தில் பட்டிருக்கும் என்ற எண்ணமே சிலிர்க்கச் செய்தது.

இக்கோயில் விதானங்களில் உள்ள மலர் வடிவங்களைப்பற்றி மட்டும் ஒரு தனி நூல் எழுத முடியும். ஓவிய - சிற்ப வரலாற்றில் இந்த வடிவ நுட்பங்களுக்கு அப்பால் மிகக்குறைவான சாதனைகளே நிகழ்த்தப் பட்டிருக்கும் எனச் சொல்லத்துணிவேன். மலர்கள் அல்ல இவை. மலர்தல் என்ற நிகழ்வு மட்டும் மலர்களில் இருந்து எடுக்கப்பட்டு பிரமாண்டமாக ஆக்கப்பட்டுள்ளது. மலர்மை என்று சொல்லலாமா? சொல்லைப் பரிபூரணமாகத் தோற்கடித்து கைக்குழந்தையாக ஆக்கி ஒக்கில் வைத்து நின்று புன்னகைக்கிறது இந்தக் கலை.

இக்கோயில் விதானங்களில் உள்ள தேவியர் சிலைகள் ஒவ்வொன்றும் ஒரு சாதனை. யுகங்களுக்கொருமுறை கலையில் நிகழும் முழுமைத் தருணங்கள். சமணர்களுக்கு முக்கியமான தேவி சரஸ்வதி. வாக்தேவி என்றும் சொல்வார்கள். பிரம்மா விஷ்ணு சிவன் எல்லாமே சமணர் மரபிலும் உண்டு. அவர்களுக்கான சிற்ப இலக்கணங்கள் வேறு. சரஸ்வதி பன்னிரு கைகளுடன் கட்கம், அங்குசம், பாசம், கதை, எழுத்தாணி, வீணை, ஏடு, அமுதகலசம் ஏந்தி அபயமும் வரதமும் காட்டி அமர்ந்திருக் கிறாள். பத்மாவதி தேவி சக்கரங்கள் ஏந்திப் பன்னிரு கைகளுடன் நிற்கிறாள். தேவியர் சிலைகளின் கருணைப்புன்னகையும் அசைவும் நிலைப்பும் ஒன்றேயான அந்த அமைந்த கோலமும் சிற்பக்கலை எதையும் சாத்தியமாக்கும் என்பதற்கு சான்றுகள்.

தேவியரின் கைவிரல்கள் காந்தள் இதழ்கள் போல மென்மையாக வளைந்திருந்த விதம், தூங்கும் குழந்தையின் கட்டைவிரல் போல கால்விரல் நெளிந்திருந்த அழகு, இடையின் சரிவு, முலைக்குவை களின் வளைவு. பல சிலைகளை விட்டு வரவே மனமில்லை. ஆனால் இது சிலைகளின் கடல். ஒரு சிலை முன் நின்றபோது அடுத்தடுத்த சிலைகள் அழைத்தன. சென்ற பின் மீண்டும் அச்சிலை அருகே வந்து நின்றேன். மனம் அரற்றியது, பின் கரைந்தழிந்தது, பின் பெரும் தவிப்புடன் மீண்டது. வைணவ மன்னர்களால் கட்டப்பட்டதனால் இங்கே விஷ்ணு சிலைகளும் நிறைய உள்ளன. கோபாலகிருஷ்ணனின் சிலை நடனம் போல நின்றது, நிற்பதுபோல நடனமிட்டது.

கோட்டை மதில்களுக்கு உள்ளே ஐந்து கோவில்கள், தில்வாரா

விமல்வாசஹி கோயில், தில்வாரா

தில்வாரா கோவில் விதானங்களில்
தேவியர் சிலைகளும் மலர் வடிவங்களும்

தேவியர் சூழ விஷ்ணு நடன நிலையில் அருள்புரிந்தார். ஆனால் சிலைகளில் உச்சமென்பது இங்குள்ள அகோரநரசிம்மர். தமிழகத்திலும் பல அற்புதமான அகோரநரசிம்மர் சிலைகள் உள்ளன. ஆனால் இச்சிலை அவை எதனுடனும் ஒப்பிடத்தக்கதல்ல. பன்னிரு கைகள் கொண்ட நரசிம்மர் இரணியனை மல்யுத்த முறைப்படி பூட்டுப் போட்டுப் பிடித்து குடலைக்கிழிக்கிறார். கொல்வதும் சாவதும் பெரும் பரவசநிலையாக நடனக்கோலம் கொண்டுள்ளன. ஒரு சமணக் கோயிலில் உச்சகட்ட வன்முறை திகழும் இச்சிலை இருப்பதும் ஆச்சரியமானதே.

விமல் வாசஹி கோயிலின் மைய மண்டபம் ஒரு பெரும் மலர். மாலை தாமரை கூம்பும்போது தாமரை இதழ்க்குவைக்குள் தேன்குடித்தபடி மயங்கிய வண்டு மாட்டிக்கொள்ளும் வர்ணனை சங்க இலக்கியங்களில் வரும். அதைப்போல அந்த மண்டப மலருக்குள் மாட்டிக்கொண்டேன் என நினைத்தேன். பன்னிரு தூண்களிலும் கட்டைவிரல் அளவு முதல் இரண்டு முழம் அளவு வரை பெரிய நூற்றுக் கணக்கான சிலைகள். மேலே வித்யாதேவியரின் வரிசைகள் வானில் பறந்து இசை மீட்டின. ஒவ்வொன்றிலும் நகைகள், ஆடைகள். தலைகீழாக செதுக்கப்பட்ட பளிங்கு மலர்கள். மலர்தலுக்குள் மலர்தலுக்குள் மலர்ந்துகொண்டே இருந்தது மலர். சிற்பம் காதுகளில் இசையாக நாவில் சுவையாக நாசியில் வாசனையாக நிறையமுடியும் என்ற அனுபவத்தை இங்கேதான் அடைந்தேன்.

விமல் வாசஹி ஆலயத்தின் முன்னும் பின்னும் இரு யானைக் கொட்டடிகள் சிற்பங்களாக அமைக்கப்பட்டுள்ளன. விமல்ஷாவின் மகனான பிரித்விபாலர் இதை அமைத்தார். இதற்குள் எட்டடி உயரமான யானைச்சிலைகள் வரிசையாக உள்ளன. முன்னால் நிற்கும் யானைகளில் பீமதேவரும் விமல் ஷாவும் உள்ளனர். வெண்பளிங்கினால் ஆன அழகான யானைகள் இவை.

இரண்டாவது ஆலயமான லூனா வாசஹி இருபத்திரண்டாவது தீர்த்தங்கரரான நேமிநாதரின் ஆலயம். இதுவும் வெண்பளிங்காலானது. விமல் ஷா ஆலயம் போலவே அமைப்பு. அதே போல முடிவில்லாத மலர்தல்கள் கொண்ட கூரை விதானங்கள். சிற்பங்களேயான தூண்கள். முற்றிலும் புதிய மலர்க்கற்பனைகள். இதழ்கள் ஊசிகள் போலக் கூம்பின. அம்புகள் போலக் கூர்ந்தன. மழைத்துளிகள் போலச் சாய்ந்தன. நாக்குகள் போல வளைந்தன. கிள்ளைநாசிகள் போல் கொஞ்சலாகக் குவிந்தன. கற்பனையின் உச்சம், சதுரங்களாக இதழ்கள் கொண்ட மலர்கள். இதழ்க்குவிதல்கள் ஆழமாகக் குளம்போல இறங்கிச்சென்ற மலர்கள். இனி கடவுள் புதிய மலரைப் படைக்க நினைத்தால் என்னதான் செய்வார்?

லூனா வாசஹி கோயிலை 1230ல் போர்வாட் சகோதரர்கள் என்றழைக்கப்பட்ட வாஸ்துபால், தேஜ்பால் இருவரும் கட்டினார்கள். வகேலா வம்சத்து வீர்தாவல் மன்னரின் அமைச்சர்கள் இவர்கள். இந்த ஆலயத்தின் ரங்கமண்டபத்தின் கூரைக்குவையில் இருந்து பிரமாண்டமான அலங்காரக்கொத்து தொங்குகிறது. இங்கே தீர்த்தங்கரர்களின் 72 சிலைகளும் 360 சமணமுனிகளின் சிலைகளும் உள்ளன. ஹஸ்தி சாலையில் 10 அழகிய யானைச்சிலைகள் உள்ளன. குப்த் மண்டபத்தில் நேமிநாதரின் கரிய சலவைக்கல் சிலை உள்ளது. மேவாரின் ராணா கும்பா கட்டிய கரிய சலவைக்கல் தூண் உள்ளது. அதில் அவரது கல்வெட்டும் உள்ளது.

மேலும் கோயில்கள் அருகே இருந்தன. பிதல்ஹார் கோயில் ரிஷப தேவருக்கானது. இது இப்போது எடுத்துக்கட்டப்படுகிறது. கர்தார் வாசஹி கோயில் பார்ஸ்வநாதருக்கானது. மகாவீர் கோயில் வர்த்தமானருக்கானது. இவற்றில் விமல் வாசஹி கோயிலும் லூனா வாசஹி கோயிலும்தான் சிற்பங்கள் மண்டியவை. எப்படி இந்த ஒட்டுமொத்த சாதனையை நிகழ்த்த முடிந்தது? ஒரு சிற்பி மேதையாக இருக்கலாம். சரி நூறு சிற்பிகள் மேதைகளாக இருந்திருக்கலாம். ஆனால் பதினான்காயிரம் பேர் இருபத்தைந்து வருடம் உழைத்துக் கட்டிய இக்கோயிலில் எத்தனை ஆயிரம் பேர் சிற்ப மேதைகளாக இருந்திருக்க வேண்டும்? அது சாத்தியம்தானா?

சாத்தியம்தான். மானுட சாதனை எதுவுமே தனிமன வெளிப்பாடு அல்ல. பதினாறாம் நூற்றாண்டில் ஐரோப்பாவில் தொழில்நுட்ப அறிவியல் ஓர் அலை போல உருவான பின் வெறும் முந்நூறாண்டுகளில் ஐரோப்பா உருவாக்கிய கருவிகளின் அளவு எத்தனை என்று பார்த்தாலே போதும். எத்தனை மேதைகள், எத்தனை மகத்தான படைப்புத்தருணங்கள். அதேபோல இங்கே சில நூற்றாண்டுக்காலம் மானுட பிரக்ஞை ஒற்றைப் பேரலையாக கலை-இலக்கியம்-தத்துவம் நோக்கிப் பிரவாகமெடுத்திருக்கிறது. மழைப் பெருக்கில் எறும்புகள் ஒன்றுடன் ஒன்று கவ்வி ஒரு பந்தாக மாறி மிதந்து உருண்டு செல்வது போல்.

தில்வாரா கோவிலில்
கர்பகவிருட்ச புடைப்புச் சிற்பம்

ஒவ்வொரு மனிதனுக்குள்ளும் அந்தக் காலகட்டத்தின் ஒட்டுமொத்த பிரக்ஞையும் குடியேறுகிறது. ஒவ்வொரு மனமும் பல லட்சம் மனங்களால் ஆனதாக ஆகிவிடுகிறது.

பெரும் கலைஞன் என்பவன் அவன் காலகட்டத்தின் ஒட்டுமொத்த கலைக்கொந்தளிப்பின் அலைமேல் ஆரோகணித்துச் செல்பவன். இந்த நாகரா பாணி கோயில்கோபுரங்களைப் போல. சிறுசிறு கோபுரங்கள் சேர்ந்து சேர்ந்து பெரும் கோபுரமாகிக் கலசத்தைத் தாங்கி நிற்கின்றன. இங்கே இந்த மகத்தான கலைப்படைப்பை சாதித்தவர்களை சிற்பிகளின் சமூகமாக நாம் நினைக்கிறோம். அது அவர்களின் உடல்களைக் கொண்டு. அவர்களைப் பல்லாயிரம் கரங்களும் பல லட்சம் விரல்களும் கொண்ட ஒரு விராட புருஷனாக உருவகிக்க வேண்டும். அந்த புருஷமேருவுக்கு எந்த மாபெரும் கலையும் ஒரு விளையாட்டுப்பொருள் மட்டுமே.

கோயில்களைப் பார்த்துவிட்டு வெளியே வந்தபோது ஓர் எண்ணம் ஏற்பட்டது. தமிழகத்தில் நமக்கு சிற்பக்கலை பற்றிய ஒரு பெருமிதம் உள்ளது. நியாயமான பெருமிதம்தான். ஆனால் பெரும்பாலும் அறியாமை காரணமாக அது மிகைப்படுத்தப்படுகிறது. இந்தியாவின் சிற்ப மரபு எட்டாம் நூற்றாண்டு முதல் அதன் உச்சத்தைத் தொட்டு பதினொன்றாம் நூற்றாண்டில் முழுமையை அடைந்துவிட்டது. வட இந்தியாவின் பெரும் கலைக்கோயில்கள் பெரும்பாலானவை சுல்தான் களாலும் பின்னர் முகலாயர்களாலும் அழிக்கப்பட்டபின் எஞ்சிய சிலவற்றை வைத்து நாம் ஊகிக்கும் கலையே இந்த பிரமிப்பை உருவாக்குகிறது என்பதை நினைவில் கொண்டால் அந்தக் கலைப் பெருவெளியின் பிரமாண்டத்தை நம்மால் ஊகிக்க முடியும்.

தமிழகத்தில் களப்பிரர் காலகட்டத்துக்குப்பின் நமக்கு சிற்பக்கலை கொஞ்சம் தாமதமாக, எட்டாம் நூற்றாண்டில், பல்லவர் காலத்தில் தான் வந்து சேர்ந்தது. நாம் சிற்பக்கலையில் ராஷ்டிரகூடர்களும் வாகாடகர்களும் சாளுக்கியர்களும் சோலங்கிகளும் அடைந்ததை எட்ட முயன்றவர்கள் மட்டுமே. வடக்கே கோயில்கலை இஸ்லாமியர் காலகட்டத்துடன் மறைந்து விட்டது. பின்னர் பதினாறாம் நூற்றாண்டு முதல் மராட்டியர்களாலும் பதினேழாம் நூற்றாண்டு முதல் சமண வணிகர்களாலும் சில மீட்பு முயற்சிகள் மட்டுமே நிகழ்ந்துள்ளன.

நம் சிற்பக்கலை பதினேழாம் நூற்றாண்டு வரை நாயக்கர்களின் ஆதரவில் செழித்தது. ஆனால் நம்முடைய எந்த ஆலயமும் இந்த ஆலயங்களின் முழுமையை அடையவே இல்லை என்பதே உண்மை. அத்துடன் நம் சிற்பக் கட்டடக்கலை நாயக்கர் காலகட்டத்திற்குப்பின் எவ்வகை வளர்ச்சியையும் அடையவில்லை. நாம் பெருமை கொள்ளும் ஒரு தமிழக ஆலயம்கூட பின்னர் கட்டப்பட்டதில்லை.

சொல்லப்போனால் நாணித் தலைகுனியச்செய்யும் கேவலமான கான்கிரீட் கட்டடங்களையே நாம் பின்னர் கட்டியிருக்கிறோம்.

பத்தாம் நூற்றாண்டில் வடக்கே மாபெரும் கலைச்சாதனைகள் நிகழ்த்தப்பட்ட காலகட்டத்தில் தஞ்சைப் பெரியகோயில் சிலைகள் வழியாக நாம் சிற்பக்கலையின் ஆரம்பகட்ட சாதனைகள் சிலவற்றைச் செய்தோம். சோழர்காலச் சிலைகளில் பல சிலைகள் அழகானவை, ஆனால் இந்தக் கோயிலின் சிலைகளுடன் அவற்றை ஒப்பிடுவதே அறியாமை. நம் சிற்பங்கள் சிறந்த கலை, இவை மகத்தான கலை.

அதன்பின் நாயக்கர் காலத்துச் சிற்பங்களிலேயே நமக்குப் பெரும் கலைப்படைப்புகள் கிடைக்கின்றன. கிருஷ்ணாபுரம், தாடிக்கொம்பு, ஸ்ரீவில்லிபுத்தூர், மதுரை, கும்பகோணம் ராமசாமி கோயில், காஞ்சி வரதராஜர் கோயில் சிலைகள் போன்றவை. அவை கருங்கல்லில் கலையை சாதித்தவை. அச்சிலைகள் அழகானவை, கம்பீரமானவை, நுட்பமானவை. ஆனாலும் வட இந்தியாவில் உள்ள இக்கோயில்களின் சிலைகளின் கலைப்பூரணம் அவற்றில் நிகழவில்லை. நம் கலை அந்த எல்லையைத் தாண்டவே இல்லை.

அதற்குப் பல காரணங்கள் இருக்கலாம். ஒன்று, கல். சலவைக்கல் கலைஞனுடன் சேர்ந்து இசைகேட்ட நாகம் போல நெகிழ்ந் துருகுகிறது. விரல்பட்ட மலர் போலப் பூத்து விரிகிறது. நம் கருங்கல் தொழில்நுட்பம் மாபெரும் கட்டடக்கலையை நாம் நிகழ்த்த உதவியது. மதுரை, திருவண்ணாமலை, சிதம்பரம், ஸ்ரீரங்கம் போன்ற பிரமாண்டமான ஆலயங்களே நம் சாதனை. அதைச் சொன்னபோது கிருஷ்ணன் சொன்னார் 'அப்படி ஒண்ணும் ஆறுதல் அடைய வேண்டியதில்லை சார், கோபேஸ்வர் கோயில் கருங்கல் கோயில் தானே?'

ஆனால் இந்தியனாக இந்த ஒவ்வொரு கலையும் என்னுடையது, என் முன்னோரின் விரல்களில் ஆன்மா பூத்தெழுந்த வடிவங்கள் இவை என்ற உணர்வு அளிக்கும் சிலிர்ப்பு வெகுநேரம் தரையில் நடக்க முடியாதபடி ஆக்கியது. கையில் ஒரு தம்புராவின் நாதம் மீட்ட காலடியில் மேகங்களே வாகனமாக அமைய மலர்மணங்கள் துணையாக வர மிதந்துசெல்லும் கந்தர்வனாக உணரச் செய்தது.

மகத்தான கலை மனிதனுக்கு சிருஷ்டி விதித்த மூன்று எல்லைகளை அவன் தாண்டிச் செல்ல வைக்கிறது. அவன் அகம் அவனுடைய ஐம்புலன்களின் வரையறைகளை மீறுகிறது. அவன் மரணமற்றவனாக ஆகிறான். அவன் இருப்பு கால-இட எல்லைக்கு அப்பால் நிகழ ஆரம்பிக்கிறது.

- 22 -

மிர்பூர், உதய்பூர் - நகடா

சமணர்களுக்கு முக்கியமான புனிதத்தலமான மிர்பூர் ஒரு காலத்தில் ஒரு ஊராக இருந்திருக்கிறது. ஆனால் இப்போது அங்கே ஒரு குடியிருப்புகூட இல்லை. கச்சிதமான லாடவடிவில் மலை சூழ்ந்திருக்க நடுவே ஒரு வெண்பளிங்கு ஆலயம். பார்ஸ்வநாதரின் சன்னிதி. அதனருகே இரு சிறிய ஆலயங்கள். ஒரு தர்மசாலை.

தர்மசாலையை அந்த ஊருக்கு பெரியது என்றே சொல்லவேண்டும். இருநூறு பேர் தங்கும் வசதி உடையது. அதை கவனித்துக்கொள்ளவும் கோயில் பூசைக்குமாக நான்குபேர். அவர்கள் தனியாக அங்கே தங்கியிருக்கிறார்கள். பத்து கி.மீ.தூரத்தில்தான் கிராமம். சுற்றியிருக்கும் காடு முட்புதர்களும் குட்டை மரங்களும் அடர்ந்தது. மலையின் மடிக்குவையில் அப்போது பிறந்த குழந்தை போல வெண்ணிறக்குருத்து உடலுடன் இருந்தது மிர்பூர் ஆலயம்.

மிர்பூருக்குக் கிளம்பியபோது சாயங்காலம் நான்குமணி. மௌண்ட் அபுவில் இருந்து மிர்பூர் எழுபது கி.மீ. என்றது கூகிள். அஸ்தமனத்தை மிர்பூரில் பார்க்கலாமென நினைத்தோம். ஆனால் கூகிள் கொண்டு விட்ட வழி ஒரு மலை இடுக்கு. செங்குத்தான கற்பாறை வழி. குதிரையில் இறங்கலாம், கொஞ்சம் கஷ்டப்பட்டால்.

மௌண்ட் அபுவின் நக்கி ஏரியைச் சுற்றியிருக்கும் சிறிய சாலையில் சுற்றிச்சுற்றி தட்டழிந்து வழிகேட்டோம். ஏரியைச்சுற்றிய பாதையில் நான்கு கி.மீ. சென்ற பின் வழிமூடியிருக்க பின்னால் ஓட்டியே மொத்த தூரத்தையும் திரும்பவந்தோம். மீண்டும் பழைய சாலைக்கே வந்து மீண்டும் வழி பிடித்து மிர்பூர் வழியை ஒருவழியாகக் கண்டு பிடித்த போது மலையைச் சுற்றித்தான் செல்ல வேண்டும், நூற்றி ஐம்பது கி.மீ. ஆகும் எனத் தெரிந்தது.

மிர்பூருக்கு வந்து அஸ்தமனம் பார்க்க முடியாதென உறுதியானதும் ஒரு விவசாயியின் வயலில் இறங்கி வெந்தய வயல்களுக்கு அப்பால் அணைந்து கொண்டிருந்த சூரியனைப் பார்க்கலாமென முடிவெடுத்தோம். நாங்கள் இறங்கிச்சென்றதுமே குடும்பத்தலைவர் சுருங்கிய சிரிக்கும் கண்களுடன் வந்து வரவேற்றார்.

வசதியான விவசாயியான உக்காராம் அறுவடை இயந்திரம் டிராக்டர் எல்லாம் வைத்திருந்தார். தொழுவம் நிறைய எருமைகள். பல காளைகள். கோதுமை அறுவடை முடிந்து மலைமலையாக வைக்கோல் குவித்து வைத்திருந்தார். களத்துமேட்டில் ஏழெட்டு கயிற்றுக் கட்டில்கள். சாணிமணம். வைக்கோல்மணம்.

அவருக்கு நான்கு பையன்கள், ஒரு பெண். பெண் அழகி. எங்களைப் பார்த்ததும் வெட்கம் தாங்காமல் வீட்டுக்குள் ஓடிவிட்டாள். பையன் கான்வெண்ட் மாணவன். ஒரு சொல் ஆங்கிலம் தெரியாது, அந்த வெட்கம் இருந்தது.

மிர்பூர் செல்லும் வழியிலேயே நல்ல தர்மசாலைகள் பல உள்ளன என்று உக்காராம் சொல்லி அனுப்பியிருந்தார். இப்பகுதியில் வழிநெடுகிலும் நிறைய சமண ஆலயங்கள் இருந்தன. பளிங்கினாலும் சுதையாலும் புதியதாகக் கட்டப்பட்டவை. சமணர்கள் நிறையபேர் வாழ்கிறார்கள் போலும். அவர்கள் வணிகர்கள் என்பதனால் பணமும் கைவசம் உண்டு.

ஆனால் மிர்பூர் சென்று அங்கே தங்கலாமென எண்ணினோம். இரவு ஏழரை மணிக்கு மிர்பூர் வந்தோம். மிர்பூர் தர்மசாலை அருகே சென்ற போது சமையற்காரர் வந்து ''என்ன வேண்டும்?'' என கேட்டார். ''நாங்கள் பயணிகள் என்றதும் தங்குவதில் பிரச்சினை இல்லை, ஆனால் சமையல் செய்ய முடியாது, அதற்கான வசதி இல்லை'' என்றார்.

அவர் தயங்குவதைக் கண்டு ''நாங்கள் சமணர்கள் அல்ல'' என்றதும் ''சமணர்களுக்கு மட்டும் தங்குமிடம் என்பதே வழக்கம்'' என்றார். நாங்கள் திரும்பப்போனோம். அவரது நிர்வாகியிடம் தொலைபேசியில் பேசச்சொன்னார். கிருஷ்ணன் வழக்கறிஞர் தோரணையில் பேசினார். அவர் உற்சாகமடைந்து உடனடியாக எங்களுக்கு தங்குமிடம் அளிக்கச் சொல்லி உணவுக்கு ஏற்பாடும் செய்தார்.

இதுவரை தங்கியதிலேயே விசித்திரமான இடம். சுற்றிலும் மிக நெருக்கமாக உயர்ந்த மலைகள். விடுதி தவிர கட்டடங்களே இல்லை. அதில் தன்னந்தனியாக இருந்தோம். வேறு பயணிகள் எவரும் இல்லை. இரவில் குளிருக்கு ரஜாய் கொடுத்தார்கள். ஆனால் அந்த

அளவுக்கு குளிர் இல்லை. நண்பர்கள் காரிலேயே சாப்பிடச்சென்றார்கள். நான் கட்டுரையை எழுதிமுடித்து விட்டுக் காத்திருந்தேன்.

அவர்கள் கொண்டுவந்த பழங்களைச் சாப்பிட்டுவிட்டு தூங்கி விட்டேன். காலை ஏழுமணிக்குத்தான் விழித்தேன். சமையற்காரர் ஒரு பெரிய தகரக்கடாயில் சுடுநீர் கொதிக்கவைத்துக்கொண்டிருந்தார். அதை அள்ளிக்கொண்டு சென்று குளித்தேன். அவர் அளித்த சூடான சாய் குடித்தேன். புத்துணர்ச்சியுடன் இளவெயில் பரவ ஆரம்பித்த மிர்பூரின் மலைகளைப் பார்த்தேன்.

மிர்பூரின் மலைக்குமேல் பழைய கோட்டை ஒன்றின் இடிபாடுகள் தெரிந்தன. ஆயிரம் வருடங்கள் முன்னரே கைவிடப்பட்ட கோட்டை. அங்கே செல்லமுடியாது. முட்புதர்கள் அடர்ந்த மலைச்சரிவு. மேலே மலையுச்சியில் அம்பாதேவி கோயில் ஒன்றும் தெரிந்தது. இரவில் அதற்குக் கீழிருந்தே விளக்கு போடுகிறார்கள். மேலே செல்ல படிகள் உண்டு. காலையில் மலைச்சரிவெங்கும் மயில்கள் அகவியபடி கூட்டம் கூட்டமாக அலைந்தன.

மிர்பூரில் கிடைத்த கல்வெட்டு ஒன்று அடிவாரத்தில் உள்ள சமண ஆலயம் முன்பு சம்பிரதா என்ற ராஜபுத்திர மன்னரால் கட்டப்பட்டது எனத் தெரிவிக்கிறது. அந்த ஆலயம் இடிக்கப்பட்டு இடிபாடுகளாகக் கிடந்தது. ஆசாரிய ஜெயானந்த சூரிசஸ்வரஜி மகராஜ் என்ற சமணத் துறவியின் ஆணைப்படி அவரது மாணவரான ஸ்ரீ சமந்த் என்ற வணிகரால் இந்த ஆலயம் மீண்டும் புதுப்பிக்கப்பட்டது.

கோயில் இருக்கும் இடத்தைச்சுற்றி ஏராளமான கோயில்கள் மற்றும் அடித்தளங்கள் கண்டடையப்பட்டுள்ளன. ஆனால் இந்த மறைந்த நகரம் பற்றி பெரிய அளவிலான தகவல்கள் கிடைக்கவில்லை. ஆய்வுகளும் நிகழவில்லை.

வெண்பளிங்காலான அழகிய கோயில். உயரமான அடித்தளம் கொண்டது. இடிக்கப்பட்ட பழைய கோயில் இருநூறாண்டுகளுக்கு முன்னர் திரும்ப கட்டப்பட்டிருக்கிறது. பெரும்பாலான சிலைகள் சீராக இருந்தன. உடைக்கப்பட்ட மூலச்சிலை மட்டும் மீண்டும் செய்யப்பட்டது. ஐந்து தலை நாகம் படமெடுக்க அமர்ந்திருந்த பார்ஸ்வநாதர் சிலையை பூசாரி காவித்துணியால் துடைத்துக் கொண்டிருந்தார்.

அழகிய மண்டபம். குடைவடிவ உட்கூரையில் வித்யாதேவியர் சிலைகளுக்கு பதிலாக பிள்ளையார் சிலையும் தேவர்களின் சிலையும் இருந்தன. சுற்றுச்சுவர்களில் வெண்பளிங்கில் செதுக்கப்பட்ட அழகிய தேவியர் சிலைகள். சிவனும் விஷ்ணுவும் பிரம்மாவும் இருந்தனர்.

மிர்பூரில் வெண்பளிங்காலான அழகிய சமண கோயில்

ஆனால் அவர்களுக்கு தென்னகத்தில் நாம் கொடுக்கும் அடையாளம் ஏதும் இல்லை. காலடியில் காளை அல்லது மான் இருந்தால் சிவன். சிலசமயம் கையில் பாம்பு அல்லது சூலம் இருக்கும். தேவியின் காலடியில் யானையும் கையில் தாமரையும் இருந்தால் அது விஷ்ணு. சமணச் சிற்ப இலக்கணத்துக்கு ஒரு நல்ல நூல் வாங்கி இந்த வடிவங்களைப் புரிந்துகொள்ள முயலவேண்டும்.

சமண ஆலயங்களில் பெரும்பாலும் இந்து தொன்மங்களே செதுக்கப் பட்டுள்ளன. உண்மையில் சமணம் இந்து மதத்தில் இருந்து தத்து வார்த்தமாக மட்டுமே வேறுபட்டது. பூஜைமுறைகள், ஆசாரங்கள், தொன்மங்கள், தேவர்கள், ஆலய அமைப்பு எல்லாமே ஒன்றுதான். வட இந்தியாவில் ஒரே மதமாகவே இவை பற்பல நூற்றாண்டுக்காலம் இருந்திருக்கின்றன. விஷ்ணு இல்லாத ஒரு சமண ஆலயமே எங்குமில்லை.

ஆகவேதான் பின்னர் சமணர்களில் பெரும்பாலானவர்கள் வைணவர் களாக ஆனார்கள். காந்தியின் குடும்பம் போல சமணமும் வைணவமும் ஒரே குடும்பத்துக்குள் இருக்க முடிந்தது. இன்றும் இந்த இணைப்பு அப்படியே நீடிக்கிறது. சமண ஆலயத்து இந்து தொன்மச் சித்தரிப்புகளில் தேவர்களும் அசுரர்களும் பாலாழி கடைந்து அமுதம் எடுக்கும் காட்சி முக்கியமானது.

கோயில்களைப் பார்த்தபின் அருகே உள்ள குன்றுமேல் ஏறினோம். வர வர காலையில் ஒரு மலை ஏறாவிட்டால் உடம்பு தினவெடுக்க ஆரம்பித்துவிடுகிறது. முட்புதர் மண்டிய காடு. சிவந்த பாறைகள். இந்தக் கல்லால்தான் தரங்கா கோயில் கட்டப்பட்டிருந்தது.

முட்கள் வழியாக கஷ்டப்பட்டு மேலேறிச்சென்று சூரிய ஒளி பரவிய மலைகளைப்பார்த்தோம். உரிமையாளரின் கை வருடலை ஏற்று நிற்கும் நாய்க்குட்டிகள் போல மரங்கள் சூரிய ஒளியை பூசிக்கொண்டு சலனமற்று நின்றன. அவ்வப்போது உவகை தாளாமல் கொஞ்சம் நெளிந்தன. வால்குழைத்து உடல் சிலிர்த்தன. உடலே முள்ளாக சிலிர்த்த மரக்கூட்டங்கள். முட்களின் நிழல்கள் மண்ணைக் கீறாமல் புழுதியில் விழுந்து கிடந்தன.

வறண்ட நிலத்துத் தாவரங்கள் முட்களை உருவாக்கிக்கொள்கின்றன என அஜிதன் ஒரு முறை சொன்னான், மேயப்படுவதை அவை தாங்க முடியாது. அவை முட்களை நீட்டி எச்சரிக்கையுடன் நிற்கின்றன.

மாறாக வறண்ட நிலத்து மக்கள் நேர் மாறாக மலர்களை உருவாக்கிக் கொண்டிருக்கிறார்களா என்ன? பெரும்பாலும் பாலைநில மக்களே கொடையும் பகிர்ந்துண்ணும் வழக்கமும் கொண்டவர்களாக

இருக்கிறார்கள். அது அவர்கள் எதிர்மறைச்சூழல்களை கூட்டாகச் சந்தித்து தங்கிவாழ அவசியமான பண்பாட்டுப் பழக்கமாக இருக்கிறது.

சமண மதம் உருவான நிலம் இன்று பெரும்பாலும் பாலை. அது உருவான சரஸ்வதி சிந்து நாகரிகத்தின் காலகட்டத்துக்குப்பின் இந்நிலம் நீர்வறண்டு பாலையாகியது. ஆனால் இந்தப் பாலையில் அது நீருக்குப்பதில் கருணையைப் பாய்ச்சி வளம் கொழிக்கச்செய்தது.

பத்துமணிக்குக் கிளம்பினோம். வரும் வழியில் ஓர் டாபாவில் சாப்பிட அமர்ந்தோம். கடுமையான பசி இருந்தமையால் சப்பாத்தி டால் சப்ஜி என கொண்டுவரச் சொன்னோம். நெய் வேண்டுமா என்று கேட்டார். சரி என்றபோது நாலைந்து சொட்டுதான் எதிர்பார்த்தோம். ஆனால் அவர் ஆளுக்கு நூறு மில்லி நெய்யை அள்ளி குளமாக விட்டுவிட்டுச் சென்றார். அதுதான் வழக்கமாம்.

உண்மையில் ருசியாகத்தான் இருந்தது. ஆனால் முழுநாளும் எவரும் எதுவுமே சாப்பிட வைக்கவில்லை. இரவில்கூட பழங்கள்தான். ஆனால் லாரி ஓட்டுநர்கள் சப்பாத்தியை புனல் போலக் குவித்து அதில் நெய்யை வாங்கி உறிஞ்சிக் குடித்து விட்டுச்செல்வதைக் கண்டேன். அவர்களுக்கு வயிற்றுக்குள் எரியுலை இருக்கலாம்.

நேராக உதய்புர் அருகே உள்ள நகடா ஊருக்குச் சென்று அங்குள்ள சாஸ் பாகு கோயில்களைப் பார்ப்பது திட்டம். நேராக குறுக்கு வழி போட்டதில் வழக்கம்போல கூகிள் விளையாடியது. சரியான ராஜஸ்தானிய கிராமங்களுக்குள் நுழைந்து மண்படிந்த சாலைகளில் சுற்றிவர ஆரம்பித்தோம். புழுதி மொத்த கிராமங்களையும் மூடியிருந்தது. கூரைகளில், இலைகளில், மக்கள் தலைமயிரில், ஆடைகளில் எல்லாம் செம்புழுதி. உயர்ந்த மலைச்சரிவுகள் முழுக்க புழுதி.

மலைப்பாறைகள் எல்லாம் சோன்பப்டி அடுக்குகள் போல அமைந்திருந்தன. அவை உடைந்து சரிந்த சிப்பிக்கற்கள் சில்லுக்கற்களால் ஆன சரிவுகள். மீண்டும் மீண்டும் வழி கேட்டோம். பொறுமையாக ராஜஸ்தானி மொழியில் அவர்கள் சொன்னதை இந்தியில் புரிந்துகொண்டோம். தப்பாக வண்டியைத் திருப்பி சுற்றி அவர்களிடமே வந்து மீண்டும் வழிகேட்டோம்.

ராஜஸ்தானின் இப்பகுதியில் ஓரளவு நீர்வளம் உண்டு. சில ஓடைகள் சாலையை அறுத்துச் சென்றன. கோதுமை ஆங்காங்கே பயிரிடப் பட்டிருந்தது. பெண்களின் உடைகளில் ஆண்களின் தலைப் பாகைகளில் வண்ணங்கள். ஆனால் நாம் திரைப்படங்களில் பார்ப்பது

போல அவை பளீரிடவில்லை. புழுதிபடிந்து மங்கியிருந்தன. இம்மக்கள் அடர்வண்ணங்களைத் தெரிவுசெய்வதற்கான காரணமே இதுதான் போலும்.

வழிகேட்டு ஒருவழியாக மையச்சாலைக்கு வந்து சேர்ந்தோம். அங்கிருந்து நகடா வந்துசேர்ந்தோம். சாஸ் பாகு கோயில்களை விசாரித்துச் சென்று சேர்ந்தோம். சாஸ்பாகு கோயில்களை ஒட்டி இங்கே ஒரு சுற்றுலாமையம் உருவாகியிருக்கிறது. வெள்ளையர்கள் தென்பட்டனர். மலைமேல் ஒரு தங்குமிடம் விசித்திரமான வடிவில் ராஜஸ்தானிய கோட்டைகள் போல அமைக்கப்பட்டிருந்தது.

நகடா முன்பு நாகதரா என்று அழைக்கப்பட்டிருக்கிறது. மேவார் மன்னரான நாகாதித்யர் ஆறாம் நூற்றாண்டு வாக்கில் உருவாக்கிய நகரம். நகரைச்சுற்றி மலைகள் அரண் செய்கின்றன. அம்மலைகள் மேலே கோட்டை இருந்திருக்கிறது. ஆங்காங்கே அதன் இடிபாடுகள் இருந்தன.

ஒரு காலத்தில் மேவார் நாட்டின் தலைநகரமாக இருந்த ஊர் இது. பத்தாம் நூற்றாண்டு வாக்கில் இந்த நகரம் முழுமையாகக் கைவிடப் பட்டுள்ளது. இப்பகுதியில் ஐம்பதுக்கும் மேற்பட்ட புராதன ஆலயங்களின் அடித்தளங்கள் கண்டடையப்பட்டுள்ளன. அவற்றில் முக்கியமானது சாஸ் பாகு கோயில் தொகை.

சாஸ் பாகு என்ற பெயர் சகஸ்ர பாகு என்ற சொல்லின் மரூஉ. ஆயிரம் தோள்கள் எனப் பொருள். விஷ்ணுவுக்கான கோயில்கள் இவை. இரு பெரிய கோயில்கள் அருகருகே உள்ளன. சுற்றி எட்டு சிறிய கோயில்கள். அவற்றில் இரு கோயில்கள் அடித்தளம் மட்டும் எஞ்சுகின்றன. பத்தடி உயரமான பெரிய அடித்தளம் மேல் இந்தக் கோயில்கள் அனைத்தும் அமைந்துள்ளன. உள்ளூரில் மாமியார் மருமகள் என்ற பொருளில் இக்கோயில்களைச் சொல்கிறார்கள்.

இவை எட்டாம் நூற்றாண்டில் கட்டப்பட்டவை. முகலாயர்காலத்தில் இக்கோயில்கள் இடிக்கப்பட்டு மூலவிக்ரகம் அகற்றப்பட்டது. அதன்பின் அப்படியே கிடந்து வெள்ளையர் காலகட்டத்தில் மீட்கப் பட்டன. இன்று இந்தியாவின் முக்கியமான கலைப் பொக்கிஷங்களாக இவை பாதுகாக்கப்படுகின்றன. சுற்றுலாப்பயணிகள் மட்டுமே வருகிறார்கள்.

பெரிய ஆலயம் முகப்பில் பெரிய தோரண வாயிலுடன் கூடியது. கருங்கல்லால் ஆனது. பிற்காலத்தில் சலவைக்கல்லில் சாதித்த எல்லா நுட்பங்களையும் இங்கே கருங்கல்லில் அடைந்திருக்கிறார்கள். நான் நேற்றுவரை நம்பி வந்த கொள்கைகள் எல்லாவற்றையும்

நகடா சாஸ் பாகு கோவில்

கைவிடவேண்டியிருந்தது. கருங்கல் சலவைக்கல்லை விட மென்மையாக குழைந்தது, நெளிந்தது, பொன்னுக்கு நிகராக நுண்மைபூண்டது.

சிற்பங்கள் கணுக்கணுவாக பூத்த நாகராபாணி கோயில் இது. சாண் அளவுள்ள சிலைகளே அதிகம். பூமாதேவியை ஏந்திய பூவராகன், உலகளந்த பெருமாள் சிலைகள் முழுமையும் நுட்பமும் கொண்டவை. கோயிலைச்சுற்றியும் முகமண்டபத்திலும் கூரை அடியிலும் உத்தரங்களிலும் எங்கும் சிற்பங்கள். சட்டென்று மனிதர்களும் தேவர்களும் தெய்வங்களும் கூடி ஒருவர் மேல் ஒருவராகக் குவிந்து தங்கள் உடலாலேயே ஒரு கோயிலைக் கட்டியது போலத் தோன்றியது.

கோயிலின் சிலைகளில் பெரும் ஊர்வலங்கள், போர்க்களக்காட்சிகள், யானைகளின் சாகசங்கள் என கண்மறைந்த ஓர் உலகமே எழுந்து வந்தது. தேவதாசிகளின் புணர்ச்சிக்காட்சிகள். பலவகையான நடனங்கள். ஏராளமான வாத்தியங்கள். தொன்மங்களின் சித்தரிப்புகள்.

பூமிச்செப்பின் வானத்து மூடியைத் திறந்து ஒரு அரிய நகையைக் காட்டுவது போல அந்தக் கோயில். ஆனால் பெரும்பாலான சிலைகள் மூளியானவை. கோயிலே விழி பிடுங்கப்பட்ட கண்பள்ளம் போன்ற கருவறையுடன் பாழடைந்தே கிடந்தது.

நகடாவில் ஓர் சமணக் கோயில் உள்ளது. மேவார் இந்து மன்னர்களால் கட்டப்பட்டது. இந்நகரம் சமண வணிகர்கள் நிறைந்ததாக இருந்திருக்கிறது. அந்தக் கோயில் நெடுங்காலம் பாழடைந்து கிடந்திருக்கிறது. இப்போதுதான் கோயிலை சற்றுத் தள்ளி வெண்பளிங்கில் எடுத்துக்கட்டிக்கொண்டிருக்கிறார்கள். கரிய கல்லால் ஆன பத்தடி உயரமான ஆதிநாதர். இங்கே அவருக்கு அத்புத்ஜி என்று பெயர்□அதிசயமானவர் என்ற பொருளில்.

இடிந்த பழைய கோயிலைச்சுற்றி இடுப்புவரை உடைக்கப்பட்ட தீர்த்தங்கரர்களின் சிலைகள் சிதறிக் கிடக்கின்றன. நாங்கள் செல்லும் போது சலவைக்கற்களைச் செதுக்கி அடுக்கும் வேலை நடந்து கொண்டிருந்தது. குதிரைகள், மின்தூக்கிகள் வேலை செய்து கொண்டிருந்தன. கம்பீரமான நாலைந்து குதிரைகள் சோம்பலாக நின்று அலட்சியமாக எங்களைப்பார்த்தன. குதிரை தொன்மையான வரலாற்றைச் சேர்ந்த ஒரு மிருகம். மின்தூக்கியின் அருகே அது நின்ற போது இரு காலகட்டங்கள் சந்தித்துக்கொள்வது போலத் தோன்றியது.

காரில் ராஜஸ்தானின் பொசுங்கிய மலைகளை, எரிந்தவிந்த நிலவிரிவை, புழுதி மூடிய தெருக்களைப் பார்த்துக்கொண்டே வந்தோம். காருக்குள் வீசிய காற்று குளிருடன் இருந்தது. வழியில் ஒரு பெரியவர் வழிகேட்டு எங்கள் காரில் ஏறி இருபது கி.மீ.தள்ளி அவரது

ஊரில் இறங்கிக்கொண்டார். ஷுக்ரியா என்று சொல்லிவிட்டு கண்கள் சுருங்க சிரித்து விடை பெற்றார்.

நகடாசில் பத்தடி உயரமான ஆதிநாதர் - அத்புத்ஜி என்றும் அழைப்பர்

குஜராத்திலும் ராஜஸ்தானிலும் பொதுப்போக்குவரத்து வசதிகள் மிகமிகக் குறைவு. முக்கியமான வாகனம் பெரிய டீசல் ஆட்டோ. அதில் முப்பது நாற்பதுபேர் ஏறிச்செல்கிறார்கள். வண்டிகளின் மேலே இருபதுபேர் செல்வது மிக சாதாரணம். சிலசமயம் வண்டியே தெரியாத அளவுக்கு மக்கள் செல்கிறார்கள். பேருந்துகள் மிக அபூர்வமாகவே கண்ணுக்குப் பட்டன.

எந்த நம்பிக்கையில் பெரியவர் வந்து நின்றார்? ஏதாவது வண்டி அகப்பட்டால் போகலாம் இல்லாவிட்டால் பரவாயில்லை என்ற மனநிலை. இங்கே காலம் மிக மிக விரிவாக பரந்து கிடக்கிறது, இந்த மண்ணைப்போல. மண்புழுவைப்போல உடலைச்சுருக்கிச் சுருக்கி விரித்து மெல்ல நகர்கிறது. நாம் வாழும் நகர்களில் காலம் சாரைப் பாம்புபோல வளைந்து வளைந்தோடுகிறது. அவ்வளவு அச்சத்துடன் அவ்வளவு பதற்றத்துடன்.

- 23 -

ரணக்பூர், கும்பல்கர்

ரணக்பூரில் மாலை ஆறுமணிக்கு வந்துசேர்ந்தோம். ராஜஸ்தான் வழியாகப் பயணம் செய்யும்போது இதுவரை தோன்றிய எண்ணம் நம்மூர் பணகுடி அல்லது ராமநாதபுரம் வட்டாரம் அளவுக்கு வறட்சியான வெற்றுநிலம் ஏதும் கண்ணில் படவில்லை என்பதே. ஏதோ ஒரு பசுமை இருந்துகொண்டே இருந்தது. விவசாயம் நடந்துகொண்டிருந்தது.

உயரமான மலைகள் வறண்டவை. ஆனால் மலைநடுவே உள்ள பள்ளத்தாக்குகளில் ஆறுகள் ஓடின. அவற்றில் பெரும்பாலும் நீர் இல்லை. ஆனால் மழைக்காலத்தில் நீர் ஓடியிருக்கக் கூடும் என்பதற்கான ஆதாரங்கள் இருந்தன. ஆற்றுப்படுகைகளில் எல்லாம் கிணறுகளில் நீர் இருந்தது. நீரை சிறிய குளங்களில் சேர்த்து மண்ணுக்கு அனுப்பும் பாரம்பரியத்தொழில்நுட்பம் அவர்களிடமிருந்தது.

ஓர் ஆற்றுக்கரையில் சூரியநாராயணர் கோயில் என்ற சிறிய அழகிய கோயில் இருந்தது. பழைய கோயில் எனத்தெரிந்தது. இறங்கி மேலே சென்று பார்த்தோம். உயரமான அடித்தளம் மீது கட்டப்பட்ட பளிங்குச் செப்பு போன்ற சின்ன கோயில். அது சூரியன் கோயில்தான். நாராயணருக்கும் அக்கோயிலுக்கும் சம்பந்தமில்லை, ஆனால் இன்று அது வைணவக்கோயிலாக அறியப்படுகிறது.

கோயிலின் சுவர்களில் உள்ள சூரியச்சிலைகள் அற்புதமான அழகுடன் இருந்தன. மொத்தக் கோயிலும் ஏராளமான குதிரைகளால் இழுக்கப் பட்டு விரைவதுபோலச் சித்தரிக்கப்பட்டிருந்தது. சூரியனைத்தவிர எந்த தெய்வமும் இல்லை. எந்த தேவதையும் இல்லை. ஆச்சரியமாக இருந்தது. சௌரம் சைவ வைணவத் தொடர்பில்லாமல் தனிமதமாக

இயங்கிய காலகட்டத்தில் உருவான கோயில் போலும். இந்த நிலம் சூரியனுக்குரியது. ஒருகாலத்தில் இங்கே சௌரம் வலுவான பெருமதமாக இருந்திருக்கலாம். குறிப்புகளின்படி அது ஒன்பதாம் நூற்றாண்டில் கட்டப்பட்டது.

கோயிலை ஒட்டிய மடப்பள்ளியில் பூசாரியும் இரு நண்பர்களும் தீமூட்டிக் குளிர் காய்ந்து கொண்டிருந்தார்கள். பயணிகளைக்கண்டு பதற்றம் அடைந்தார்கள். அருகேதான் ரணக்பூரின் சமண ஆலயம் என்று சொன்னார்கள். அங்கே இந்துக்களும் தங்கலாம் என்று ஆலோசனை கூறினார்கள். மேலும் ஒரு கி.மீ.தூரத்தில் பக்கவாட்டில் ரணக்பூரின் பேராலயத்தின் முகப்பு தெரிந்தது. நாங்கள் உள்ளே சென்று தங்குமிடம் கோரினோம். அறைகள் எல்லாம் நிறைந்திருந்தன, காரணம் மறுநாள் ஞாயிற்றுக்கிழமை. பெரிய ஒரே அறையில் தங்கும்படி சொல்லி எல்லாருக்கும் மெத்தைகளும் போர்த்திக் கொள்ளும் ரஜாய்களும் தந்தார்கள்.

காலையில் எழுந்து குளிருடன் நடந்து போஜனசாலையில் தேநீர் குடித்துவிட்டு கோயில் வளாகத்தைச் சுற்றி நடந்தோம். மலைகள் சூழ இருந்த பெரிய கோட்டைபோன்ற அமைப்புக்குள் இருந்தது அக்கோயில். இந்தியாவின் மிகப்பெரிய சமண அறக்கட்டளையான ஆனந்த்ஜி கல்யாண்ஜி அமைப்பு அதை நிர்வாகம் செய்கிறது. பல சிறு கோயில்கள். நடுவே மையக்கோயில்.

இந்தியாவில் உள்ள சமணக் கோயில்களில் பிரமாண்டமானது ரணக்பூரில் உள்ள ஆதிநாதர் ஆலயம். அது தர்ண விகாரம் என்றும் அழைக்கப்படுகிறது. மிகப்பெரிய முகப்பு. பொதுவாக சமண ஆலயங்களுக்கு ஓர் அமைப்புள்ளது. மையக்கோயிலைச்சுற்றி

ஆதிநாதர் ஆலயம், ரணக்பூர்

ஆதிநாதர் ஆலயத்தில் பார்ஸ்வநாதர் சிலை,
முகப்பு மண்டபத்தின் விதானம்

இருபத்துநான்கு தீர்த்தங்கரர்களுக்கும் சிறிய கோயில் இருக்கும். அவை ஒவ்வொன்றுக்கும் கோபுரமும் இருக்கும். அக்கோபுரங்கள் வரிசையாக அமைய அவற்றின் மேல் மையக்கோபுரம் எழுந்து தெரியும். அதே அமைப்புதான் இங்கும். கோயிலுக்கு நான்கு வாசல்கள். நான்கும் மூன்று அடுக்குள்ளவை. கருங்கல்லால் ஆனது இந்தப் பேராலயம்.

பிற சமணத் தலங்களைப்போலவே ரணக்பூரும் கி.மு.இரண்டாம் நூற்றாண்டு முதலே புகழ்பெற்றிருந்தது. பதினொன்றாம் நூற்றாண்டில் இஸ்லாமியப் படையெடுப்பாளர்களால் கோயில் முழுமையாகவே அழிக்கப்பட்டது. அதன் சில இடிபாடுகள் நினைவுக்காக வைக்கப் பட்டுள்ளன. 1433ல் ஆட்சிக்கு வந்த மேவார் மன்னர் ராணாகும்பா ஒரு பெரிய அரசைக் கட்டி எழுப்பினார். ராஜஸ்தானில் பல பெரும் கோட்டைகளை அவர்தான் கட்டினார். சித்தூர்துர்க் அவரது தலைநகரம். மிக அருகே உள்ள கும்பல்கர் அவரது பெரும் கோட்டை. ராணா கும்பா இந்த ஆலயத்தை மீண்டும் கட்டினார்.

இன்றுள்ள ஆலயத்தை ராஜஸ்தானி வணிகரான தர்ணா ஷா என்பவர் கட்டினார். சங்கபதி என்ற குடும்பப்பட்டம் இவர்களுக்குண்டு. அவர் ஒரு தனவணிகராக இருந்தார். அவர் ராணா கும்பாவின் நம்பிக்கையைப் பெற்று அமைச்சராகவும் ஆலோசகராகவும் பணியாற்றினார். தன்னுடைய 32 ஆவது வயதில் தன் குரு சோமசுந்தர சூரி முனிவரின் உபதேசத்தை ஏற்றுத் துறவு பூண்டார். அப்போது அவருக்கு ஒரு கனவு வந்தது. அதில் ஒரு தாமரையிதழ் விமானத்தில் ஆதிநாதரை அவர் கண்டார். ஆகவே அதைப்போன்ற ஓர் ஆலயத்தை

ஆதிநாதர் ஆலயத்தின் பிரதான விதானம்

ஆதிநாதர் ஆலயத்தின் தூண்கள்

ரணக்பூரில் கட்ட விரும்பினார். ராணா கும்பா அதை ஏற்று, கோயில்கட்ட நிதியும் நிலமும் அளித்தார்.

தாமரையிதழ்களின் அமைப்புள்ள முகடுகளுடன் இந்த ஆலயம் அமைக்கப்பட்டது. 1377ல் இந்த ஆலயம் ஆரம்பிக்கப்பட்டது 1441ல்தான் இதன் கட்டடவேலை முடிந்தது. தர்ணா ஷாவும் அவரது ஆசிரியர் சோமசுந்தர சூரியும் இக்கோயிலின் திறப்பு மங்கலவிழாவில் பங்கு கொண்டிருந்தனர். இங்கே 47 வரிகள் கொண்ட கல்வெட்டு ஒன்று உள்ளது. அதில் இந்தத் தகவல்கள் உள்ளன. ராணா கும்பா இந்து, காளி பக்தர். ஆனால் மேவார் முழுக்க பல சமண ஆலயங்களை அவர்தான் கட்டியிருக்கிறார்.

பின்னர் முகலாயர்களால் இந்த ஆலயம் மீண்டும் இடிக்கப்பட்டது. நெடுங்காலம் இடிபாடுகளாகக் கிடந்தது. மராட்டிய இந்து அரசர் களால் ஓரளவு பழுதுபார்க்கப்பட்டது. நூறாண்டுகளுக்கு முன்னர்தான் ஆனந்த்ஜி கல்யாண்ஜி அறக்கட்டளையால் பெரும்பொருட்செலவில் எடுத்துக்கட்டப்பட்டுப் புதுப்பொலிவுடன் உள்ளது.

கோட்டை போன்ற அதன் முகப்பும் உள்ளே உள்ள கட்டட அளவுகளும் பிரமிப்பூட்டுபவை. இந்தியாவின் மிகப்பெரிய ஆலயங்களில் ஒன்று இது. வெளியே பார்க்கையில் மூன்றடுக்குக் கோயில். உள்ளே சென்றால் ஒரே மண்டபம் அமைந்திருக்கிறது. கழுத்தைச் சுளுக்க வைக்கும் உயரம். முற்றிலும் சலவைக்கல்லால் ஆனது.

நான்கு பக்கமும் வாசல் உள்ள கருவறைக்குள் ஆதிநாதர் அமர்ந்திருக்கிறார். பெரிய விழிகள் கொண்ட சலவைக்கல் சிலை. முகலாயர்களால் உடைக்கப்பட்ட பழைய சிலைகள் புதியதாகச் செய்யப்பட்டு ஆலயங்களில் அமைக்கப்பட்டிருக்கின்றன. ஒவ்வொரு கருவறை வாசலிலும் பிரமாண்டமான மண்டபம். கோயில் பிராகாரத்தில் இருபத்துநான்கு தீர்த்தங்கரர்களுக்கும் சன்னிதிகள். நல்லவேளையாக இந்தக் கோயிலில் சிலைகள் அதிகம் இல்லை. இதையும் சிலைகளால் நிறைத்திருந்தால் பார்த்து முடிக்க இருபது வருடங்களாவது ஆகும்.

சுற்றிச்சுற்றி வந்து கோயிலைப் பார்த்துக்கொண்டிருந்தோம். ஒரு கட்டத்தில் பெருமூச்சுடன் போதும் என்று திரும்பி வெளியே வந்தோம். மாபெரும் கட்டுமானங்கள் ஒரு வகையில் நிலைத்துப் போன காலங்கள், பாறைகளைப் போல. அவை காலத்தின் முடிவிலாத் தன்மையுடன் நிலைத்து நின்றுகொண்டிருக்கின்றன. மனிதன் எத்தனை சிறியவன் எனக் காட்டுகின்றன.

மகாராணா கும்பாவின் பெயர் சொல்லும் இந்தப் பேராலயம் சில அடிப்படை உண்மைகளைக் காட்டுகிறது. இந்த ஆலயம் இடிக்க

இடிக்க மீண்டுவந்திருக்கிறது. அதை உருவாக்கும் கலைத்திறனும் தொழில்திறனும் இந்த மண்ணில் இருந்துகொண்டே இருக்கின்றன. கொஞ்சம் வாய்ப்பு கிடைத்தாலும் அது மீண்டும் எழுந்து நிற்கிறது. எத்தனை அழிவுக்குப்பின்னும் மீண்டும் கலை முளைத்தெழுகிறது. அழிக்கவே முடியாதபடி அது மானுட மனங்களில் தன்னை நிறுவிக் கொண்டுள்ளது. மண்ணுக்கடியில் வேர் உள்ள புல்போல. சிலசொட்டு நீரே அதற்குப்போதும். மேலே எவ்வளவு அனல் எழுந்தாலும் அது அழிவதில்லை.

கலை உண்மையில் வாழ்வது அங்குதான். கல்லும் மண்ணும் வெளியே உள்ளவை. வெளிக்கட்டுமானங்களை மட்டுமே இடிக்க முடியும், உள்ளே உள்ள கலை எப்போது வேண்டுமானாலும் தன்னைச்சுற்றி உள்ள மண்ணையும் கல்லையும் மரத்தையும் அள்ளிக்கொண்டு மீண்டும் உருவாகி வரும். பொட்டல்வெளியில் சுழல்காற்று சருகுகளை அள்ளி கோபுரம் போல நிற்கும். உண்மையில் நிற்பது காற்றுதான், அச்சருகுகள் அல்ல. சுழல் காற்றுபோல நம் மரபின் ஆழ்மனத்தில் கலை வாழ்கிறது. வரலாறு இடிப்பவர்களுக்குரியதல்ல, கட்டுபவர்களுக்குரியது. இடித்தவர்களல்ல, கட்டிய மகாராணாவே இன்றும் வாழ்பவர்.

மகாராணா கும்பகர்ணா என்ற ராணா கும்பா மேவாரை 1433 முதல் 1468 வரை ஆட்சி செய்தவர். சிசோடிய குலத்தைச் சேர்ந்தவர். ராணாகும்பா ராஜபுத்திர வீரத்துக்கு முதன்மை உதாரணமாகக் குறிப்பிடப்படுகிறார். பதின்மூன்றாம் நூற்றாண்டில் அலாவுதீன் கில்ஜியால் தோற்கடிக்கப் பட்டு அழிக்கப்பட்ட பின் மேவார் பலம் குன்றி அதிகார வர்க்கம் சிதறிக்கிடந்த காலத்தில் ராணா கும்பா பதவிக்கு வந்தார். ராஜபுத்திர குலங்களைத் திரட்டி அரசமைத்து சித்தூர் கோட்டையைத் தலைமையக மாகக் கொண்டு ஆட்சி செய்தார்.

மால்வா சுல்தான் மாமூது கில்ஜி மேவாரைப் பலமுறை தாக்கினாலும் வெல்லமுடியவில்லை. ராணா கும்பா மாமூது கில்ஜியைத் தோற்கடித்துத் திருப்பி அனுப்பினார். மீண்டும் மாமூது கில்ஜி படையெடுத்து வந்தாலும் சித்தூரை வெல்ல முடியவில்லை. இந்த வெற்றிக்காக ராணா கும்பா கட்டிய வெற்றி ஸ்தம்பம் சித்தூரில் உள்ளது.

பின்னர் ஆட்சிக்கு வந்த குத்புதீன் ஐபக் மேவாரைத் தாக்கினாலும் சித்தூரையும் கும்பல்கர் கோட்டையையும் பிடிக்க முடியவில்லை. பலமுனைகளில் தொடர்ந்து சுல்தான் படைகளின் தாக்குதல்களை சந்தித்தாலும் கடைசிவரை ராணா கும்பா தோல்வி அடையாமல் தன்

எல்லைகளைக் காத்துக்கொண்டார். ஒருவகையில் ராஜபுத்திர வரலாற்றிலேயே அவருக்கு நிகரான வெற்றிகள் எவருக்கும் வாய்க்க வில்லை என்றுதான் சொல்லவேண்டும்.

ராணா கும்பா இன்று நினைக்கப்படுவது அவர் கட்டிய ஏராளமான கோட்டைகளுக்காகத்தான். மேவார் நாட்டில் உள்ள 84 கோட்டை களில் 32 கோட்டைகள் ராணா கும்பா கட்டியவை. அவர் கட்டிய கோட்டைகளில் சித்தூர், கும்பல்கர் இரு கோட்டைகளும் பிரமாண்ட மானவை. இந்தியாவின் கோட்டைகளிலேயே அவைதான் முதலிடம் வகிப்பவை. இக்கோட்டைகளில் பெரும்பாலானவற்றுக்கான பொறியியல் வரைவை ராணா கும்பாவே அமைத்திருக்கிறார். அவர் ஒரு வாஸ்து நிபுணர். இன்று இக்கோட்டைகளுக்கான ஆய்வுகளுக்காக உலகம் முழுக்க இருந்து ஆய்வாளர் வந்துகொண்டிருக்கிறார்கள்.

ராணா கும்பாவின் ஆட்சியில் மேவார், இலக்கியம் இசை கட்டடக் கலை அனைத்துக்கும் மையமாக வளர்ச்சி அடைந்தது. ராணா கும்பாவின் அரசவையில் அக்காலத்தின் புகழ்மிக்க கவிஞர்களும் இலக்கண ஆசிரியர்களும் இருந்திருக்கிறார்கள். ராணா கும்பா ஒரு பேரிலக்கியவாதி. அவர் ஜெயதேவரின் கீத கோவிந்தத்துக்கு உரை எழுதியிருக்கிறார். அது ரசிகப் பிரியா உரை என அழைக்கப்படுகிறது. ராணா கும்பா எழுதிய சுதாபிரபந்தா, காமராஜ ரதிசாரா போன்ற நூல்கள் முக்கியமானவையாக சொல்லப்படுகின்றன. இசை சம்பந்தமான இரு நூல்களையும் அவர் எழுதியிருக்கிறார்.

ரணக்பூர் கோயிலில் போஜனசாலையில் உணவருந்தினோம். பிரமாண்டமான போஜனசாலையில் அவ்வேளையில் நாலைந்து பெரிய பந்திகளுக்கு ஆளிருந்தனர். அவல் உப்புமா, தொட்டுக் கொள்ளக் காராசேவு. அப்பளமா சப்பாத்தியா எனத் தெரியாத ஒரு விஷயமும் கொடுத்தார்கள். இப்போதுதான் அவல் உப்புமாவில் காரசேவை கலந்து சாப்பிடவேண்டும் என்று கண்டுபிடித்தோம். இத்தனை தொலைவு வரவேண்டியிருக்கிறது.

அங்கிருந்து பதினொரு மணிக்குக் கிளம்பி கும்பல்கர் கோட்டையைப் பார்க்கச் சென்றோம். கும்பல்கர் ராணா கும்பாவால் கட்டப்பட்ட பெரும் கோட்டை. ராணா பிரதாப் சிங் அங்குதான் பிறந்தார். ஆகவே அது ராஜபுத்திரர்களுக்கு ஒரு புனிதத் தலம்போல.

கும்பல்கர் கோட்டை கடல்மட்டத்துக்கு 1100 மீட்டர் உயரத்தில் 36 கி.மீ.சுற்றளவுக்குக் கட்டப்பட்டுள்ளது. ராஜபுதனத்துக் கோட்டை களைப் போல இதுவும் மலைகளை வளைத்துக் கட்டப்பட்ட கோட்டை. கார் அந்தக் கோட்டையின் முகப்பில் சென்று நின்றபோது

கும்பல்கர் கோட்டை - சமண ஆலயங்களும்
இந்து ஆலயங்கள் சிலவும் இங்கு உள்ளன

நெடுநேரம் பேச்சிழந்து போனோம். அத்தனை பிரமாண்டமான ஒரு கோட்டையை எங்களில் எவரும் அதற்கு முன்னர் பார்த்ததில்லை. பதினைந்து அடி தடிமன் கொண்ட கோட்டைச்சுவர். நாற்பதடி உயரம். அது முகப்பில் பிரமாண்டமான நீர்த்தாழிகளை வரிசையாக வைத்தது போல வளைவு வளைவாக நின்றது. கனத்த கருங்கற்களால் ஆன கோட்டை.

இக்கோட்டை கட்டுவதற்கான முயற்சிகள் பலமுறை நடந்து தோல்வியுற்றன என்றும் ஒருவர் தன் தலையைத் தானே வெட்டி பலியானால் மட்டுமே இதைக் கட்டுவதை தேவதைகள் அனுமதிக்கும் என குறி சொல்லப்பட்டது என்றும் கதைகள் சொல்கின்றன. ஒரு வீரன் தன் கழுத்தைத் தானே வெட்டிக் களப்பலியானான். அவனுக்காக ஒரு கோயில் நுழைவாயிலருகே கட்டப்பட்டுள்ளது. இங்குள்ள தீபஸ்தம்பத்தில் மகாராணா கும்பா பெரும் நெய்விளக்குகளை அமைத் திருந்தார் என்றும் அந்த ஒளியில் விவசாயிகள் வயலில் வேலை செய்வார்கள் என்றும் சொல்கிறார்கள்.

கும்பல்கர் கி.மு. இரண்டாம் நூற்றாண்டு முதலே முக்கியமான ஊராக இருந்திருக்கிறது. சமண நூல்களில் சொல்லப்படும் மாமன்னரான சம்பிரதா அந்த ஊரில் ஆயிரம் சமணக்கோயில்களைக் கட்டியதாகக் கல்வெட்டுகள் சொல்கின்றன. பின்னர் அந்நகரம் அழிந்தது. ராணா கும்பா அங்கே நூற்றியெட்டு சமணக் கோயில்களை மீண்டும் கட்டினார். சிவன் காளி விஷ்ணு கோயில்களையும் கட்டினார். அவற்றில் ஏழு சமண ஆலயங்களும் இந்து ஆலயங்கள் சிலவும்

கோட்டை முகப்பருகே உள்ளன. அவற்றைச் சென்று பார்த்தோம். எல்லாக் கோயில்களுமே மூர்த்தி இல்லாமல் காலியாகக் கிடந்தன.

மேவார் பின்னர் பிரிட்டிஷ் ஆட்சிக்குக் கீழே இருந்தது. அப்போதைய ராணா, குன்று மேல் இருந்த அரண்மனையைப் புதுப்பித்துக் கட்டியிருக்கிறார். மேலே ஏறிச்செல்ல சரிவான யானைப்பாதை உள்ளது. அக்குன்றும் அதன் சரிவின் கட்டடங்களும் ஒரு கம்பீரமான உணர்வெழுச்சியைக் கொடுத்தன, சரித்திரத்தைத் தொட்டறிவது போல் இருந்தது. சுதையால் ஆன பெரிய மாளிகை அந்த அரண்மனை. எல்லா அறைகளும் காலியாகவே கிடந்தன. அங்கிருந்த வாழ்க்கை அகன்றுபோய்விட்டது. எஞ்சியுள்ளது நீள்மூச்சுவிடும் காற்று மட்டுமே

கும்பல்கரில் இருந்து ஓசியான் செல்வது எங்கள் திட்டம். ஆனால் பயணம் நினைத்தது போல இருக்கவில்லை. புழுதி நிறைந்த சிறிய மலைப்பாதை வழியாக இறங்கி கிராமத்துச் சாலைகள் வழியாகச் சென்றோம். கிராமங்களின் வழியாக அங்கே திகழும் வாழ்க்கையைப் பார்த்தபடிச் செல்வது ஒரு நல்ல அனுபவம்தான். வறுமை என்று சொல்லமுடியாது, ஆனால் நெடுக்கியடித்துக்கொண்டு வாழும் எளிய வாழ்க்கை. புழுதிமூடிய வீடுகள். புழுதியிலேயே துணிகளைக் காயப் போட்டிருந்தார்கள். ரஜாய்கள் குளிர்காலத்துக்காக காய்ந்து கொண்டிருந்தன.

திட்டமிட்டதைவிட ஏழுமணிநேரம் தாமதமாகிவிட்டது. ஆகவே ஜோத்பூரில் தங்கலாமென முடிவெடுத்தோம். ஜோத்பூர் நெருங்கிய போது ஒரு விபத்தைக் கண்ணால் பார்த்தோம். ஒரு ஆள் பைக்கில் வந்து லாரி மோதிக் கீழே விழுந்தான். இருட்டுக்குள் குருதியின் வாசனை. இறங்கி அவனை நோக்கி ஓடினோம். அவனுக்கு நினைவில்லை. அவனைத் தட்டி எழுப்பினோம். முனகினான். அதற்குள் ஒரு கூட்டம் வந்துவிட்டது. அவர்கள் அவனை உசுப்பினார்கள். அடி பெரிதில்லை. நெற்றி கன்னம் கால் போன்ற இடங்களில் காயம், அவ்வளவுதான்.

அவர்கள் உள்ளூர்க்காரர்கள். நாங்கள் ஆம்புலன்ஸுக்கு ஃபோன் செய்திருந்தோம். அவர்களும் ஆம்புலன்ஸிடம் பேசினார்கள்.மேலும் அங்கே நிற்க எங்களுக்கு அவகாசமில்லை. விடைபெற்றுக் கிளம்பி மேற்கொண்டு சென்று ஜோத்பூரை நெருங்கியதும் டயர் ஒன்று வெடித்துவிட்டது. பலமுறை ஒட்டுப்போட்ட டயர். வேறு வழியில்லை. ஜோத்பூரில் தங்கி அதை சரிசெய்த பின்னர்தான் கிளம்பியாகவேண்டும். மொத்தத் திட்டமும் மாறிவிட்டது. சில ஊர்களைத் தவிர்த்தாகவேண்டும், வேறுவழியில்லை.

- 24 -

ஜெய்சால்மர், சாம் மணல் திட்டு

ஜோத்பூரில் இருந்து எல்லா ஏற்பாடுகளையும் முடித்துவிட்டு பாலைவனப்பயணத்தைத் தொடங்கலாமென முடிவெடுத்தோம். ஏனென்றால் ஜெய்சால்மர் முந்நூறு கி.மீ.தூரத்தில் இருந்தது. அதுவரை பாலைவனம்தான். சாலையில் எந்தச் சிக்கலையும் சந்திக்க விரும்பவில்லை. எங்கள் சக்கரங்களில் ஒன்று பலமுறை ஒட்டுப் போட்டுப் பழுதாகிவிட்டது. ஒன்று ஏற்கெனவே கந்தல். ஆகவே புதியதாக ஒரு சக்கரம் வாங்கினோம். ஒரு காற்றுக்குழாய் புதியதாக வாங்கி உபரி சக்கரத்துக்கு மாட்டினோம்.

எல்லாம் செய்துமுடிக்க மதியம் பன்னிரண்டு மணி ஆகிவிட்டது. ராஜஸ்தானில் எல்லாக் கடைகளும் பத்து அல்லது பதினொரு மணிக்குத்தான் திறக்கிறார்கள். குளிர்காலத்தில் வெயில் வருவதே எட்டுக்குப் பின்னர்தான். மொத்தமாக ‘என்ன இப்ப செஞ்சுட்டாப் போச்சு’ என்னும் பாவனை அவர்கள் முகங்களில் இருந்தது. அது மாவாவின் விளைவாகக்கூட இருக்கலாம்.

சக்கரம் மாட்டியதும் சீறிக்கிளம்பினோம். ஓட்டுநர் தம்பி பிரசாத் அதிவேகத்தில் ஆர்வமுள்ளவர். ஓய்வுநேரத்தில்கூட கைபேசியில் அதிவேக துரத்தல் விளையாட்டுதான். பாலைவனப்பாதை எப்போதுமே நேராக, பழுதற்றதாக இருக்கும். மழை இல்லாமையால் சாலைகள் பழுதடைவது குறைவு. சாலைகள் போடும்போது எந்தக் கோயிலும் குடியிருப்பும் நதியும் குறுக்கே வராதாகையால் நேர்கோடாக இழுத்து விடலாம்.

சாலைக்கு இருபக்கமும் அரைப்பாலைவனம் வந்தபடியே இருந்தது. காய்ந்த குட்டைமுட்புதர்கள் மட்டும் நிறைந்த சமதளமான மண்

அடிவானம் வரை. செக்கச்சிவந்த புழுதி மண். சிவந்த பாறைகள். மானுடன் அவற்றில் ஒருமுறையேனும் ஏறியிருக்க வாய்ப்பில்லை. அந்த சாத்தியமே அவற்றை வசீகரமான மர்மம் கொண்டதாக ஆக்கியது.

ஆனால் ராஜஸ்தான் பெரிதும் மாறிவிட்டது. இருபத்தாறாண்டுகளுக்கு முன்பு நான் வந்தபோது இதே பாதை ஒரு தார்க்கோடு. அதன் மேல் மண்படிந்திருக்கும். ஓட்டுநருக்கு மட்டுமே சாலை தெரியும். இருபக்கமும் எப்போதாவது சிறிய கிராமங்கள் வரும். அவை குடிசைகளால் ஆனவை. புழுதிக்குள் புழுதியால் ஆன ஒட்டகங்கள், புழுதியால் ஆன மனிதர்கள், புழுதியாலான புதர்கள் இருக்கும்.

ஆனால் இப்போது பல இடங்களில் கட்டடங்கள் வந்துவிட்டன. சிவந்த கல் ராஜஸ்தானில் நிறைய கிடைக்கிறது. செம்மரத்தை அறுப்பது போல யந்திரங்களால் நாலு விரல் கனத்துக்குக் கச்சிதமாக அறுத்து அடுக்கி வீடுகளைக் கட்டுகிறார்கள். சிவப்புக்கற்களால் ஆன சுவர்கள். வீடுகள் மிக அழகாக, அந்த மண்ணுடன் இணைந்தவையாக இருந்தன.

ஒரு இடத்தில் அந்த செங்கற்கள் அறுக்கும் ஆலையைப் பார்த்தோம். மாட்டுமாமிசம் போல கற்கள் அறுத்து வைக்கப்பட்டிருந்தன. பெரிய குழி. அதற்குள் சதுரம் சதுரமாகக் கல்லெடுத்த தடங்கள். ராஜஸ்தானின் பொருளியலையே இந்த சிவந்த கற்களும் பளிங்குக் கற்களும் மாற்றிவிட்டன. செல்வந்தர்கள் உருவாக உருவாக நகரங்கள் வீங்கிப் பெருத்துவிட்டன.

அத்துடன் இந்தப் பணம் ராஜஸ்தானின் களர் நிலங்களை வேளாண்மைக்குக் கொண்டு வந்துள்ளதையும் கண்டோம். ஏராளமான நிலங்கள், நெடுங்காலமாகப் பாலைநிலமாகக் கிடந்தவை, வேலியிடப்பட்டு பண்ணை நிலங்களாக ஆக்கப்பட்டுள்ளன. அவற்றில் ஆழ்குழாய் மூலம் நீர் பாய்ச்சப்பட்டு வேளாண்மை செய்யப் படுகிறது. இன்று துவரம் பருப்பு, பயறு உற்பத்தியில் ராஜஸ்தான் முந்திக்கொண்டிருக்கிறது.

மணல் மேடுகள் வர ஆரம்பித்தன. மாபெரும் செம்பட்டு ஒன்று வானில் இருந்து மிதந்து மிதந்து இறங்கி அப்படியே படிந்து கிடப்பது போல, ஒசிந்து சுருங்கி நெளிந்து வளைந்து கிடந்தன மண் சரிவுகள். அவற்றில் காற்றின் அலைகள். காற்றின் ரகசியக் குறிப்புகள். காற்று மணலை அறிவதுபோல நீரையும் அறிவதில்லை. மணல் தன்னை முழுக்கமுழுக்க காற்றுக்கு ஒப்புக்கொடுக்கிறது.

இங்குள்ள மணல் வெண்மணல் அல்ல. செம்மை நிறமுள்ளது. மணல் மேட்டில் ஏற ஆரம்பித்தோம். நாற்பதடி உயரமான மேடு. ஆனால் அதில் ஏறுவதைப்போல கடினமான ஏதும் இல்லை. எண்பதடி ஏறுவதற்குச் சமம். உந்துவிசையை முழுக்க மணல் வாங்கிக்

கொண்டது. கையாலும் காலாலும் ஏறியதும் மூச்சுவாங்க மணல் மேலேயே படுத்துக்கொண்டேன்.

மணலின் அழகு. அதைப் பெண்ணுடலின் வசீகரமான வளைவுகளுடன், மென்மையுடன் மட்டுமே உவமிக்க முடியும். ஒசிந்து நெளிந்து படுத்த பெண். இடை, இடுப்புமேடு, தொடைச்சரிவு, மெல்லிய உந்தி சுழித்த பள்ளங்கள்... மணல் மீது நடக்கையில் சிறு குழந்தையாக அம்மா மடிமீது ஏறி நடந்த அனுபவம். சரிவில் இறங்கையில் மென்மணல் மெல்லக் காலை வாங்கிக்கொண்டது. திரும்பிப்பார்க்கையில் நாம் நடந்த தடம் நீண்டு கிடந்தது. மணலுக்கு அது சில நிமிடங்களில் கரைந்து மறையும் ஒரு தடம். மணல் ஒரு வரலாறு.

ஒரு கணநேர நினைவு. 'வசந்த காலக் கோலங்கள், வானில் விழுந்த கோடுகள்' என்ற வரி நினைவில் ஊறியது. வானில் விழுந்த கோடுகூட இன்னும் கொஞ்சம் நீடிக்குமோ? மணல் தான் வரலாறு. இந்த மணலில் நடந்த எல்லாப் பாதங்களும் மறைந்தன. மணல் புதிய பாதங்களுக்காகக் காத்துக் கிடக்கிறது. மணல் வரலாறு. திரும்பிப்பார்க்கையில் இரு பாதங்களின் தடங்கள் ஒரு குறள் வரி போலக் கிடந்தன. ஒரு கவிதை வரி. ஒரு வாழ்க்கையின் பதிவு. இந்தத் தாள் எழுதப்படுவதை எல்லாம் உடனே உள்வாங்கி செரித்து அழித்துக்கொள்கிறது. மணல் இலக்கியம்.

மாலை ஐந்து மணிக்கு ஜெய்சால்மரை அடைந்தோம். நகர எல்லையை அடைந்ததுமே மோட்டார் பைக்குகளில் ஏழெட்டுப் பேர் துரத்தி வந்தார்கள். பாலைவனச்சவாரிக்கும் தங்குமிடத்துக்கும் ஏற்பாடு செய்யும் கைடுகள். மம்மி படத்தில் வெள்ளைக்காரர்களை ஏறி ஏறித் தாக்கும் மம்மிகளைப் போல. இந்த மாதிரி வந்து மாட்டிக்கொண்ட வெள்ளையனின் கெட்ட கனவுபோலும் அந்தக் காட்சி. அவர்களைத் துரத்திவிடுவதே பெரும் பணியாக இருந்தது. சரமாரியாக இந்தியிலும் ஆங்கிலத்திலும் பேசித்தள்ளினார்கள். முந்நூறு ரூபாய்க்கு மூன்று நட்சத்திர ஓட்டல் விடுதி இருக்கிறது என்றார்கள்.

அவர்களை மீறி அரசு சுற்றுலா மையம் சென்றோம். அங்கே விசாரித்த போது நேராக சாம் மணல் திட்டு என்ற ஊருக்குச் செல்லும்படியும் அங்கே பாலைச்சவாரிக்கு எல்லா வசதியும் உண்டு என்றும் சொன்னார்கள். ஜெய்சால்மரை நாளை பார்க்கலாமென முடிவெடுத்தோம். நேராக அறுபது கிலோமீட்டரை அரை மணிநேரத்தில் கடந்து சாம் மணல் திட்டை அடைந்தோம். பாகிஸ்தான் அருகே உள்ள இந்த இடமே இந்தியாவின் கடைசி சுற்றுலா மையம்.

பிரமாண்டமான செம்மணல் வெளி. அங்கே பயணிகள் கூட்டம். ஒட்டகங்கள் காத்திருந்தன. ஓர் ஒட்டக வண்டியில் ஏறி மணல்மேட்டு மேல் ஏறி நின்று அணையும் சூரியனைப் பார்த்தோம். பாலைவன

சாம் மணல் திட்டு, ராஜஸ்தான்

அஸ்தமனம் போல உக்கிரமான தோற்றத்தில் சூரியன் எப்போதுமே தோற்றமளிப்பதில்லை.

பின்பக்கம் நிலவெழுந்துவிட்டிருந்தது. முழுநிலவுக்கு மூன்று நாள்தான். கீழே கொஞ்சம் சப்பியிருந்ததைவிட்டால் பௌர்ணமிதான். வினோதும் பிரசாத்தும் ஓர் ஒட்டகத்தில் ஏறி மணலில் சுற்றி வந்தனர். முத்துக்கிருஷ்ணன் மணல் மேல் ஒட்டகத்தில் கொஞ்சம் ஓடி மீண்டார். நான் ஒரே ஒருமுறை ஒட்டகம் மேல் ஏறிப் பன்னிரு கி.மீ. சென்றபின் அதில் ஏறுவதே இல்லை என முடிவெடுத்திருந்தேன். இடுப்பு எலும்புகள் கழன்று விடும்.

இந்தப் பயணத்தின் மகத்தான அந்தி. மெல்ல மெல்ல ரத்தச்சிவப்பில் சிவந்து சிவந்து எரிந்தணைந்தது சூரியன். பெரும் காளவாய் போல ஒரு கணம். அதிபிரமாண்டமான செம்பருத்தி போல மறு கணம். தங்கம் உருகிய கலம் போல மறு கணம். சூரியன் அஸ்தமித்த பின்னரும் நெடுநேரம் வானில் ஒளி மிச்சமிருந்தது. தூசியில் பிரதிபலிக்கும் செக்கச்சிவந்த ஒளி. அடிவானில் ஓர் உதயம் நிகழப்போவதுபோல.

மறு பக்கம் நிலவு ஒளி கொள்ள ஆரம்பித்தது. பீங்கான் தட்டு போல இருந்தது வெள்ளித்தட்டாக ஆகியது. வெண்கண்ணாடி போட்ட விளக்காக ஆகியது. பின் குளிர்ந்த வெண்ணிறமான அதிகாலைச் சூரியனாக ஜொலித்தது.

பாலைவனத்தின் மணல் மடிப்புகளின் கோலங்கள் ஒளி மாறுபாடு களுக்கு ஏற்ப விதவிதமாக மாறின. அவை சிவந்த பட்டுச் சுருக்கங் களாக ஆயின. பின் மெல்ல மெல்ல மஞ்சள் சருமம் போல மின்னின. மெல்ல அடங்கி நிலவில் துருவியிட்ட அலுமினியத் துகள்களின் குவியல்களாக மணல்சரிவுகளை மாற்றின. பின் இருண்டதும் நிலவின் தண்ணொளியை பிரதிபலித்து உறைந்த கடல் அலை போலக் குளிர்ந்து கிடந்தன. ‘இந்த ஒரு மாலை போதும் சார்... இது போதும் சார்...’ என சீனு புலம்பினார்.

இரவில் அறை தேடி வந்தோம். ஒரு டீக்கடையில் டீ குடித்தோம். கடைக்காரரிடம் விசாரித்தபோது தலைக்கு முந்நூறு ரூபாய்க்கு இரு கூடாரங்களில் மணலில் தங்க ஏற்பாடு செய்வதாகச் சொன்னார். கூடாரங்களுக்கு வந்தோம். வசதியான அழகிய கூடாரங்கள். கட்டில், மெத்தை, போர்த்திக்கொள்ள ரஜாய் உண்டு. இங்கே விடிகாலையில் நான்கு டிகிரி வரை குளிர் வருமாம். இப்போதே நல்ல குளிர். ஆனால் நாங்கள் இன்னும் கொஞ்ச நேரத்தில் நள்ளிரவில் பாலைநிலவின் ஆட்சியை தரிசிக்கக் காரில் கிளம்பவிருக்கிறோம். இன்று எங்களைப் பற்றிக் கடவுள் சந்தோஷப்பட்டிருப்பார். அவர் அளித்த நாள் என்னும் அமுதகலசத்தில் ஒரு துளி வீணாக்காமல் அருந்தியிருக்கிறோம்.

- 25 -

லொதுர்வா, ஜெய்சால்மர்

இன்று சாம் மணல்மேடு முக்கியமான ஒரு சுற்றுலாத்தலம். ராஜஸ்தான் பாலைவனம் என்பது வறண்ட கட்டாந்தரை மேல் முளைத்த உயரமற்ற முட்செடிகள் மட்டும் கொண்டது. நம் ராமநாதபுரம் பொட்டல்களை நினைவுறுத்துவது. மண், வெளிர் சிவப்பு நிறத்தில் ஆற்றுவண்டல் உலர்ந்து மணலாக ஆனதுபோல் இருக்கும். மணல்குன்றுகள் அவ்வப்போது வரும். அலையலையாக செம்பட்டை குவித்துப்போட்டதுபோல.

மணற்பகுதிகளில் சாலையோரம் அமைந்த பெரிய மணற்பரப்பு சாம் மணல்வெளி. அதைச்சுற்றி பாலைவனத்தில் வெண்ணிறமான கூடாரங் களை 'ப' வடிவில் அமைத்து சுற்றும் வேலியிட்டு காவலர் நிறுத்தித் தங்குமிடம் ஏற்பாடுசெய்திருந்தார்கள். சுற்றுலா பெரும்பாலும் ஒரு 'பேக்கேஜ்'. அதில் கோட்டையைச் சுற்றிப்பார்ப்பது, பாலைவனப் பயணம், மணல் மேல் தங்குதல் எல்லாம் அடக்கம். இரவில் கிராமியக் கலைநிகழ்ச்சிகளும் உண்டு.

நாங்கள் டீக்கடையில் சந்தித்த அப்துல் என்பவரின் ஏற்பாட்டில் இரவு தங்குமிடம் மட்டும் கேட்டு வாங்கியிருந்தோம். நாங்கள் செல்லும் போது ஒரு கலைநிகழ்ச்சி நடந்துகொண்டிருந்தது. நாட்டுப்புறப் பாடகர் ஒருவர் உரத்த குரலில் பாடினார். கூட தபலா, ஆர்மோனியம்.

நண்பர்கள் சென்று பார்த்துவந்தனர். நாற்பது வயதான பாட்டி ஒருத்தி நடனம் ஆடினதாகவும் கூட சில வெள்ளையர்களும் சேர்ந்து ஆடினதாகவும் நண்பர்கள் சொன்னார்கள். பாட்டிகள் ஆடுவதை ரசிக்குமளவுக்கு என் கலையுள்ளம் விசாலமானதல்ல என்பதனால் நான் செல்லாமல் குறிப்புகளை எழுதிக்கொண்டு கூடாரத்திலேயே இருந்தேன். பாடகரின் குரல் நன்றாக இருந்தது.

இரவுணவுக்குப் பின்னர் மணல்மேடுகளில் நிலவொளியைப் பார்க்கச் சென்றோம். குளிருக்கு ஸ்வெட்டர் அணிந்து மேலே ரவி வாங்கிக் கொடுத்த கம்பிளியைப் போர்த்திக்கொண்டு சென்றோம். செல்லச் செல்லக் குளிர் தெரிய ஆரம்பித்தது. நெடுந்தூரம் செல்லவேண்டாம், பாகிஸ்தான் எல்லை ஆதலினால் ராணுவக் கண்காணிப்பு உண்டு, சந்தேகம் வந்தால் பிடித்து விடிய விடிய உட்கார வைத்து விடுவார்கள் என வாட்ச்மேன் சொன்னார். ஆகவே அருகிலேயே மணல் மேல் ஏறினோம். மணல் அதற்குள் பனிக்கட்டி போலக் குளிர்ந்து கிடந்தது.

நிலவு வானில் நன்றாக எழுந்திருந்தது. ராஜஸ்தான் பாலைவனத்தின் முக்கியமான அழகு என்பது வானம்தான். பெரிய மரங்கள் இல்லாத நிலம். மலைகள் சூழாத திசைகள். மேகத்தின் நினைவுகூட மிதக்காத துல்லியமான நீலக் குடையாக வானம். அதில் சூரியன் சந்திரன் விண்மீன்கள் எல்லாமே பெரியதாக, துல்லியமாகத் தெரிந்தன.

நிலவு மிகப்பெரிய பொன்வட்டமாக வானில் நின்றது. சீனு விஷ்ணுபுரத்தின் முதல் தோற்றுவாய் 'என் கால்களுக்குக் கீழே நான் அறிந்ததெல்லாம் மணல்தான்' என்ற வருணனை நினைவுக்கு வருவதாகச் சொன்னார். 'ஒவ்வொரு சித்தரிப்பும் அப்டியே இருக்கு சார்...' என்றார்.

நிலவின் ஒளி பாலையில் பரவுவது வெண்பளிங்கு அலைகள் மேல் எண்ணெயை மெல்ல ஊற்றுவது போல் இருந்தது. மணல் சரிவுகள் மென்மையாகப் பளபளத்தன. மணல் அடுக்குகளின் கோடுகள் ஆழ்ந்த நிழலால் அடையாளப்படுத்தப்பட்டுத் துல்லியமடைந்தன. பார்க்கப் பார்க்க அக்கோடுகள் அதிர்வது போல, மணல் வெளி ஒரு துணிபோலக் காற்றில் அலைபாய்வது போல பிரமை எழுந்தது.

நிலவு வானில் மெலிதாக சுழல்வது போலத் தோன்றியது. கையெட்டும் தொலைவில் நம்முடனே நிலவும் வருவது போல. அண்ணாந்தால் அக்கணமே அது மேலெழுந்து விலகிவிடுவது போல...

குளிருக்கு எல்லா ஏற்பாடுகளையும் செய்துகொண்டோம். ஆனால் முத்துக்கிருஷ்ணன், ராஜமாணிக்கம் தவிர எவருக்கும் காலுக்கு ஷூ கிடையாது. விரல்கள் மரத்து உறைந்து வலித்து ஒரு கட்டத்தில் தீப்பட்டது போல எரியவே ஆரம்பித்துவிட்டன. நான் கனடா சென்ற போது வாங்கிய கையுறையை வைத்திருந்தேன். கைகள் சில்லிடு கின்றன என அதை அணிந்திருந்தேன். வேறு வழி இல்லாமல் அதைக் கால்களுக்குப் போட்டு விரல்களைக் காத்துக்கொண்டேன்.

கால்கள் வலித்தாலும் எவருமே திரும்பிச்செல்ல விரும்பவில்லை. நிலவை நோக்கியபடி மணல் வெளியில் நின்றிருந்தோம். பிரமையில்,

கனவில், ஒவ்வொருவரும் அவரவர் தனிமையில். இந்தமாதிரி இனிமைகளுக்கு ஒரு துயரம் கலந்த தன்மை உண்டு. நம் இருப்பின் எளிமையை, நம் அகங்காரத்தின் சிறுமையை, நமக்களிக்கப்பட்ட காலத்தின் போதாமையை நாமே உணர்வதனால் வரும் துயரம் அது. melancholy என ஆங்கிலத்தில் சொல்வது அதைத்தான்.

ஆனால் அரைமணி நேரத்துக்கு மேல் அது நீடிக்கலாகாது. நீடித்தால் அந்த இனம்புரியாத துயரம் மெல்ல மெல்லத் திட்டவட்டமான துயர நினைவுகளைக் கொண்டுவந்து நிறைக்கும். ஆன்மிகமான அந்தக் கவித்துவ துக்கம் எப்படியோ நம் லௌகீக வாழ்வின் துயரங்களையும் ஏக்கங்களையும் தன் இடத்தில் கொண்டுவந்து நிறுத்திவிடும். முறையான தியானப்பயிற்சி இல்லாமல் இத்தகைய அகத்தனிமை நிலையை அதிக நேரம் கொண்டு செல்லமுடியாது, முயலவும் கூடாது.

அத்தகைய நிலைகளில் செய்யக்கூடுவது கலைகளை நாடுவதே. அஜந்தா குகைகளில் ஓவியங்கள் வரையப்பட்ட காரணம் அதுவே. கலை ஒரு விசித்திரமான எதிரொளிப்பை நிகழ்த்துகிறது. ஆன்மிகமான துயரம் லௌகீகமான துயரமாக மாறும் அந்தத் தருணங்களில் நிகழும் கலை லௌகீகமான துயரங்களை மீண்டும் ஆன்மிகமாக மாற்ற ஆரம்பிக்கிறது.

நிலவொளியின் தனிமையில் நாம் அடையும் துயரம் மெல்ல நம்மை ஓர் இழந்த காதலை நினைத்துக்கொள்ளச் செய்யும் என்றால் நாம் துயரம் நிறைந்த மனம் கொண்டவர்களாக ஆகிறோம். நம் அகம் கனத்து இருள் கொள்கிறது. ஆனால் அப்போது ஒரு அற்புதமான காதல் தோல்விப் பாடலைக் கேட்டோமென்றால் நம் மனம் இனிமையால் நிறைகிறது. அகம் ஒளி கொள்கிறது. நாம் மீண்டும் அந்த இனிய துயரத்துக்கே சென்று சேர்கிறோம்.

நிலவொளியில் சில பாட்டுகளைக் கேட்கலாமென நினைத்தோம். எவரேனும் பாடியிருந்தால் நன்றாக இருந்திருக்கும். யுவன் சந்திரசேகர் அல்லது ராமச்சந்திர சர்மா இருந்திருக்கலாமே என நினைத்தேன். ராம் பாடும் பாடல் கூட மனதில் ஒலித்தது - ‘எல்லை யில்லாத வானக்கடலிடை வெண்ணிலவே, விழிக்கின்பம் அளிக்கும் ஓர் தீவென்று இலகுவை வெண்ணிலவே’.

முத்துக்கிருஷ்ணனின் அலைபேசியில் இணையத்தில் இருந்து பாடல்களை இறக்கிக் கேட்டோம். ‘ஆகா இன்ப நிலாவினிலே ஓகோ ஜெகமே ஆடிடுதே’, ‘அமுதைப்பொழியும் நிலவே நீ அருகில் வராத தேனோ’ பாவமும் கவித்துவமும் கலந்த பாடல்களுக்குரிய நேரம். வெறும் சங்கீதம் இங்கே பொருளிழக்கிறது. அதற்கு நமக்கு இப்போது திரைப்பாடல்கள் மட்டுமே உள்ளன.

பாடல்கள் தாண்டிய பின்னர் நான் ஒரு கதை சொன்னேன். துருக்கியப் பாலை நிலத்தில் நிலவொளியில் ஓர் கைவிடப்பட்ட நகரின் சுவரில் அழகிய இளம்பெண்ணின் ஓவியத்தைக் காணும் ஒருவனின் கதை. நூற்றாண்டுகளுக்கு முன்னர் சுல்தானால் கொல்லப்பட்ட அவள் அவனுக்கு காட்சி கொடுக்கிறாள். ஒரு சில குறிப்பிட்ட நாட்களில் மட்டும் சுழல்காற்றில் மணல் விலக வெளியே வந்து பின் மணலுக்குள் மறைந்து விடும் மாயநகரம் அது. மேரி கெரெல்லியின் கதை என்பது ஞாபகம். மெல்லிய நினைவுத்தீற்றலாக எஞ்சிய கதையை நானே பெரிதாக முடைந்து கொண்டேன்.

இரவு பன்னிரண்டு மணிக்குக் குளிர் ஐந்து பாகையை எட்டியது. முகமும் எரிய ஆரம்பித்தது. போதிய அளவுக்குக் கனவை மொண்டு நிறைத்துக்கொண்ட மனம் கனத்து ஓய்வை நாடியது. கூடாரத்துக்குள் புகுந்து ரஜாய்க்குள் ஒண்டிக்கொண்டோம். நல்ல கூடாரம். இரட்டைத் துணிக்கூரை கொண்டது. ஆகவே குளிர் குறைவு. குளியலறை இணைக்கப்பட்டது. வசதியான தங்குமிடம்.

காலையில் ஏழரை மணிக்கு விழித்தோம். ஏழு இருபதுக்கு சூரிய உதயம் என்று சொல்லியிருந்தனர். அவசரமாகக் கிளம்பி டீ கூடக் குடிக்காமல் உதயம் பார்க்க அந்த மணல் மேட்டுக்கே சென்றோம். பாலைவனத்தின் உதயம், மீண்டும் ஒரு வாய்ப்பு கிடைக்காது போகக்கூடும்.

முந்தைய நாளின் எல்லாக் காலடிகளையும் அழித்து புதிய காற்றலைகளுடன் கிடந்தது மணல் மேடு. மணல் மேல் ஏறிச்சென்றபோது வெள்ளை யானைகள் மேல் ஏறி பொற்சாமரங்கள் வீசி வரும் அக்னி தேவன் போல சூரியன் உதித்து நிற்பதைக் கண்டோம். பாலைவனத் தூசு பொன்படலமாகப் பரவியிருந்தது. பொன்னிறமான துணி வழியாகப் பார்ப்பது போல சூரியன் தெரிந்தது. பொன்னிற முகத்தின் குங்குமம் போல.

காலையில் நூற்றுக்கணக்கான கிளிகள் முந்தைய நாள் ஒட்டகங்கள் போட்ட சாணிகளைக் கிண்டிக்கொண்டிருந்தன. முட்புதர் செடிகளுக்குள் அவை கூட்டம் கூட்டமாக அமர்ந்திருந்தன. இயற்கையான கூண்டுக்குள் இருப்பவை போலத் தோன்றின. இங்குள்ள புதர்களுக்குள் எப்போதும் பறவைகள் நிறைந்திருக்கின்றன. வெயிலில் அவை பறப்பதில்லை.

காலைச்சிற்றுண்டி முடிந்ததும் கிளம்பி ஜெய்சால்மர் சென்றோம். புழுதிபறக்கும் சாலையில் எங்கள் வண்டி பழையகால படங்களின் கனவுக்காட்சி போலச் சென்றது. ஜெய்சால்மர் பற்றி நிறைய கேள்விப் பட்டிருந்தனர் நண்பர்கள். நான் எண்பத்தி இரண்டில் இங்கே

வந்திருக்கிறேன். அன்று தார் பாலைவனம் இன்னும் மொட்டையாக இன்னும் குளிராக இருந்ததாக நினைவு.

ஜெய்சால்மர் மகாராவல் ஜெய்ஸ்வால் அவர்களின் பெயரால் அமைந்த நகரம். 1156ல் இந்நகரம் அமைந்திருக்கலாம் என வரலாறு சொல்கிறது. ஜெய்சால்மர் பொன் மஞ்சள் நிறமான கற்களால் கட்டப்பட்ட கோட்டை. அதனருகே உள்ள பாறைகளும் பொன்னிறமானவை. உதய அஸ்தமன செவ்வொளியில் பொன்னிறமாகத் தெரிவதனால் இந்நகரமே பொன்னகரம் என்று அழைக்கப்படுகிறது.

ஃபாட்டி ராஜபுத்திரர்களின் நகரம். ஃபாட்டி என்றால் போர்வீரர் என்று பொருள். போர் மட்டுமே தொழிலாகக் கொண்டு பல நூற்றாண்டுகள் வாழ்ந்த மக்கள். விக்ரமாதித்ய மன்னரின் (இரண்டாம் சந்திரகுப்தர்) நண்பரும் அமைச்சருமாக இருந்தவர் பெயர் ஃபட்டி. அவர் இந்த வம்சத்தைச் சேர்ந்தவர்தான்.

மன்னர் தேவ்ராஜர் என்பவர் ஜெய்சால்மர் அரசின் ஸ்தாபகர் எனக் கருதப்படுகிறார். இந்த வம்சம் ராவல் என்ற அடைமொழியுடன் குறிப்பிடப்படுகிறது. மேவார் மன்னர்கள் ராணா என அழைக்கப் படுவது போல. தேவராஜரின் ஆறாவது வாரிசான ஜெய்ஸ்வால் ராவல் ஜெய்சால்மர் கோட்டையைக் கட்டி தலைநகரமாக அறிவித்தார். அது வரை அருகே உள்ள லொதுர்வாதான் தலைநகரமாக இருந்தது.

1293ல் அலாவுதீன் கில்ஜி ஜெய்சால்மரைக் கைப்பற்றி அழித்தபின் சிலகாலம் கைவிடப்பட்ட நிலையில் இக்கோட்டை கிடந்தது. கில்ஜியின் படையெடுப்பு கொடுமையானது. அவரது கோட்டை முற்றுகை தொடர்ந்து ஏழு வருடம் நீடித்தது. எல்லா நீர் ஆதாரங்களும் வறண்டபோது ஃபாட்டிகள் ஜோகர் செய்து உயிரிழந்தனர். (ஜோகர் என்பது அத்தனை அரசகுலப் பெண்களும் கூட்டமாகத் தீயில் குதித்து இறந்த பின்னர் ஆண்கள் அனைவரும் முழு நிர்வாணமாகக் குதிரைகளில் ஏறி எதிரியைச் சந்தித்து கடைசி வீரர் இறப்பது வரை போர்புரியும் சடங்கு.)

அதன் பின் ஃபாட்டி வம்சமே இன்றைய பாகிஸ்தானின் சிந்து பகுதிக்கு சிதறிப்பரவியது. அவர்கள் அங்கே பூட்டோ சாதியினர் என அறியப்படுகின்றனர். மறைந்த பாகிஸ்தானியப் பிரதமர் சுல்பிகர் அலி ஃபுட்டோ இந்த வம்சத்தைச் சேர்ந்தவர்.

ஃபாட்டிகள் ஜெய்சால்மரை மீண்டும் கட்டி எழுப்பினர். இன்னொரு அரசு அங்கே உருவாகியது. மீண்டும் சுல்தான் ஃபெரோஸ் ஷா ஜெய்சால்மரைத் தாக்கினார். நான்காண்டுகால முற்றுகைக்குப்பின்னர் ஜெய்சால்மரில் இன்னொரு ஜோகர் நடைபெற்றது. அதன் பின்

நெடுங்காலம் ஃபாட்டிகள் சிதறி சில்லறைக் கொள்ளையர்களாக வாழ்ந்தனர். ஜெய்சால்மர் கோட்டை இடிபாடுகளாகக் கிடந்தது.

கடைசியாக முகலாய மன்னர் அக்பர் ஜெய்சால்மர் இளவரசியை மணம் செய்ததும் முகலாயர்களுக்கும் ஃபாட்டிகளுக்கும் இடையே இருந்து வந்த பகைமை முடிவுக்கு வந்தது. ஷாஜகானின் ஆட்சியில் ஃபாட்டி வம்சத்தின் சஃபலசிம்மன் அவருக்கு பெஷாவர் படை யெடுப்பில் பேருதவி புரிந்தமையால் நல்மதிப்பைப் பெற்று சிற்றரச பதவியைப் பெற்றார். சஃபல சிம்மன் ஆட்சிக்காலத்தில் ஜெய்சால்மர் கோட்டை இன்றைய வடிவில் மீண்டும் கட்டி எழுப்பப்பட்டது. 1888ல் ஜெய்சால்மர் பிரிட்டிஷாரால் கைப்பற்றப்பட்டது.

ஜெய்சால்மர் தார் பாலைவனத்தின் நடுவே இருப்பதனால் சுல்தானியப் படைகள் மற்றும் முகலாயப்படைகளின் தாக்குதல்கள் அடிக்கடி நிகழவில்லை. பெரும்பாலும் இது சிறிய கப்பத்துடன் தனியாட்சி செய்ய முஸ்லிம் ஆட்சியாளர்களால் அனுமதிக்கப்பட்டது. ஃபாட்டிகள் தார் பாலைவனம் வழியாக இருந்த மிக முக்கியமான ஒட்டக வணிகப்பாதையில் கப்பம் வசூலிப்பது, கொள்ளையடிப்பது ஆகியவற்றையே முக்கியமான தொழிலாகச் செய்துவந்தார்கள், நம் ஆறலைக்கள்வர்களைப் போல.

இன்று அவர்கள் பாலைவன வணிகத்தில் சிறந்து விளங்குகிறார்கள். ஃபாட்டிகளில் முஸ்லிம்களும் இந்துக்களும் உண்டு. அவர்கள் ஒரே சாதிக்குரிய ஒற்றுமையுடன் இருந்துவருகிறார்கள். பாலைவன வணிகமும் சுற்றுலாவும் அவர்களுக்குக் கைகொடுக்கிறது. நடுவே இந்திய பாகிஸ்தான் எல்லை வருகிறதென்றாலும் அதை அவர்கள் அதிகமாக பொருட்படுத்துவதில்லை.

ஜெய்சால்மர் ஒரு காலத்தில் இந்திய-அரேபிய வணிகத்தின் மையப் புள்ளியாக விளங்கியது. பின்னர் மும்பைத் துறைமுகம் எழுந்து வந்து வணிகம் முழுக்க நீர்வழிகளைச் சார்ந்ததாக ஆனபோது அதன் வணிக முக்கியத்துவம் இல்லாமலாகியது. இந்திய பாகிஸ்தான் எல்லை மூடப்பட்டபோது ஜெய்சால்மரின் எல்லா வணிக வாய்ப்புகளும் அழிந்தன. ஆனால் இன்று இது ஒரு முக்கியமான சுற்றுலா மையம். இந்தியாவில் இந்த அளவுக்கு பண்பாட்டுத் தனித்தன்மை கொண்ட நகரம் வேறு இல்லை. சுற்றுலாவை நம்பியே இன்று இப்பகுதியின் பொருளியல் உள்ளது.

ஜெய்சால்மரின் சமணப் பாரம்பரியம் மிக விரிவான ஒன்று. கி.மு. இரண்டாம் நூற்றாண்டு முதலே ஜெய்சால்மர் முக்கியமான சமணத் தலமாக இருந்தது. ஏனென்றால் இது மேற்கே செல்லும் வணிகப்

லோதுர் வா - சமணக் கொவில், ஜெய்சால்மர்

லோதுர் வா - நுட்பமாகப் பூவேலைப்பாடுகளுடன்
செதுக்கப்பட்ட கல் பலகணி

லோதுர் வா
நடனமங்கையின் சிலை

லோதுர் வா
தோரணவாயில்

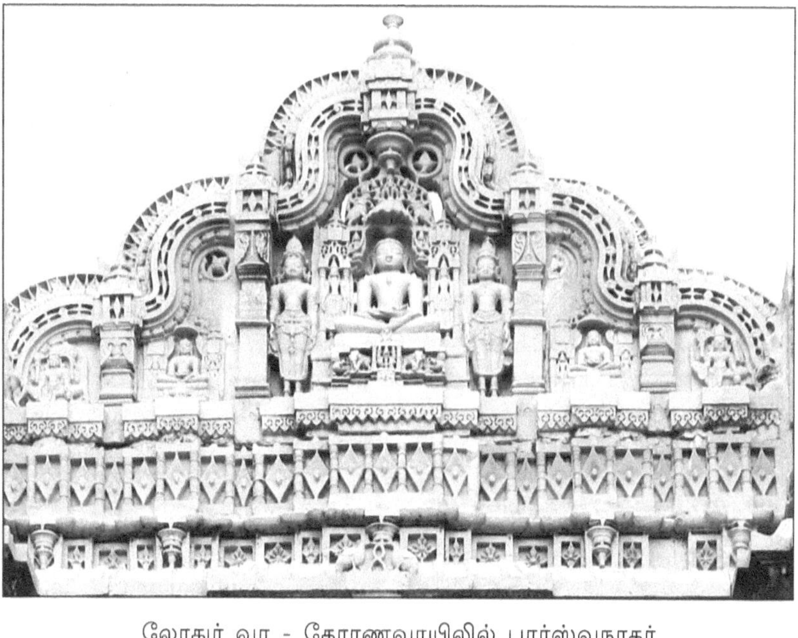

லோதுர் வா - தோரணவாயிலில் பார்ஸ்வநாதர்

பாதையின் முக்கியமான இயற்கை நீர்ச்சோலை, தங்குமிடம். சமண வணிகர்கள் இங்கே தங்கிச் செல்வது வழக்கம். ஃபாட்டிகளின் முக்கியமான பழைய அரசர்கள் சமணர்கள்.

அப்போது அவர்களின் தலைநகரமாக இருந்தது லொதுர்வா. இந்தக் கைவிடப்பட்ட நகரம் இன்று சிற்றூராக தார் மணல்வெளி நடுவே கிடக்கிறது. சாம் மணல்மேடுகளில் இருந்து திரும்பும் வழியில் லொதுர்வா சென்றோம். மிகச்சிறிய ஊர். சமீபகாலமாக செம்மஞ்சள் கல்லில் கட்டப்பட்ட சிறிய கட்டடங்கள். நடுவே இருந்தது பார்ஸ்வநாதர் கோயில்.

இதுவரை நாங்கள் பார்த்த ஆலயங்களிலேயே வித்தியாசமான அழகான ஆலயம் இது. ஏற்கெனவே இருந்த ஆலயம் 1152ல் அலாவுதீன் கில்ஜியால் அழிக்கப்பட்டபின் 1615ல் சமண வணிகரான சேத் தாரு ஷா இந்த ஆலயத்தை மீண்டும் கட்டி எழுப்பினார். 1688ல் மீண்டும் திருப்பணிகள் நடந்துள்ளன. அதன் பின்னர் அதிக அழிவுகள் இல்லாமல் அழகாக இருக்கிறது ஆலயம்.

முதல் முக்கியமான அழகு இந்தக்கோயில் பொன்னிறமான மணல் கல்லால் கட்டப்பட்டது என்பதே. இந்தக் கல் தார் பாலைவனத்தில் அன்றி எங்கும் கிடைப்பதில்லை. கடினமான கல். சந்தன நிறம். தீட்டப் பட்டால் வெண்கலம் போல இருக்கும். இக்கல்லால் ஆன ஒரு சிலையை ஐந்தடி தூரத்தில் இருந்து பார்த்தால் வெண்கலச்சிலை என்றுதான் நினைப்போம். மொத்தக் கோயிலும் இந்தக் கல்லால் செய்யப்பட்டு ஒரு பெரும் சந்தனத்தேர் போல் இருந்தது. காலை ஒளி பட்ட இடங்கள் பொன்னாக ஜொலித்தன. கல்லுக்கு இத்தனை அழகு கைகூட முடியும் என்பதை நம்பவே முடியவில்லை.

கல்லில் பலகணி போல செதுக்குவதென்பது எல்லா ஆலயங்களிலும் உள்ள வழக்கம். மரச்செதுக்குவேலையைக் கல்லில் நிகழ்த்தும் முயற்சி. ஆனால் லொதுர்வா கோயிலின் பலகணி போல எங்குமே பார்த்ததில்லை. கோயிலின் நான்கு பக்கமும் நுட்பமாகப் பூவேலைப் பாடுகளுடன் செதுக்கப்பட்ட கல் பலகணிகள் இருந்தன. சுவரே இல்லை, முழுக்கவே பலகணிகள்.

அவை ஒரு வலை போல, சல்லாத்துணி போல பூப்படலம் போல பரவியிருந்தன. ஒரு இஞ்ச் கனம்தான் கற்பலகைக்கு. அதை இத்தனை நுட்பமாகக் குடைவதென்பது பெரும் கலைஞர்கள் மட்டுமே செய்யும் வேலை. ஒரு விண்ணுலக சிலந்தி பொன்னால் கட்டிய வலை என நினைத்துக்கொண்டேன். இந்தப்பாலைவனத்தில் காற்றுச்சாளரம் ஓர் அவசியத்தேவை. அதையே கலைப்படைப்பாக ஆக்கியிருக்கிறது மனிதனின் ஆன்மிகத்தேவை.

கோயிலின் ஒவ்வொரு சிலையும் அற்புதமானவை. குறிப்பாக இங்குள்ள வித்யாதேவி சிலைகளின் விசித்திரமான நடனநிலைகள். கோயில் அருகே ரிஷபநாதருக்கும் சம்பவநாதருக்கும் சிறிய ஆலயங்கள் உள்ளன. ரிஷபதேவரின் ஆலயத்துக்கு மேலே மேருவும் கல்பவிருட்சமும் இருப்பது போல அமைக்கப்பட்டுள்ளது.

கோயிலைப் பார்க்கப்பார்க்க ஆசை தீரவில்லை. சட்டென்று ஒரு பெரிய பொற்கிரீடம் போலத்தோன்றியது. இன்னொரு கோணத்தில் ஒரு பிரமாண்டமான காதணி போல. ஒரு தேர்முகடு போல. தேனீக்கூடு போல. பொன்னும் கல்லும் ஒன்றே என்றான இயற்கையின் கனவு.

ஜெய்சால்மருக்கு நாங்கள் பன்னிரண்டு மணிக்குத்தான் வந்து சேர்ந்தோம். ஜெய்சால்மருக்குப் பொன்னகரம் என்று அதைப் பார்ப்பவர் எதையும் கேள்விப்படாமலே பெயர் சூட்டி விடுவார். கோட்டையும் கட்டடங்களும் எல்லாமே பொன்னிறமான மணல் பாறையால் கட்டப்பட்டவை. அந்த மெல்லிய வெயிலொளியில் கோட்டையைப் பார்ப்பது பொன்னால் ஆன வான்நகர் ஒன்றைப் பார்க்கும் அனுபவமேதான்.

ஜெய்சால்மர் கோட்டை இன்று ஒரு பெரும் சுற்றுலாத்தலம். மலைக்கு மேலே கட்டப்பட்ட கோட்டைக்கு மேல் செல்லும் படிகள் முழுக்க வெள்ளைப் பயணிகள். அவர்களுக்கான கலைப்பொருட்கள் விற்கும் கடைகள். கம்பளங்கள், தொப்பிகள், முண்டாசுகள், இசைக்கருவிகள்.

மேலே செல்லச்செல்ல பொன்னிறமான கட்டடங்கள் நுட்பமான கலையழகுடன் வந்தபடியே இருந்தன. இந்தவகைக் கட்டடங்களின் அழகே வலைப்பின்னல் போல கல்லில் செதுக்கப்பட்ட சிற்ப வேலைகள் கொண்ட அழகிய உப்பரிகைகள்தான். அவை பறக்கும் ரதங்கள் போல, பொன்னாலான அம்பாரிகள் போல அந்தரத்தில் நின்றன.

இன்றும் கோட்டைக்குள் ஆயிரம் குடும்பங்கள் வசிக்கின்றன. அலங்கார முகப்புகளும் உப்பரிகைகளும் கொண்ட புராதனமான கட்டடங்களில் பெரும்பகுதி பயணிகள் தங்குமிடமாக உள்ளது. சின்னஞ்சிறிய சந்துகள். காசியை நினைவுறுத்தும் மடிப்புவழிகள். தரையில் பாவப்பட்ட கல் கூட பொன்னிறமான மணல் கல்.

ஜெய்சால்மர் கோட்டைக்குள் இருக்கும் நான்கு சமண ஆலயங்கள் முக்கியமானவை. சாந்திநாதருக்கும் பார்ஸ்வநாதருக்கும் அமைந்த ஆலயங்கள் மிக அழகானவை. அலாவுதீன் கில்ஜியால் இடிக்கப் பட்டபின் 1615ல் வணிகரான சேத் தாரு ஷா அவர்களால் மீண்டும் கட்டப்பட்ட கோயில்கள் இப்போது உள்ளன. பொன்மஞ்சள்நிறமான

சந்திரபிரபு சமண கோவில், ஜெய்சால்மர் கோட்டை

ஜெய்சால்மர் சமண கோவில் சிலைகள்

கல்லால் ஆனவை. வெண்கலத்தாலானவை என பிரமை எழுப்பும் அற்புதமான சிற்பங்கள் கொண்டவை.

யட்சிகள், வித்யாதேவிகள். பன்னிரு கைகளுடன் நடனமிடும் நிலையில் விநாயகர் காவலாக நிற்கிறார். இங்குள்ள பல அற்புதமான சிலைகள் காலபைரவருக்குரியவை. பாசாயுதமும் சூலமும் ஏந்தி நாய் அருகே நிற்க நிற்கும் காலபைரவர் தாடி வைத்திருக்கிறார். சில சிலைகளில் பைரவி கூட நிற்கிறார். காலபைரவி மட்டுமே நிற்கும் சிலைகளும் உள்ளன.

இருகோயில்களிலும் சுவர்களில் உள்ள சிலைகள் மஞ்சள் கல்லை விட சிற்பத்துக்குரிய இன்னொரு ஊடகமே இல்லை என எண்ணச்செய்தன. மண்ணின் செழுமையையும் சருமத்தின் மென்மையையும் பொன்னின் ஒளியையும் ஒரேசமயம் கொள்ளும் இன்னொரு ஊடகம் இருக்க முடியுமா என்ன? பார்க்கப்பார்க்க சலிக்காத சிற்பங்கள்.

உலகம் முழுக்க மதங்களில் ஏன் உருவ வழிபாடு இருக்கிறது என்பது சிற்பங்களைப் பார்க்கப்பார்க்கத் தெரியும். சிற்பங்கள் நேரடியாக நம் கனவுக்குள் செல்லக்கூடியவை. நேராக நம் துரியத்தில் சென்று அமர்பவை. இந்தச் சிற்பங்களை நான் என்றாவது என் அகத்தில் இருந்து இழப்பேனா என்ன? நூற்றாண்டுகளுக்கு முன் அந்தக் கலைஞனின் கை வழியாக மண்ணுக்கு வந்தபோது சொன்ன சொல்லை, அளித்த புன்னகையை, காட்சியை, அசைவை அப்படியே ஒரு துளி சிந்தாமல் எனக்குள் நிறைக்கின்றன இவை.

மதியம் மூன்று மணி வரை ஜெய்சால்மர் நகருக்குள் சுற்றி வந்தோம். பொன்னிறம் மின்னிய புராதனக் கட்டடங்கள் கொண்ட நகரம் இடாலோ கால்வினோ எழுதிய 'புலப்படா நகரங்கள்' என்ற நாவலை நினைவில் கொண்டு வந்தது. விதவிதமான உலோகங்களில் உருவாக்கப்பட்ட நகரங்களைப்பற்றி அதில் சீனச் சக்கரவர்த்தி குப்ளாகானிடம் பயணியான மார்க்கோபோலோ விவரிப்பான்.

மனிதனின் அழியாத கற்பனையில் வாழும் நகரங்கள் அவை. மனிதன் இங்கிருக்கும் எளிய நகரத்துக்கு மாற்றாக 'அங்கிருக்கும்' ஒரு பொன்னகரை எப்போதும் கற்பனை செய்துகொண்டிருக்கிறான். சிலசமயம் அந்தக் கற்பனை ஏணியில் சில படிகள் ஏறியும் விடுகிறான். ஜெய்சால்மர் அப்படி அவன் ஏறிய படிகளில் ஒன்று.

- 26 -

பிக்கானீர்

ஜெய்சால்மரில் இருந்து ஜெய்ப்பூருக்குப் பயணமாக முடிவெடுத்தோம். இந்த முடிவு கொஞ்சம் சிக்கலானது. எங்கள் திட்டத்தில் இருந்த இரு முக்கியமான சமண ஊர்கள் ஒன்று ஓசியான், இன்னொன்று அர்துனா. இரு ஊர்களுமே முக்கியமானவை. அர்துனா ஒரு காலகட்டத்தில் ராஜபுத்ர வம்சமான பாரமாரா மன்னர்களின் தலைநகரமாக இருந்தது. பாரமாராக்கள் மாளவத்தை பதினொன்றாம் நூற்றாண்டில் ஆட்சி செய்தவர்கள். பாரமாரா வம்சத்தின் புகழ்பெற்ற மன்னர் என்றால் போஜராஜன்தான்.

அர்துனாவைச்சுற்றி ஏராளமான இந்து சமணக் கோயில்கள் இடிந்து கிடக்கின்றன என்று ராஜஸ்தான் தொல்பொருள்துறை குறிப்பிடுகிறது. இவை 11 ஆம் நூற்றாண்டு முதல் 15 ஆம் நூற்றாண்டு வரையிலான காலகட்டத்தைச் சேர்ந்தவை. அவற்றில் நீலகண்ட மகாதேவ் கோயில் பெரியது, நிறைய சிற்பங்கள் கொண்டது என்றும் அந்தேஸ்வர் காலிஞ்சாரா போன்ற சமண ஆலயங்களும் உள்ளன என்றும் தகவல்கள் சொல்கின்றன.

இங்குள்ள மண்டலேஸ்வர் கோயில் பாரமாரா மன்னராகிய சாமுண்ட ராஜனால் 1088ல் கட்டப்பட்டது. சிவபெருமானுக்கான ஆலயம் இது. மத்தியப்பிரதேசமும் ராஜஸ்தானும் சந்திக்கும் இப்பகுதியின் பண்பாடும்சரி கட்டடக்கலையும்சரி இந்தியாவின் தனித்தன்மை கொண்ட மரபுகள்.

ஓசியான் சமணர்களுக்கு முக்கியமான ஒரு தலம். ராஜஸ்தானின் ஓஸ்வால் இனக்குழுவின் பிறப்பிடம் இது என்று சொல்கிறார்கள். ஓஸ்வால்கள் இன்று துணி வணிகத்தில் ஓங்கியிருக்கிறார்கள்.

அவர்களின் ஓசியா மாதாஜி கோயில் இங்குள்ளது என்று குறித்து வைத்திருந்தேன்.

இந்தக் கோயில் ஒரு மலைமேல் உள்ளது. எட்டாம் நூற்றாண்டில் கட்டப்பட்டது இக்கோயில். 12ஆம் நூற்றாண்டில் விரிவாக்கிக் கட்டப்பட்டது. இங்குள்ள இரு கோயில்கள் சண்டி கி மாதா கோயில் மற்றும் அம்பா மாதா கோயில் ஆகியவை 1178ல் கட்டப்பட்டவை.

இந்த ஊர் பற்றிய ஒரு ஆர்வமூட்டும் தகவல் வாசித்தேன். இவ்வூருக்கு ஒரு காலகட்டத்தில் உப்கேஸ்பூர் என்று பெயர் இருந்தது. இங்குள்ள சாமுண்ட மாதாவுக்கு ஒரு காலகட்டத்தில் எருமைகளை பலிகொடுத் தார்கள். ஸ்ரீ ரத்ன பிரபா சூரி என்ற ஆச்சாரியார் அதை நிறுத்தினார். ஆகவே தேவி கோபம் கொண்டு ஆச்சாரியாரைக் கடும் நோவுக்கு ஆளாக்கினார். ஆனால் அந்த வலியைத் தாங்கிக் கொள்வதையே ஒரு பெரும் தவமாக ஆச்சாரியார் செய்தார்.

தேவி மனமிரங்கி ஆச்சாரியாரிடம் மன்னிப்புக் கோரினாள். ஆச்சாரியார் தேவிக்கு நல்லுரை சொன்னார். பக்தர்கள் கொடுக்கும் உயிர்ப்பலிகளின் பாவம் முழுக்க தேவிக்கே வரும் என்றும் விளைவாக அவளே நரகத்தில் உழலவேண்டியிருக்கும் என்றும் சொன்னார். தேவி அந்த நல்லுரை கேட்டு மனம் திருந்தி இனிமேல் பலி தேவையில்லை, சிவப்புநிறமான பூக்கள் கூட தேவையில்லை என்று முடிவெடுத்தாள். அதன் பின் ஆச்சாரியார் சாமுண்டிதேவிக்கு சாச்சி மாதா என்று பெயர் சூட்டினார்.

இந்த ஆச்சரியமான கதை நாட்டார் வழிபாட்டுமுறையை எப்படி சமணம் மாற்றியமைத்தது என்பதற்கான மிகச்சிறந்த உதாரணமாகும். இந்தியா முழுக்க இந்த மாற்றத்தை சமணம் செய்திருக்கிறது. இது ஒரு பெரிய பண்பாட்டு மாற்றம். உயிர்ப்பலி இல்லாமலாவதென்பது உண்மையில் அந்த இனக்குழுவின் அடிப்படை மனநிலையையே மாற்றியமைக்கிறது. வன்முறைநீக்கம் செய்யப்பட்ட சமூகத்தில் உள்மோதல்கள் குறைகின்றன. அந்தச்சமூகம் பிறசமூகங்களுடன் சுமுகமான உறவுகொள்ள ஆரம்பிக்கிறது. வணிகத்திலும் பிற சமூகச் செயல்பாடுகளிலும் வெற்றி அடைய ஆரம்பிக்கிறது. தமிழகத்திலும் சாதிகளைக் கூர்ந்து ஆராய்ந்தால் இந்த அம்சத்தைக் காணலாம்.

ஓசியானில் உள்ள மகாவீர் கோயில் அதிகமாக வணங்கப்பட்டுவரும் இடம். சாச்சிமாதா மகாவீரருக்குப் பணிவிடை செய்யும் தெய்வமாக ஆனாள் என்று சொல்லப்படுகிறது. அவள் ஆணைப்படியே அங்கே இந்த ஆலயம் கட்டப்பட்டது. நம்மூரில் உள்ள பல அன்னை தெய்வங்கள் சமண யட்சிகளாக ஆனது அவ்வாறுதான் என சொல்லலாம்.

ஆனால் ஓசியான் பாரமாரா என்னும் இரு ஊர்களையும் தவிர்க்க முடிவெடுத்தோம். ஏனென்றால் பயணம் அனேகமாக முடிவுக்கு வந்துவிட்டது. ஒரு மாதம் பயணம் என்பது திட்டம், இன்னும் ஐந்து நாட்கள் மிச்சம். ராஜஸ்தானின் எல்லையில் உள்ள லொதுர்வா சென்றதுமே எங்கள் பயணம் அதன் உச்சத்தையும் தொட்டுவிட்டது. அதுதான் இந்தியாவின் மேற்கெல்லையில் சமணர்களின் கடைசித்தலம். அங்கிருந்து திரும்பும் வழியில் பெரிய திசை திரும்பல்கள் சாத்தியமில்லை என்ற நிலை. ஆகவே ஓசியான், அர்துனா இரண்டையும் தவிர்த்தேயாக வேண்டும்.

இத்தனை பயணம் செய்து இத்தனை ஊர்களைப் பார்த்தபின்னரும் இரு ஊர்களைத் தவிர்ப்பது பெரிய இழப்புணர்வை உருவாக்குவதாகவே இருந்தது. ஆனால் இத்தகைய மனக்குறை தேவைதான். எந்த ஒரு பயணத்திலும் எஞ்சும் மனக்குறைதான் அடுத்த பயணத்துக்கான தூண்டுதல். நாவல் எழுதும்போதும் இதே குறையை உணர்வோம்.

ஜெய்சால்மரில் இருந்து பிக்கானீர் வழியாக ஜெய்ப்பூர் வருவதாகத் திட்டம். பிக்கானீர் வந்துசேர மாலை ஆகிவிட்டது. வரும் வழி முழுக்கப் பாலைவனம். குறும்புதர்கள் நிரவிய பொட்டல் வெளி. தார் பாலைவனம் என்பது பெரும்பாலும் இந்தப் பொட்டல்தான். பெரும் பாலும் ராஜஸ்தானிலும் கொஞ்சம் பாகிஸ்தானிலுமாகப் பரவிக் கிடக்கிறது இது. வடமேற்கே சட்லஜ் நதி முதல் தென்கிழக்கே ஜெய்ப்பூர் வரை பரவிக்கிடக்கும் நிலத்தை ஒட்டுமொத்தமாக தார் என அழைக்கிறார்கள்.

தார் பாலைவனத்தின் மண் பிற பாலைநிலத்து மண்களில் இருந்து வேறுபட்டது. தொடர் காற்றரிப்பால் பாறைகள் உடைந்து உருவாகும் பருபருப்பான மணல் பிற பாலைவனங்களில் காணப்படும். தார் பாலைநில மண் ஆற்றுவண்டல் உலர்ந்தது போல. நீர் ஊற்றினால் சேறு போலக் குழையும். உலர்ந்ததும் முற்றிலுமாக உதிர்ந்து விடும்.

தார் பாலைவனம் எப்படி உருவானது என்பது பற்றிப் பலவகையான கொள்கைகள் உள்ளன. இயற்கை மாறுபாட்டினால் நான்காயிரம் வருடங்களுக்கு முன்னர் இது உருவாகியிருக்கலாம் என்கிறார்கள். சிலர் இப்பாலைவனம் இன்னும் பிற்காலத்தில் உருவானது என்கிறார்கள். இந்தப் பாலைநிலத்தில் அகழ்வாய்வுகள் மூலம் தொடர்ந்து காலிஃபங்கன் போன்ற தொல்நகரங்கள் தோண்டி எடுக்கப் படுகின்றன. இப்பகுதி ஒரு பெரும்பண்பாட்டுவெளியாக இருந்துள்ளது.

தார் பாலையில் ஏராளமான ஆறுகள் ஓடிய தடங்கள் விண்வெளிப் படங்கள் மூலம் கண்டடையப்பட்டுள்ளன. ஆகவே ஹரப்பா நாகரிகம்

நிலவிய காலகட்டத்தில் இது வளமான வண்டல் நிலமாக இருந்தது என்று சொல்கிறார்கள். பொதுவான கருத்தின்படி இங்கே ஓடும் காக்கர்-ஹக்ரா ஆறு ஒரு காலத்தில் மிகப்பெரிய ஆறாக ஓடியிருந்தது. அது பூகம்பம் போன்ற ஏதோ காரணத்தால் நின்று போய் அதன் நீர் சிந்துவிலும் கங்கையிலும் ஓட ஆரம்பித்தது. அதுதான் சரஸ்வதி என்று சொல்லும் ஆய்வாளர்கள் உண்டு.

எதுவாக இருந்தாலும் தார் பாலைவனம் தெளிவாகக் காட்டும் ஓர் உண்மை, அது பாலைவனம் அல்ல என்பதுதான். மழை குறைவான நீரற்ற நிலம்தான் அது. அங்குள்ள மண் சத்தற்ற பாலைமணல் அல்ல, வளமான வண்டல் மண். ஆழ்துளைக்கிணறுகள் வந்தபோதே ராஜஸ்தானின் கணிசமான நிலம் விவசாயத்துக்கு வந்துவிட்டது. நாங்கள் பயணம்செய்த இடங்களில் ஏராளமான நிலங்கள் உழுது போடப்பட்டிருந்தன. சூரியகாந்தி வயல்களும் எள் வயல்களும் ஏக்கர் கணக்கில் உருவாகியிருந்தன. இன்னும் ஐம்பதாண்டுகளில் பெரும் பாலும் தார்பாலைவனம் விளைநிலமாக ஆகிவிடும்.

பாலைவனத்தைப் பார்த்தபடி காரில் சென்றுகொண்டிருப்பது ஓர் அரிய அனுபவம். வறண்ட நிலத்தை முதலில் காணும்போது ஒரு மனச்சோர்வு உருவாகிறது. அகம் தனிமை கொள்கிறது. நம்முடைய உள்ளுக்குள் உறையும் ஆதிக்குரங்கு துயரமடைகிறது. ஆனால் கொஞ்சம் கொஞ்சமாக நாம் அந்த நிலத்தின் உயிரை அடையாளம் காண்கிறோம். உயிரற்ற நிலம் என மண்ணில் ஏதும் இல்லை என உணர்கிறோம். அந்த திறந்தவெளியில் மனம் பறந்தலையத் தொடங்குகிறது.

இங்குள்ள மரங்களின் இலைகள் கூரியவை, முட்கள் மண்டிய தண்டுகள். ஆனால் எல்லா மரங்களிலும் சிறிய குருவிகள் இருக்கின்றன. மண் முழுக்க நூற்றுக்கணக்கான வளைகள். முயல்களும் எலிகளும் இருக்கக்கூடும். சாம் மணல்பரப்பிலேயே வாழும் நாய்களைப் பார்த்தோம். மனிதர்களிடம் மிகப் பிரியமாக வாலாட்டிக் குழைந்து வரவேற்றன. இரவில் கூடவே வந்து ஆதரித்தன. எல்லா நாய்களும் நன்றாக சாப்பிட்டு கிண் என்றுதான் இருந்தன. வேட்டை நிறையவே கிடைக்கிறது போல.

இங்குள்ள எல்லா ஒட்டகங்களும் நன்றாகத்தான் இருந்தன. வரும் வழியில் ஓர் இடத்தில் மான்கூட்டங்களைப் பார்த்தோம். எத்தனை பட்டினி கிடந்தாலும் தாயின் முலைப்பால் குறையாது என்று உயிரியல் சொல்கிறது. பாலைவனம் உயிர்களை ஊட்டிக்கொண்டேதான் இருக்கிறது.

மாலையில் பாலைநிலத்தில் கடைசி சூரிய உதயத்தை இறங்கி நின்று பார்த்தோம். நேர் பின்னால் குளிர்கால முழுநிலவு வந்து நின்றிருந்தது. வெள்ளி நிலவையும் பொற்சூரியனையும் இணைக்கும் மாபெரும் வளையமாகத் தொடுவானம். கவிழ்ந்த கண்ணாடிக்கிண்ணம் போலத் துல்லியமான நீலவானம். எரிந்தணையும் சூரியனைப் பார்த்தபின் நிலவின் அழகில் கொஞ்சநேரம் நின்றோம்.

நாங்கள் பிக்கானீரை வந்தடைந்தபோது ஏழு மணி. இங்குள்ள சமண தர்மசாலையைத் தேடி நகரின் மிகச்சிக்கலான தெருக்களில் மாட்டிக் கொண்டோம். பெரும்பாலான தெருக்களில் ஆட்டோக்கள்தான் புக முடியும். கார் பின்னுக்கும் வர முடியாமல் முன்னுக்கும் போக முடியாமல் சிக்கிச் செயலற்றது. ஊரே கூடி கூச்சலிட்டுக் கத்தி எங்களை வெளியே எடுத்தார்கள். ஒரு மணிநேரம் மூச்சுத்திணறி விட்டோம். கடைசியில் தர்மசாலா அங்கே இல்லை. வேறு வழி இல்லாமல் ஓட்டலில் அறை போட்டோம்.

காலையில் ஒன்பது மணி ஆகிவிட்டது நாங்கள் கிளம்ப. அருகில்தான் பிக்கானீர் அரண்மனை இருந்தது. பிக்கானீர் அரசகுலம் 1488ல் ராய் பிக்கா என்ற சிற்றரசரால் தோற்றுவிக்கப்பட்டது. இந்த நிலம் மக்கள் குடியேற்றம் குறைவான தரிசாகவே கிடந்திருக்கிறது. இது ஜங்க்ளாதேஷ் - பொட்டல்நிலம் - என அழைக்கப்பட்டது. ஜோத்பூர் மன்னர் ராய் ஜோதாவின் இரண்டாவது மகனான ராய் பிக்கா தனக்கென ஒரு நாடு தேவை என்பதற்காக இந்தப் பொட்டல் நிலத்தில் தன் ஆதரவுப்படைகளுடன் குடியேறி இந்நகரை உருவாக்கினார். பிக்காநகர் என்பதே பிக்கானீர் ஆக மருவியது.

பிக்கா இங்கே ஏரிகளை வெட்டி குடியிருப்புகளை உருவாக்கினார். பிக்கானீர் தார் பாலைவன வணிகப்பாதையில் இருந்தமையால் விரைவிலேயே பெரிய நகரமாக ஆகியது. பழைய பிக்கானீரில் இருந்து இன்றைய பிக்கானீர் கொஞ்சம் தள்ளி உள்ளது. பிக்கா கட்டிய கோட்டை ஜுனாகர் என்ற பெயரில் பிற்கால மன்னர்களால் புதுப்பிக்கப்பட்டது. ஜுனாகர் கோட்டை இந்தியாவின் முக்கியமான ராணுவத்தளமாக இருந்தது.

பிக்கானீர் முகலாய மன்னர்களுடன் சமரசம் செய்துகொண்டு கப்பம் கட்டி வாழ்ந்த சிற்றரசு. பிக்கானீரை இன்றைய வடிவில் கட்டியமைத்தவர் ராஜா ராய் சிங்ஜி. அவர் முகலாயப் பேரரசின் படைத் தலைவர்களில் ஒருவராக இருந்தார். அக்பர், ஷாஜகான் ஆகியோரின் சேவையில் இருந்தார். அவர்களுக்காக மேவார் மன்னரை வென்று பல பரிசுகளையும் பதவிகளையும் பெற்றார். அந்தப் பெரும் செல்வத்தைக் கொண்டுதான் ஜுனாகர் கோட்டையைக் கட்டினார். பிக்கானீர்

ஜூனாகட் கோட்டை, பிக்கானீர்

பொன்வேலைப்பாடுகளாலான
மன்னரின் அத்தாணி மண்டபம்

பிக்கானீர் அரண்மனை
உப்பரிகை

அரண்மனையைப் பொன்னாலும் வெள்ளியாலும் அலங்காரம் செய்தார்.

பின்னர் பிக்கானீர் வெள்ளைய ஆதிக்கத்தை ஏற்றுக் கொண்டது. வெள்ளையர் ஆட்சியில் பிக்கானீரை ஆண்ட மகாராஜா கர்ணி சிங் முக்கியமானவர். அவர்தான் பிக்கானீர் அரண்மனையை இன்றைய கோலத்தில் பெரும் செலவுசெய்து மாற்றியமைத்தவர். லண்டனில் பயின்ற மகாராஜா, பிக்கானீருக்கு ரயில், மின்சாரம், தொலைபேசி போன்றவற்றைக் கொண்டு வந்தார் என்றும் ஆங்கிலக்கல்விக்கான பாடசாலைகளை அமைத்தார் என்றும் சொல்லப்படுகிறது. வெள்ளையர்களுக்காக இரு உலகப்போர்களிலும் மகாராஜா பங்கேற்றிருக்கிறார்.

பிக்கானீரின் அரண்மனைக்குப் பத்து மணிக்குச் சென்று சேர்ந்தோம். அப்போதும் குளிர் இருந்தது. இரவில் நான்கு டிகிரி குளிர் இருந்ததாகச் சொன்னார்கள். சிவந்த மணல்கல்லால் கட்டப்பட்ட அழகிய அரண்மனை இது. பிரிட்டிஷ் பாணி கட்டடக்கலையும் முகலாயக் கட்டடக்கலையும் ராஜபுத்திரக் கட்டடக்கலையும் இணைந்த கட்டுமானம். அரண்மனையின் பெரும் தூண்களிலும் சுதை வளைவு களிலும் பிரிட்டிஷ் பாணி. சாளரங்களில் முகலாய வளைவு. உப்பரிகைகளில் ராஜஸ்தானிய அழகு.

இந்தியாவின் அழகிய அரண்மனைகளில் ஒன்று இது. கண்ணைப் பறிக்கும்படியான அலங்காரங்கள். பொன்னும் வெள்ளியும் அள்ளி இழைத்த பூவேலைப்பாடுகள். மிகப்பெரிய உள் அரங்கு. அங்கே மன்னர் அமரும் பளிங்கு சிம்மாசனம். மன்னரின் அத்தாணி மண்டபம் முழுக்கமுழுக்கப் பொன்வேலைப்பாடுகள் நிறைந்தது. ஆடம்பரம் கண்ணைப்பறித்து அழகை இல்லாமலாக்குவதை அங்கே காண முடிந்தது.

வழிகாட்டி நூற்றைம்பது கிலோ பொன் பயன்படுத்தப்பட்டிருப்பதாகச் சொன்னார். கொஞ்சம் கொஞ்சமாக அது பொன் என்பதை மறந்தோம். அது மஞ்சள்நிற ஒளி மட்டுமாக ஆகியபோது அழகு தெரியத் தொடங்கியது. தரையில் காஷ்மீர் ரத்தினக்கம்பளங்கள். தொங்கு விளக்குகள். பிரமாண்டமான சிவப்பு மண்டபம் இந்த அரண்மனையின் மிக அழகிய இடம்.

ஆனால் மீண்டும் திகட்டத்தொடங்கியது. ஓர் ஆலயத்தில் நிறைவை அளிக்கும் கலையழகு அரண்மனையில் நேர் மாறாக ஆடம்பரமாகக் கண்ணைக்குத்தியது. கலைக்குப்பின்னால் இருக்க வேண்டிய மன எழுச்சி ஆன்மிகமானதாகவே இருக்கவேண்டும். அகங்காரம் என்றால்

அழகிய மலரில் துர்நாற்றம் வீசுவது போலத் தோன்றி விடுகிறது. பிக்கானீரின் மற்ற அரண்மனைகளைப் பார்க்க வேண்டியதில்லை என முடிவெடுத்தோம்.

பிக்கானீரில் ஏராளமான சமணர்கள் வாழ்கிறார்கள். இங்குள்ள முக்கியமான சமண ஆலயம் என்பது பந்தாசர் சமண ஆலயம். இந்த ஆலயத்தை முந்நூறாண்டுகளுக்கு முன்னர் பந்தா ஷா என்ற சமண வணிகர் கட்டினார். அவரது மரணத்துக்குப் பின்னர் அவர் மகள் முடித்தார். வெண்சலவைக்கல்லால் கட்டப்பட்ட அழகிய கோபுரம் கொண்ட ஆலயம். ஆனால் உள்ளே உள்ள சிற்பங்கள் சாதாரண சுதைச்சிற்பங்கள் போலிருந்தன. மொத்தக் கோயிலையும் வண்ண ஓவியங்களால் நிறைத்திருந்தனர். உள் மண்டபத்தில் உள்ள ஓவியங்கள் ராஜஸ்தானி சிற்றோவிய பாணியில் அமைந்தவை. அழகானவை.

இந்த ஆலயம் இன்றும் வாழும் சமண ஓவிய- சிற்பக்கலைக்குச் சிறந்த உதாரணம். தென்னகத்தில் திகம்பர சமணர்களின் குடைவரைகளுக்குள் இருந்து தொடங்கிய பயணத்தை இங்கே முடித்திருக்கிறோம்.

- 27 -

சங்கானீர், ஜெய்ப்பூர்

பிக்கானீரில் இருந்து மதியமே கிளம்பினோம். இன்று முழுக்க முழுநேரமும் காரிலேயே செலவழிந்தது. ஒரு நீண்டபயணம் முடிந்து திரும்பி வரும்போது கடலோதம் இறங்குவது போல ஒரு மனச்சோர்வு உருவாகும். அதைத் தவிர்க்கவே திரும்பும் வழியிலும் நிறைய இடங்களைக் குறித்து வைத்திருந்தோம். ஆனாலும் திரும்புகிறோம் என்ற உணர்ச்சி இருந்தபடியேதான் இருந்தது.

ஒரு மாதம் ஊரைவிட்டு விலகி இருந்தாலும் கூட எவருமே பயணத்தின் சலிப்பை உணரவோ, திரும்பிச்செல்லவேண்டும் என்ற உணர்ச்சியை அடையவோ இல்லை. இப்படித் தோன்றுகிறது, வெறுமே ஊர் சுற்றுவதிலும் வேடிக்கை பார்ப்பதிலும் மட்டும் ஆர்வமிருந்தால் அதிகம் போனால் பத்துநாட்களுக்குதான் அந்த விசை இருக்கும். கலையிலும் வரலாற்றிலும் ஆர்வமிருந்தால் மட்டுமே மன எழுச்சி குன்றாமல் நீடிக்கிறது.

ஜெய்ப்பூருக்கு இரவு ஏழுமணிக்கு வந்துசேர்ந்தோம். ராஜஸ்தானியர்களுக்குத் திருமண மாதம் போலிருக்கிறது. சேட்டுகள் ஷெர்வானிகளுடனும் சேட்டாணிகள் சரிகைச் சேலைகளுடனும் நடனமிட்டபடி மின்விளக்கு வெளிச்சத்தில் மின்னிக்கொண்டு செல்ல, அலங்காரக் குதிரையில் வாளேந்தியபடி மணமகன் பீதியுடன் சென்றுகொண்டிருக்கும் ஊர்வலங்கள். திருமண மண்டபங்களில் ஒளிவெள்ளம். இசை.

எந்த விடுதியிலும் இடமில்லை. ஆகவே தேடித்தேடி நாங்கள் முதலில் பார்க்கவேண்டிய சங்கானீர் சமணக் கோயில் அருகிலேயே வந்து அறை போட்டோம். நாங்கள் இதுவரை போட்டதிலேயே அதிக செலவுள்ள அறை, எட்டுப்பேருக்கு இரண்டாயிரம் ரூபாய். மூவாயிரம் ரூபாய்

சொன்னவர் எங்கள் குடும்ப கோஷ்டிப்பாடலை சோகமாகப் பாடியதும் ஆயிரம் ரூபாய் குறைத்துக்கொண்டார்.

சங்கானீர் நகரில் உள்ள சங்கிஜி திகம்பர் சமணக் கோயில், பத்தாம் நூற்றாண்டில் கட்டப்பட்ட ஆலயம். இங்கே கிடைத்த கல்வெட்டின் படி இங்குள்ள ஆதிநாதர் சிலை கி.மு. இரண்டாம் நூற்றாண்டிலேயே இங்கே இருக்கிறது. மீண்டும் நெடுங்காலம் இந்த ஆலயம் இடிந்து மண்ணுக்குள் கிடந்ததாம். பத்தாம் நூற்றாண்டில் ஒரு திகம்பரர் இங்கே தவம்செய்தபோது உள்ளுணர்வால் இங்கே சிலை புதைந்திருப்பதை உணர்ந்து கோயிலை மீட்டிருக்கிறார். அதன்பின்னர் பல படிகளாக இக்கோயில் விரிவாக்கம் செய்து கட்டப்பட்டது.

இந்தப் பேராலயம் ஏழு அடுக்குகள் கொண்டது, ஓர் அடுக்கு மண்ணுக்குள் உள்ளது. அங்கே திகம்பரர்கள் மட்டுமே செல்ல அனுமதி. மேலே உள்ள கோயில் கொஞ்சம் வித்தியாசமான அமைப்புள்ளது. நடுவே ஒரு மேடையில் ஆதிநாதருக்கும் அஜிதநாதருக்கும் மல்லிநாதருக்கும் சிலைகள் உள்ளன. கோயிலைச் சுற்றி ஒரு பிராகாரம். அதில் பிற தீர்த்தங்கரர்களுக்கான சன்னிதிகள். சிற்பவேலைகள் என அதிகமாக ஏதுமில்லை. பிராகாரம் இரண்டு மாடி. மாடிமேல் சிறிய கோபுரங்கள் கொண்ட கோயில்களில் தீர்த்தங்கரர்கள் அமர்ந்திருக்கிறார்கள்.

சங்கானீர் ஜெய்ப்பூரின் புறநகராக இன்று மாறியிருக்கிறது. பத்து கிலோமீட்டர் தூரத்தைக் கடந்து ஜெய்ப்பூருக்குள் செல்வதற்குள் நகர வாழ்க்கை மீதே கசப்பு வந்துவிட்டது. இத்தனை பயணத்தில் ஜெய்ப்பூர் போல வெறுப்பை அளித்த இன்னொரு நகரம் இல்லை.

சங்கிஜி திகம்பர் சமணக் கோயில், சங்கானீர்

எந்தவித ஏற்பாடுகளும் இல்லாமல் கண்டபடி போக்குவரத்து பெருகியிருக்கிறது. எங்கும் தூசு, சத்தம், அடைசல். பல இடங்களில் மேம்பாலத்துக்காகத் தோண்டிப்போட்டிருக்கிறார்கள்.

ஆனால் ஒரு வித்தியாசம் தெரிகிறது, மக்கள் எதையும் ஒரு பிரச்சினையாகவே எடுத்துக்கொள்வதில்லை. வழிதவறி ஒருவழிப்பாதையில் சென்று நாம் உயிரை வாங்கினாலும் மரியாதையாகவே பேசுகிறார்கள். அந்நியர்களை தூற்றுவது இப்பகுதிகளில் பொதுவாகவே இல்லை. ஆச்சரியம்தான்.

ஜெய்ப்பூர் ராஜஸ்தானின் தலைநகரம். மிகச்சிறப்பாகத் திட்டமிட்டு உருவாக்கப்பட்ட தொல்நகரங்களில் ஒன்று என்ற புகழ் இதற்குண்டு. ஜெய்ப்பூரைச் சுற்றிலும் அரைப்பாலைவன நிலம் இருந்தது. இன்று நவீன நீராதார வசதிகளால் கணிசமான நிலம் வேளாண்மைக்குள் வந்துள்ளது.

பளிங்குக்கல் வணிகத்தால் ராஜஸ்தானின் பொருளியல் நிலை உயர்ந்திருப்பதை ஜெய்ப்பூரைப் பார்த்தால் அறிந்து கொள்ளலாம். சென்ற சில வருடங்களில் கட்டடங்களும் வாகனங்களும் செறிந்து, வெடிக்கும் நிலையில் உள்ளது ஜெய்ப்பூர். சுற்றுலாத்தலம் என்று புகழ். நிறையப் பயணிகள் வருகிறார்கள். ஆனால் எந்தச் சுற்றுலாத் தலத்துக்கும் வாகனப்புகையில் மூச்சுத்திணறாமல் செல்ல முடியாது. காரில் சென்றால் வளையத்தைத் திருப்பியே கை ஓய்ந்துவிடும். கைடுகள் பின்னால் வந்து கத்திக் கூச்சலிட்டு விடாமல் தொந்தரவு செய்கிறார்கள். சுற்றுலாப் பயணிகளுக்காகவே உருவாக்கப்பட்ட ஒரு தனி நரகம் எனச் சொல்லலாம்.

ஜெய்ப்பூர் சிவப்பு நகரம் என அழைக்கப்படுகிறது. சுடுமண் நிறமுள்ள செந்நிறமான கற்களால் கட்டப்பட்டது இந்தக் கோட்டையும் அரண்மனையும். 1876ல் விக்டோரியா மகாராணி ஜெய்ப்பூர் வந்ததை ஒட்டி இந்த நகரில் உள்ள பிற கட்டடங்களை ஜெய்ப்பூர் மன்னர் சிவப்பு வண்ணம் பூசச்செய்ததால் மொத்த நகரமே சிவப்பாக ஆக்கப் பட்டது. ஜெய்ப்பூர் பற்றிய சுற்றுலா விளம்பரங்களில் அது சிவப்பு நகரம் என்பதே முக்கியமான அடையாளமாகச் சொல்லப்படுகிறது.

ஜெய்ப்பூர் புராதனமான மத்ஸ்யா அரசவம்சத்தால் ஆளப்பட்ட நிலப்பகுதி. 1727ல் தான் ஜெய்ப்பூர் நகரம் மகாராஜா இரண்டாம் சவாய் ஜெய் சிங் அவர்களால் உருவாக்கப்பட்டது. அருகே உள்ள அம்பர் தான் அவரது தலைநகரமாக அப்போது இருந்தது. அம்பர் இன்னும் பாலைவனத்துக்குள் இருந்தமையால் கொஞ்சம் நீர்வசதி உள்ள இடத்துக்கு மாற மன்னர் முடிவெடுத்தார். ஜெய்ப்பூர் இன்றிருக்கும்

இடத்தில் ஓர் இயற்கை ஏரி இருந்தது. அந்த ஏரியை விரிவாக்கம் செய்து கரைகள் கட்டி அதனருகே இந்தக் கோட்டையையும் அரண்மனை யையும் அமைத்தார்.

ஜெய்ப்பூர் வித்யாதர் பட்டாச்சாரியா என்ற அமைச்சரின் திட்டப்படி கட்டப்பட்டது என்கிறது வரலாறு. வங்காளத்தைச் சேர்ந்தவரான வித்யாதர் பட்டாச்சாரியா மன்னரின் நிதிச்செயலாளராக இருந்தார். வாஸ்து சாஸ்திர நிபுணரான வித்யாதர் பட்டாச்சாரியாதான் ஜெய்ப்பூருக்கு இன்றுள்ள அமைப்பை அளித்தார் எனச் சொல்லப் படுகிறது.

நான்கு வருடம் இந்த நகரத்தை நிர்மாணிக்கும் பணி நடைபெற்றது. பொதுவாக காசி போன்ற நகரங்கள் போலக் கட்டுப்பாடில்லாமல் அடர்ந்த சந்து பொந்துகள் இல்லாமல் இந்த நகரம் அழகான கம்பீரமான கட்டடங்களின் வரிசையாக உள்ளது. கோட்டைக்குள் உள்ள நகரம் மட்டுமே பழைய ஜெய்ப்பூர். கோட்டைக்கு வெளியே தொடர்ந்து பற்பல கி.மீ.தூரத்துக்கு ஜெய்ப்பூர் வளர்ந்து விரிந்து கொண்டே செல்கிறது.

செந்நிறமான ராஜஸ்தான் பாணிக் கட்டடங்களும் அகலமான நேரான தெருக்களும் கொண்ட நகரின் கோட்டை நடுப்பகுதி ஒரு தொன்ம நகருக்குள் வந்துவிட்ட உணர்வை உருவாக்குவது. ஆனால் கட்டுப் பாடில்லாமல் வளரவிடப்பட்ட கட்டடங்களும் நவீன விளம்பரங் களும் அந்த உணர்வைச் சிதைக்கின்றன. சுற்றுலா எந்த அளவுக்குச்

ஹவா மஹல், ஜெய்ப்பூர்

செல்வம் கொழிக்கும் தொழில் எனத் தெரியாத காலகட்டத்தில் இதெல்லாம் நடந்துவிட்டிருக்கிறது. இன்றுகூட இந்தப் புராதன சிவப்பு நகரத்தை அதைச்சுற்றியுள்ள நாகரிக மலினங்களில் இருந்து மீட்டு எடுக்க முடியும், அது பெரும் முதலீடாகவே அமையும். அரசியல் வழிகாட்டலும் மன உறுதியும் மட்டுமே தேவை.

ஜெய்ப்பூரின் முக்கியமான அடையாளமாக விளம்பரங்களில் நாம் பார்ப்பது ஹவா மஹல் என்ற செந்நிறமான உயரமான கட்டடம். ஏராளமான சிறிய சிகரங்களால் ஆனது இது. எண்பத்தாறில் ஜெய்ப்பூருக்கு நான் வந்தபோது ஓர் அழகிய திறந்த வெளி போன்ற சாலையின் ஓரம் அது இருந்ததாக நினைவு. இன்று ஓலமிடும் வண்டிகள் முட்டி உரசி நிற்கும் பரபரப்பான சாலையோரமாக நிற்கிறது. அந்தக் கட்டடத்தை ஏறிட்டுப்பார்க்கவே அங்கே வசதி இல்லை. உள்ளே சென்றோம். வெற்று அறைகள். ‘காமிரா என்ற சாதனம் இல்லாவிட்டால் இந்த மக்கள் இங்கே வரவே மாட்டார்கள்’ என்றார் கிருஷ்ணன்.

சுற்றிவந்து ஜந்தர் மந்தர் என்ற புராதனமான வானாய்வகத்தைக் காணச் சென்றோம். உலகில் உள்ள தொன்மையான வானாய்வகங்களில் இதுவே பெரியது என்று சொல்லப்படுகிறது. சூரிய, சந்திர ஒளியின் சாய்வைப் பயன்படுத்தி கோளங்களின் அளவையும் சுழற்சியையும் அளவிடப் பயன்படுத்தப்பட்ட கருவிகளின் கூடம். கருவிகள் என்னும் போது நம் மனதில் வரும் சித்திரம் கையளவுள்ள பொருட்கள் என்பது

ஜந்தர் மந்தர் என்ற புராதனமான வானாய்வகம், ஜெய்ப்பூர்

தான். இங்கே ஒவ்வொரு கருவியும் ஒரு கட்டட அளவில் கட்டப் பட்டுள்ளது. 1727 முதல் 1734 வரை ஜெய்ப்பூர் மன்னரான இரண்டாம் ஜெய்சிங் பல இடங்களில் இத்தகைய வானாய்வு நிலையங்களை உருவாக்கினார். அவற்றில் இதுவே பெரியது.

இங்குள்ள கருவிகளில் பெரும்பாலானவை நிழல்களை அளவிடக் கூடியவை. 90 அடி உயரமான ஒரு நிழல்கடிகாரம் இங்குள்ளவற்றில் மிகப்பெரியது. ஒரு ஆய்வுக்கூடத்துக்குள் நுழைந்துவிட்ட எறும்பு போல நம்மை உணரச்செய்வது இந்த இடம்.

எனக்குப் பொதுவாக இந்தக் கணித விஷயங்கள் கொஞ்சம் கூட மூளையில் ஏறுவதில்லை. ஆகவே நான் எதற்கும் மெனக்கெட வில்லை. நண்பர்கள் நிழல் மூலம் காலக்கணிப்பைப் பார்த்துக் கடிகாரத்துடன் ஒப்பிட்டார்கள். இந்திய தரப்படுத்தப்பட்ட நேரத்துக்கு 43 நிமிடங்கள் தாமதமானது ஜெய்ப்பூரில் சூரியன் நிகழ்த்தும் நேரம். 1901ஆம் ஆண்டு முழுவதுமாக மறு சீரமைக்கப்பட்ட ஜந்தர் மந்தர் 1948ஆம் ஆண்டு ஒரு தேசிய நினைவுச் சின்னமாக அறிவிக்கப்பட்டது.

ஜந்தர் மந்தரில் இருந்து ஜல்மஹல் என்று அழைக்கப்பட்ட ஏரி அரண்மனையைக் காணச் சென்றோம். ஜெய்சிங்கால் அமைக்கப் பட்டது இந்த அரண்மனை. ஒரு பெரிய ஏரிக்குள் இருக்கிறது. அப்பகுதியின் சந்தடியும் குப்பைகளும் புகையும் வணிகர்களும் சேர்ந்து பத்து நிமிடத்துக்கு மேல் அங்கே நிற்கமுடியாதபடி செய்தனர். உடனே கிளம்பிவிட்டோம். இன்னொரு முறை ஜெய்ப்பூர் வருவேனா என்றால் மாட்டேன் என்றுதான் சொல்வேன்.

காரில் சென்றுகொண்டிருக்கும்போது சொன்னேன், இப்போது நாம் பார்க்கும் இந்த ஊர்களும் இவற்றின் அழகும் எல்லாம் இன்னும் பதினைந்து வருடம் கழித்து வந்தால் இருக்கும் என்று சொல்ல முடியாது. அழகுணர்ச்சியும் வரலாற்றுணர்ச்சியும் அற்ற ஆட்சியாளர் களாலும் பாமர மக்களாலும் அழிக்கப்பட்டுக்கொண்டே இருக்கும் நாடு இது.

- 28 -

சவாய்மாதோப்பூர், ரண்தம்போர்

இந்தப்பயணத்தில் நான் செய்த முக்கியமான விடுதல் என்பது சப்பாத்துகள்தான். கால்களுக்கு வெறும் செருப்பணிந்த ஒருவரை கட்சிலும் ராஜஸ்தானிலும் பார்ப்பது மிக அரிது. பிச்சைக்காரர்கள்கூட கிழிந்துபோன பழைய சப்பாத்துகளைத்தான் அணிந்திருக்கிறார்கள். அதற்கான காரணத்தை அங்கே சென்றபின்னர்தான் உணர்ந்தோம்.

வெறும்செருப்பு அணிந்திருப்பதனால் கால்கள் வரிவரியாக வெடித்து விட்டன. குதிகால்கள் கத்தியால் கீறப்பட்டவை போல இருந்தன. காலையில் கழிப்பறை சென்றதும் கால்களை வெந்நீரில் கொஞ்சநேரம் வைத்து எடுத்தால்தான் நடக்க முடியும். இந்தப் பாடத்தை இனிமேல் எந்தப்பயணத்திலும் மறக்கக்கூடாதென நினைத்துக் கொண்டேன்.

ஆனால் என் முந்தைய பயணங்கள் எதிலும் நான் சப்பாத்துகள் அணிந்ததில்லை. எனக்குக் கால்களை மூடிவைப்பதே பிடிக்காது. உடல்முழுக்க எதையோ சுற்றிக்கட்டிவைத்த உணர்ச்சி ஏற்படும்.

வெடித்த கால்களைக் கழுவிக்கொண்டிருக்கும்போது சட்டென்று இரவில் கண்ட கனவு நினைவுக்கு வந்தது. கனவல்ல, கனவுத்தொகை. இந்தப்பயணத்தில் என்றெல்லாம் கொஞ்சம் முன்னாலேயே தூங்கி விடுகிறேனோ அன்றெல்லாம் கனவுகள்தான். நேற்று ஒன்பது மணிக்கே படுத்துவிட்டேன். கனவில் நான் வரிசையாகப் பாதங்களுக்கு மலரிட்டு வழிபட்டபடியே வருகிறேன். பாதங்கள் மட்டும், மனிதர்கள் இல்லை. புகைக்குள் மறைந்தவர்கள்போல. அப்படிச்சொல்ல முடியாது, அவர்களைப் பார்க்கமுடியவில்லை, அவ்வளவுதான்.

ஒரு மெல்லிய சிலிர்ப்புடன் நினைவுகூர்ந்தேன், அவை எல்லாமே நித்ய சைதன்ய யதியின் பாதங்கள். அவை கனத்த முரட்டுப்பாதங்கள். நான் எத்தனையோ முறை அந்தப்பாதங்களைத் தொட்டு

வணங்கியிருக்கிறேன். அப்போது அவரது பாதங்களைப் பார்ப்பது ஒரு மனக்கிளர்ச்சியை உருவாக்கும். நம் மரபில் பாதங்கள் ஒரு பெரும் குறியீடு. மாணவன் குருவின் முன் தன்னுடைய எல்லா அகங்காரங் களையும் கழற்றிவைத்துச் சரணடைவதன் அடையாளம் அடிபணிவது. அடியேன் அடியவர் என்ற சொல்லாட்சிகள் அவ்வாறு உருவான வையே. அத்துடன் அவை குரு நடந்து கடந்த தொலைவுகளின் அடையாளங்களும் கூட.

இதை ஓர் அடிமைமனநிலை என்று சொல்லத்தான் எனக்கு சுந்தர ராமசாமி கற்பித்திருந்தார். அவர் எனக்களித்த வலுவான புறவயத் தருக்கம் எப்போதும் என்னிடம் உள்ளது. உண்மையில் இது ஓர் அடிமை மனநிலையேதான். அடிமை என்ற மனநிலையே அடி என்பதில் இருந்து வந்ததுதான். ஆனால் சுதந்திரத்துக்கு ஒரு மதிப்பிருப்பது போலவே அடிமைத்தனத்துக்கும் ஓர் மதிப்புண்டு. அதுவும் ஒரு ஆதாரமான மானுட மனநிலையே. குறிப்பாக அறிவுத்தளத்தில். சொல்லப்போனால் சுதந்திரமாக இல்லாதவன் நல்ல அடிமை அல்ல, அடிமையாக இருப்பதற்கான முடிவை அவன் எடுப்பதற்கே சுதந்திரம் தேவை அல்லவா? அடிமைத்தனமும் சுதந்திரமும் ஒன்றை ஒன்று சமன்செய்யும் இரு ஆதார விசைகள்.

அடிமைத்தனம் என்பது பரிபூரணமான ஒப்புக்கொடுத்தல். சொல்லும் போது அது எளிதாக இருக்கிறது, உண்மையில் அது சாதாரண மானதல்ல. நம் ஆளுமையில் எப்போதுமே எச்சரிக்கை உணர்வும் எதிர்ப்புணர்வும் இருக்கிறது. அது நமக்கு இயற்கை அளித்த கொடை. நம் பாதுகாப்புக்காக, நம்முடைய உயிர்வாழ்தலுக்காக உள்ள ஆதார உணர்ச்சி அது. திசைப்பிரக்ஞை போல. அதை இழப்பதென்பது இயல்பாக நிகழாது. திட்டமிட்டு, பயின்று, உளப்பூர்வமாக மெல்ல மெல்ல நாம் நம்மிடமிருந்து அவற்றைக் கரைத்தழிக்கவேண்டும். அதன்பின்னரே உண்மையான ஒப்புக்கொடுத்தல் நிகழமுடியும்.

அது நிகழ்ந்தபின்னர் நாம் ஒன்றை உணர்வோம், ஒப்புக்கொடுத்தல் என்பது ஒரு பிரமாண்டமான சுதந்திரத்தை அளிக்கிறது. நாம் எப்போதும் சுமந்தலையும் நம் சுயத்தை, நம் ஆளுமை என்ற பாரத்தை நம்மிடமிருந்து நாம் இறக்கிவைத்து இலகுவாகிறோம். பறக்க ஆரம்பிக்கிறோம். இந்த அடிமைத்தனத்தை, அதன் சுதந்திரத்தை நாம் மீண்டும் மீண்டும் ஆழ்வார், நாயன்மார் பாடல்களில் காண்கிறோம். அவை அடிமையின் பெரும் சுதந்திரத்தின் களிப்புக்கொண்டாடல்கள்.

என் வரையில் நித்யாவிடம் என் ஒப்புக்கொடுத்தல் எனக்கென்ன அளித்தது? நான் மட்டுமே சொல்லிக்கொள்ளக்கூடிய, அல்லது அந்த அளவுக்கு என்னருகே வந்த இன்னொருவரிடம் சொல்லக்கூடிய பல விஷயங்கள் உண்டு. புறவயமாக ஒன்றைச் சொல்கிறேன். நித்யா அளவுக்கு எந்த மனிதரையும் நான் கவனித்ததில்லை. நித்யாவின்

ஒவ்வொரு சொல்லையும் ஒவ்வொரு பாவனையையும் நான் முற்றாக உள்வாங்கியிருக்கிறேன். அவரது அத்தனை நூல்களையும் கற்றிருக்கிறேன். இருபதாண்டுகளாக அவரை ஒவ்வொரு நாளும் எண்ணிக்கொண்டிருக்கிறேன். படிப்பவர்களுக்குத் தெரியும், பலமணிநேரம் படித்தாலும் சில நிமிடங்கள்தான் ஆழ்ந்த கவனம் நிலைக்கிறது என. அது முத்துச்சிப்பி திறக்கும் கணம். அப்போது உள்ளே செல்வதுதான் நம்மில் நம் உறுப்பாக வளர்கிறது.

நித்யாவுடன் நான் இருந்த எல்லா நாட்களும் எல்லாக் கணங்களும் அத்தகைய உச்சகணங்களால் ஆனவை. அந்த அளவுக்கு ஒரு கல்வி வேறெப்போதுமே சாத்தியமல்ல. நான் என் வாழ்நாளில் ஒட்டுமொத்தமாகப் படித்த எல்லா நூல்களும் எல்லாக் கல்வியும் அத்தனை பயணங்களும் அத்தனை அனுபவங்களும் அளித்த அறிதல்களைவிட நித்யாவுடன் இருந்த நாட்கள் அளித்த அறிதல் அதிகம். அது உச்சகட்டக்கல்வி மட்டுமே நிகழ்ந்த தருணங்களின் மணியாரம். பெருகிக்கொட்டும் அருவியை துளி சிந்தாமல் நான் முழுக்க உள்வாங்கிக்கொண்டேன். அது சாத்தியமானது அந்த அர்ப்பணிப்பால் தான். அது என் வாழ்க்கையை வெற்றிபெறச்செய்தது என இப்போது உணர்கிறேன். குருவுக்குப் பாத வணக்கம்.

இந்த சமணத்தலங்கள் முழுக்க அருகர்களின் பாதத்தடங்களைக் கல்லில் பொறித்து வைத்திருக்கிறார்கள். பல பாதத்தடங்கள் இரண்டாயிரம் வருடப்பழக்கம் கொண்டவை. சில பாதத்தடங்களுக்கு அவற்றுக்குரியவர்களின் பெயரடையாளம் உள்ளது. பெரும்பாலானவற்றுக்கு இல்லை. அப்பாதங்கள் சென்ற தொலைவுகளே முக்கியம், அவர்கள் அல்ல. அத்தனை பாதங்களும் நித்யாவின் பாதங்களாகத் தெரிகின்றன. அத்தனை பாதங்கள் வழியாகவும் நடந்தது ஒரே பயணம். இந்தியா ஒரு ஆசிரியப்பெருங்கடல் என்றார் ஓ.வி.விஜயன் அவரது குருசாகரம் என்ற நாவலில். சாகரம் ஒன்று, அலைகள் தனிமனிதர்களாக வருகின்றன. குருநாதர்கள் தோன்றிக்கொண்டே இருக்கும் இந்த மண்ணுக்கும் வணக்கம்.

இன்று காலை கிளம்பி அருகே உள்ள ரண்தம்போர் புலிகள் சரணாலயத்துக்குச் சென்றோம். நேற்றுதான் சவாய் மாதோப்பூர் வந்தோம். அங்கே தங்கலாம்தான், ஆனால் நாங்கள் பார்க்கவேண்டிய புராதனச் சமண ஆலயம் ரண்தம்போர் கோட்டைக்குள்தான் இருந்தது. ஆகவே சரணாலய வழியில் எங்காவது தங்கலாமென இந்த ஓட்டலைத் தேர்ந்தெடுத்தோம். காலையில் எழுந்து ஏழுமணிக்கெல்லாம் ரண்தம்போர் காட்டுக்குள் சென்றுவிட்டோம்.

ராஜஸ்தானில் உள்ள மிகப்பெரிய வனச்சரணாலயம் இதுதான். வறண்ட நிலத்தில் ஓடும் பனஸ், சம்பல் என்னும் இரு ஆறுகளினால்

உருவான காடு. நான்கு பக்கமும் பெரிய மலைகள், நடுநடுவே மணல் குன்றுகள். பெரும்பாலும் குட்டை மரங்கள். ஓடைகளை ஒட்டி பெரிய மரங்கள் வளர்ந்துள்ளன. சடைத்திரிகள் போல கொடிகள் இழிந்த பெருமரங்கள் முழுக்க குரங்குகள்.

காடுமுழுக்க மயில்கள் கூட்டம் கூட்டமாக உலவக்கண்டோம். நீல நிறக்கழுத்துள்ளவை, பச்சை நிறக்கழுத்துள்ளவை. மரங்களில் ஏறி அமர்ந்த மயில்கள் பூக்கொய்யும் பெண்கள் போலத் தோன்றுகிறார்கள் என்ற சங்க இலக்கிய வர்ணனை நினைவுக்கு வந்தது. காலை நல்ல குளிராக, ஒளியுடன் பொன்தூசி சுழல சிறுபூச்சிகள் ஒளிர்ந்து மறைய காரைச் சூழ்ந்திருந்தது. நேற்றைய நகரத்தின் அத்தனை மாசுகளையும் எங்கள் நினைவுகளில் இருந்து அருவிபோல அடித்துக்கொட்டிக் கழுவிச்சென்றது புலரி.

ரண்தம்போரின் பழைய பெயர் ராணாஸ்தம்பபுரா. ராணாவின் வெற்றித்தூண் இருந்த ஊர் எனப் பொருள். முதலாம் பிருத்விராஜ் சௌகான் காலம் முதல் இந்த ஊர் சமணர்களின் முக்கியமான தலமாக உள்ளது. 12 ஆம் நூற்றாண்டில் வாழ்ந்த சித்தசேனசூரி என்ற சமண முனிவர் இந்த ஊரை அவரது ஜினஸ்தலமாலிகா என்ற நூலில் சமணர்களின் முக்கியமான புனிதத்தலமாகக் குறிப்பிட்டிருக்கிறார்.

இந்தக் கோட்டை கி.பி. 944ல் நகில் ஜாட்களால் கட்டப்பட்டது. நகில் ஜாட் சாதியினர் நாகவன்ஷி என்ற மன்னரின் வம்சத்தைச் சேர்ந்தவர்கள். தொன்மையான நாகர்குலத்தவர். அவர்களில் ராஜா சஜ்ராஜ் சிங் நகில் முக்கியமானவர். நகில் ஜாட்டுகள் சந்திரகுப்த மௌரியர் காலத்திலேயே அவரது சிற்றரசர்களாக இப்பகுதியை ஆண்டுவந்திருக்கிறார்கள். அவர்களுக்கு சந்திரகுப்த மௌரியர் அளித்த ஒரு கொடையைப் பற்றி அவரது கல்வெட்டு அடங்கிய நினைவுத்தூண் ஒன்று இங்கே கண்டடையப்பட்டுள்ளது.

நீண்டபுகழுடன் இக்கோட்டை நெடுங்காலம் இருந்தது. ராஜபுத்திர மன்னரான பிருத்விராஜ் சௌகான் இந்தக் கோட்டையைக் கைப்பற்றி ஆண்டார். 1192ல் அவரிடமிருந்து முகம்மது கோரி இக்கோட்டையைக் கைப்பற்றினார். சௌகான் காடுகளில் ஒளிந்துகொண்டு போராடினார். மீண்டும் அவர் கோட்டையைக் கைப்பற்றிக்கொண்டார்.

டெல்லி சுல்தான் இல்டுமிஷ் 1226ல் மீண்டும் கோட்டையைத்தாக்கித் தோற கடித்தார். அவரிடமிருந்து மீண்டும் சௌகான்களால் கோட்டை கைப்பற்றப் பட்டது. தொடர்ந்து டெல்லி சுல்தான்கள் இக்கோட்டையைக் கைப்பற்றப் போராடிக்கொண்டே இருந்தனர். ஏனென்றால் இது ராஜஸ்தானின் வளமான பல நிலப்பரப்புகள் மீது ஆதிக்கம் செலுத்தும் கோட்டையாக இருந்தது. சுல்தான்கள் கோட்டையைப் பலமுறை கைப்பற்றியபோதும்

கைவசம் வைத்திருக்க முடியவில்லை, கோட்டையைச் சுற்றியிருந்த காடும் அதைச்சுற்றிய பாலைவனமும்தான் காரணம்.

கடைசியாக ஒரு முக்கியமான நிகழ்வு கோட்டையின் தலையெழுத்தை மாற்றியமைத்தது. 1299ல் கோட்டையை ஆண்ட முதலாம் ஹமீர் தேவ் என்ற மன்னர் அலாவுதீன் கில்ஜியின் தளகர்த்தரான முகம்மது ஷா என்பவருக்கு அடைக்கலம் கொடுத்தார். முகமது ஷா அலாவுதீன் கில்ஜியின் நெருக்கமான உறவினர். அலாவுதீன் கில்ஜியின் ஏராளமான அந்தப்புரப் பெண்களில் இளம் பெண் ஒருத்தி இருந்தாள். அவளுக்கும் இளைஞரான முகமது ஷாவுக்கும் காதல் ஏற்பட்டது. அது அலாவுதீன் கில்ஜிக்குத் தெரிந்ததும் அவர் சினம் கொண்டு அவர்களைக் கொல்ல ஆணையிட்டார். காதலர்கள் தப்பி பல ஊர்களில் அபயம் தேடி அலைந்தார்கள். அலாவுதீன் கில்ஜிக்கு அஞ்சிய மன்னர்கள் எவரும் அவர்களைக் காப்பாற்ற முன்வரவில்லை.

கடைசியாக அவர்கள் ஹமீர் தேவ் அரசவைக்கு வந்தனர். அவரிடம் அடைக்கலம் கோரினார்கள். தன்னை நம்பி வந்தவர்களைக் கைவிடுவது ராஜபுத்திர வீரமல்ல என்று எண்ணிய ஹமீர்தேவ் அவர்களுக்கு அபயம் கொடுத்தார். அலாவுதீன் கில்ஜி தூதர்களை அனுப்பி எச்சரித்தாலும் அவர் அபயம் கொடுத்தவர்களைக் கைவிடத் தயாராகவில்லை. பெரும் படையுடன் தானே தலைமை தாங்கி தெற்கே வந்த அலாவுதீன் கில்ஜி ஒரு வருடம் முற்றுகையிட்டு கோட்டையைக் கைப்பற்றினார்.

ஹமீர் தேவ் சௌகான் கொல்லப்பட்டார். முகமது ஷா சிறைப் பிடிக்கப்பட்டு அலாவுதீன் கில்ஜி முன் கொண்டு வரப்பட்டார். 'உனது கடைசி ஆசை என்ன?' என்று கேட்டார். 'உன்னைக் கொன்றுவிட்டு ஹமீர் தேவின் மகனை அரசனாக்குவதுதான்' என்று அவர் பதில் சொன்னார். முகமது ஷாவும் அவர் காதலியும் கழுவேற்றிக் கொல்லப் பட்டு கோட்டைவாசலில் தொங்கவிடப்பட்டார்கள்.

ராணா கும்பாவாலும் ராணா பிரதாப் சிங்காலும் கைப்பற்றப்பட்ட இக்கோட்டை கடைசியாக ஜெய்ப்பூர் சமஸ்தானத்துடன் இருந்தது. 1955ல் இந்தப் பகுதி பாதுகாக்கப்பட்ட காடாக அறிவிக்கப்பட்டது. 1973ல் அருகே உள்ள பிற வனப்பகுதிகள் இணைக்கப்பட்டு புலிகள் சரணாலயமாக அறிவிக்கப்பட்டது.

இந்தச் சரணாலயத்துக்குள் உருவாக்கப்பட்ட ஐம்பதுக்கும் மேற்பட்ட சிறிய ஏரிகளால்தான் இது விலங்குகள் வாழ்விடமாக நீடிக்கிறது. கோடைகாலத்தில் மலைஊற்றுகள் வற்றும்போது இந்த ஏரிக் கரைகளில் தங்கி மிருகங்களைப் பார்க்க வாய்ப்பு இருப்பதனால் கோடைகாலமே இங்கே அதிகமாகப் பயணிகள் வரும் காலகட்டம்.

ரண்தம்போர் காட்டுக்குள் இருக்கிறது ரண்தம்போர் கோட்டை. மலையுச்சியில் கல்கிரீடம் போலத் தெரிய ஆரம்பிக்கும் இந்தக்

கோட்டையைப்பார்ப்பது மன எழுச்சியூட்டும் அனுபவம். பத்தாம் நூற்றாண்டில் கட்டப்பட்ட இக்கோட்டை 700 அடி உயரத்தில் மலையுச்சியில் உள்ளது. சிவந்த பாறைக்கல்லால் கட்டப்பட்டது. காலை நேரத்தில் அந்தப் புராதனமான, கைவிடப்பட்ட கோட்டையின் அகல மான கற்படிகளில் ஏறிச்செல்வது இறந்த காலத்தின் குகைக்குள் இறங்கி மூழ்கிச்செல்வதுபோல தோன்றச்செய்தது. ஓங்கிய கோட்டைச்சுவர்கள் மேல் அந்தரத்தில் மிதந்து நிற்பதுபோல கண்காணிப்பு உப்பரிகைகள்.

பெரும்பாலான கோட்டைகள் மன்னராட்சிக்காலத்தில் உள்ளூர்க் காவலர்களின் பொறுப்புக்கு விடப்பட்டிருக்கும். அவர்கள்தான் ஊரை நன்கறிந்தவர்களாக இருப்பார்கள். அவர்கள் தங்கள் சாமிகளை அங்கே நிறுவி வழிபட்டுவருவார்கள். இந்த ஊரில் கணிசமான கோயில்களில் அம்பாதேவி, காளி, சாமுண்டி, அனுமான் போன்ற தெய்வங்கள் கோட்டை முகப்பில் நிறுவப்பட்டிருக்கும். ரண்தம்போர் கோட்டை வாசலில் உருண்டைத் தலை மட்டுமேயான ஒரு தெய்வம் பிரதிஷ்டை செய்யப்பட்டிருந்தது. அந்த தெய்வத்தை கும்பல்கர் கோட்டையிலும் பார்த்தேன். ஒரு ராஜஸ்தானிய நாட்டுப்புற தெய்வம்.

கும்பல்கர் கோட்டையில் முழுக்க செந்தூரம் பூசப்பட்டு இருந்த சிலை இன்னும் பெரிதாக ஒரு வெறும் முகம் மட்டுமாக இங்கே இருந்தது. நம்மூர் ரேணுகாதேவி சிலை நினைவுக்கு வந்தது, பெரும்பாலும் அது தலைமட்டுமேயாக நிறுவப்பட்டிருக்கும். பழங்குடிச்சிலைகளில் சில பொது அம்சங்களை நான் அவதானித்திருக்கிறேன். அவை - ஒன்று, படுக்க வைக்கப்பட்டிருக்கும் அல்லது தலை மட்டுமாக இருக்கும் அல்லது புடைப்புச்சிலையாக இருக்கும். எளிதில் உருவாக்க வசதியான வடிவில் கடவுள் அவர்கள் மனதில் உதிக்கிறார்.

ரண்தம்போர் கோட்டை உச்சியில் ஒரு சமண ஆலயம் உள்ளது. சம்பவ நாதருக்குரியது. அக்கோட்டை கட்டப்பட்ட காலத்திலேயே அக்கோயிலும் அங்கிருந்தது. அக்கோட்டையைக் கட்டிய இந்து மன்னர்கள் சமண வணிகர்களுக்காக அமைத்த ஆலயம் அது. பின்னர் அது அலாவுதீன் கில்ஜியால் இடிக்கப்பட்டது. கோட்டை இஸ்லாமியர் வசம் இருந்தபோது கோயில் இடிந்த நிலையில் இருந்தது. முகலாயர் காலத்தில் ஜெய்ப்பூர் முகலாயர்களுக்குக் கட்டுப்பட்ட சமஸ்தானமான போது கோயில் மீட்டுக் கட்டப்பட்டது. மும்முறை செப்பனிடப்பட்ட கோயிலில் இப்போதும் கொஞ்சம் வேலை நடந்துகொண்டிருக்கிறது.

கோயிலுக்குள் வெண்பளிங்குச் சிலையாக ஆதிநாதர் அமர்ந்திருக்கிறார். சுற்றி உள்ள கோயில் சிற்பவேலைகள் அற்ற சின்னக் கட்டுமானம். அந்தக் குளிரான காலையிலும் சமணர்கள் பத்துப்பதினைந்துபேர் அவர்களின் பூஜையுடையுடன் வந்து அபிஷேகம் செய்து துதிகள் சொல்லி வழிபட்டுக் கொண்டிருந்தார்கள்.

ரண்தம்போர் கோட்டை

ஆதிநாதர் கோயிலருகே இடிந்த நிலையில் ராணியின் மண்டபமும் அமீர் மகால் என்ற அரண்மனைப்பகுதிகளும் உள்ளன. 7கி.மீ. பரப்புள்ள கோட்டை வளாகத்துக்குள் பத்து குளங்களும் ஆலயங்களும் உள்ளன. கோட்டை வளைப்பெங்கும் அரண்மனைகள் இடிந்து கற்குவியல் களாக, குட்டிச்சுவர்களாக நிற்கின்றன. இங்குள்ள கணேசர் ஆலயம் முக்கிய மானது. அதற்குக் காலையிலேயே நிறைய பக்தர்கள் வருகிறார்கள். அவர்களுக்கான சில கடைகளும் உள்ளன. அங்கே டீ குடித்தோம்.

கோட்டை முழுக்கக் குரங்குகள் வெயில்காய்ந்தன. விவேகம் முதிர்ந்த சில முதிய குரங்குகள் மல்லாந்து காலாட்டிக்கொண்டு யோசனையில் மூழ்கியிருந்தன. எப்போதோ பார்த்த ஒரு திரைப்படத்தில் ஒரு கப்பலில் சென்ற அனைவரும் கொல்லப்பட்டபின் காலிக்கப்பலில் குரங்குகள் ஏறி விளையாடும் காட்சி நினைவுக்கு வந்தது. நாகரிகம் கட்டி எழுப்பிய கோட்டை மீண்டும் ஆதி மனிதர்களுக்குக் கையளிக்கப் பட்டது போலத் தோன்றியது.

மதியம் திரும்பி விடுதிக்கு வந்தோம். வரும் வழி முழுக்கக் காடுகளில் மிளாக்கள் நின்றிருந்தன. சில ஆண் மிளாக்கள் காளை அளவு பெரியவை. அவற்றுக்காக இலைகளை முந்தைய நாள் இரவு வெட்டிப் போட்டிருந்திருக்கிறார்கள். அவற்றைத் தின்ன மிளாக்கள் வர மிளாக்களைத் தேடிப் புலிகள் வரும். வனஇரவுலாவுக்காகக் காட்டிலாகாக்காரர்கள் செய்த தந்திரம். அவற்றைத்தான் விடிந்த பின்னரும் மிளாக்கள் தின்றுகொண்டிருந்தன.

கோட்டையையும் காட்டையும் விட்டு வெளியே செல்லும்போது வரலாறும் வனமும் அகத்துக்குள் கலந்து கொந்தளித்தன. எங்கும் நான் இதேபோல ஒரு முக்கியமான வரலாற்றுத்தலம் வனத்தால் அணைத்து நொறுக்கி உண்ணப்படுவதைக் கண்டதில்லை. வரலாறெங்கும் வனநீதியே ஆண்டிருக்கிறது என்பது எப்போதும் முதலில் ஏற்படும் எண்ணம். வரலாறு என்பது வெற்றியாளர்களுக்குச் சொந்தம் என்பதே நமக்கு மேலை வரலாற்றாளர் கற்பிக்கும் பாடம்.

ஆனால் நான் ஹமீர் தேவை வெற்றியாளராக எண்ணுவேன். வெற்றி என்றால் என்ன? அலாவுதீன் கில்ஜி மட்டும் என்ன அடைந்தார்? அவரது கோட்டைகளும் இடிபாடுகளாகவே கிடக்கின்றன. ஹமீர் தேவ் ஒரு மதிப்பீட்டை நிறுவிச்சென்றார். அதை எளிதில் இடிக்க முடியாது. அது இந்தியாவில் என்றும் வாழும்.

சவாய் மாதோப்பூர் நகர் நடுவே பூரண ஆயுததாரியாகக் குதிரைமேல் அமர்ந்திருக்கும் ஹமீர் தேவ் சௌகானின் சிலை ஒரு பெரும் வெற்றியின் அடையாளம் என நினைத்துக்கொண்டேன்.

- 29 -

ஜாலார்பதான்

நேற்று மாலையில் நான்குமணிக்கெல்லாம் ஜாலார்பதான் நகரை வந்தடைந்துவிடலாமென்றுதான் திட்டமிட்டிருந்தோம். சவாய் மாதோப்பூரில் இருந்து ஜாலார்பதான் இருநூற்றைம்பது கி.மீ. தூரம். அதிகம்போனால் ஐந்து மணிநேரம். ஆனால் நாங்கள் ஏழுமணிநேரம் பயணம் செய்ய நேர்ந்தது. இருட்ட ஆரம்பித்த பின்னர்தான் ஜாலார்பதான் ஊருக்குள் நுழைந்தோம்.

வழியில் கோட்டா நகரைத் தாண்டினோம். ராஜஸ்தானின் இப்பகுதி வளமானது. சம்பல் ஆறு, இரு கரையும் நிரம்ப நீர் பெருக்கெடுத்து ஓடிக்கொண்டிருந்தது. பிரமாண்டமான இரு கால்வாய்கள் விளிம்பு தொட்டு நீலநீர் ஓட விரைந்து சுழித்துச் சென்றன. இறங்கிக் குளிக்க முத்துக்கிருஷ்ணன் ஆசைப்பட்டாலும் பயணத்திட்டத்தைச் செறிவாக வைத்துக்கொண்டிருந்தமையால் தவிர்த்துவிட்டோம்.

ஜாலார்பதான் ஒரு நடுத்தர ஊர். ஒரு காலத்தில் இந்த ஊர் ஒரு பெரும் புனிதநகரமாக இருந்திருக்கிறது. ஜால்ராபட்டணம்- மணிகளின் நகர்- என்ற பெயரின் மரூஉதான் இதன் இன்றைய பெயர். சந்திரபாகா என்ற ஆற்றின் கரையில் உள்ளது. சந்திரவாஹினி. நிலவாக ஒழுகிச் செல்பவள்.

நேராக சமண ஆலயத்தை விசாரித்து வந்துசேர்ந்தோம். சாந்திநாதர் ஆலயம் சாலையோரமாக இருந்தது. வெளியே ஒரு பெரிய கல்யாணச் சத்திரம்போல வழவழப்பான பெரிய திண்ணைகளுடன் இருந்தது. ஆனால் உள்ளே மிகப்பெரிய கோயில் இருந்தது. நாங்கள் உள்ளே சென்றபோது ஒரு காவலர் தடுத்தார். பயணிகள் காலை பதினொரு மணி முதல் மாலை ஐந்து மணி வரைக்கும்தான்

அனுமதிக்கப்படுவார்கள் என்றார். எங்கள் பயணத்தைப் பற்றிச் சொன்னபோது அனுமதித்தார்கள்.

சாந்திநாதர் சமண ஆலயம், ஜாலார்பதான்

சிவந்த கற்களால் ஆன நாகர பாணிக் கோயில். நூற்றுக்கணக்கான சிறிய கோபுரங்கள் செண்டு போல குவிந்து உருவான கோபுரம் உயரமானது. உச்சியில் வட்டமான கலசம் போல சிகரம். அடுக்குகள் முழுக்க சிற்ப வேலைப்பாடுகள். சிவப்புக்கல்லின் அழகு முழுமையாகத் தெரியும் கட்டடக்கலை.

அதைப்பார்க்கையில் சிவப்புக்கல் மட்டுமே கோயிலுக்கு உகந்தது என நினைக்கும் மாயையில் இருந்து தப்பவே முடியவில்லை. அந்தி வெளிச்சத்தில் கோயிலின் சிவந்த கோபுர விளிம்புகள் தாமிரத் தாலானவை போல மின்னின. சட்டென்று புதுத்தளிர்விட்ட மாமரம் போல பிரமை அளித்தது ஆலயம்.

கோயிலுக்கு முன்னால் சில ஆண்டுகளுக்கு முன்னால் திருப்பணி செய்திருக்கிறார்கள். இரு பெரிய யானைச்சிலைகளை சுதையில் கட்டி வைத்திருக்கிறார்கள். கோயில் முகப்பில் சீன பகோடாக்களைப் போல ஆஸ்பெஸ்டாசில் ஒரு கூரையும் அமைத்திருக்கிறார்கள். கோயிலின் கலையழகை மறைக்கும் ரசனையில்லாத அமைப்புகள் அவை.

கோயில் அறங்காவலர் வந்து எங்களிடம் பயண விவரங்களைக் கேட்டறிந்தார். தங்குமிடம் பற்றிக் கேட்டோம். பக்கத்தில் தர்மசாலை இருக்கிறது, அங்கே தங்கலாம் என்றார். நாங்கள் தர்மசாலைக்குச் சென்றால் அங்கே இருந்த சின்னப்பையன் அறை மட்டும்தான் இருக்கிறது, மெத்தை ரஜாய் எதுவும் இல்லை என்றான்.

திரும்ப சாந்திநாத் கோயிலுக்கு வந்து அறங்காவலரிடம் சொன்னோம். ''அவன் சின்னப்பையன், தெரியாமல் சொல்லிவிட்டான், அறைக்குள் எல்லாம் இருக்கிறது என்று சொல்லுங்கள், இல்லையேல் ஓட்டலில் என்செலவில் உங்களுக்கு அறை போடுகிறேன்'' என்றார். தேவை யில்லை என்று மீண்டும் தர்மசாலைக்கே வந்தோம். அங்கே பையனின் அப்பா இருந்தார். அவர் எல்லா ஏற்பாடுகளையும் செய்து தந்தார்.

ஒரே அறையில் எல்லாரும் தங்கினோம். தரையில் எட்டு மெத்தைகளை வரிசையாகப்போட்டுப் படுத்தோம். நான் கட்டுரை எழுதினேன். குளிர்ந்த நீரில் குளித்தாகவேண்டும். காலையில் குளிப்பதைவிட மாலையில் குளிக்கலாம் எனச் சென்று கண்ணைமூடிக் கொண்டு குளித்துவிட்டேன்.

எப்படியும் குளிக்கும் எண்ணம் இல்லாத நண்பர்கள் ஓர் இரவுநடை சென்று வந்தனர். செல்லும் வழியில் சூரியனார் கோயில் இருப்பதாகச் சொன்னார்கள். இரவில் சிறந்த விளக்கொளி அமைக்கப் பட்டிருப்பதனால் கோயில் அற்புதமாக இருப்பதாகச் சொன்னார்கள்.

நான் கோயிலைப்பார்க்க விரும்பியமையால் நண்பர்களுடன் மீண்டும் கிளம்பிச்சென்றேன். இரவின் குளிரில் நடந்துசென்றது மனதை நிறைவில் ஆழ்த்தும் அனுபவமாக இருந்தது. கோயில் அருகே சென்றதுமே ஓர் பரவசம் ஏற்பட்டது. மின்னொளியில் பொன்னாலானது போல ஜொலித்தபடி நின்றிருந்தது ஆலயம்.

கலைப்பொருள் ஒன்று நம்மை ஒவ்வொரு முறை தோற்கடிக்கும் போதும் நாம் பெரும் பரவசத்தையே அடைகிறோம். ஜாலார்பதான் எங்கள் திட்டப்படி முக்கியமான ஊர் அல்ல. திரும்பும் வழியில் கோட்டா இருப்பதனால் இந்த ஊரைச் சேர்த்துக்கொள்ளலாமென முடிவெடுத்தோம். ஆனால் எங்கள் மொத்தப் பயணத்திலும் மிகச்சிறந்த ஆலயம் இதுதான். கட்டட அமைப்பில், சிற்ப அமைப்பில், பிரமாண்டத்தில், முழுமையில். என்னை என்னவென்று நினைத்தாய் என்று பாரதமே கண்முன் எழுந்து நிற்பது போலிருந்தது.

இந்தப் பேராலயம் பதம்நாத் மந்திர் என அழைக்கப்படுகிறது. எட்டாம் நூற்றாண்டில் சௌகான் ஆட்சியாளர்களால் கட்டப்பட்ட இந்த ஆலயம் அலாவுதீன் கில்ஜி ஆட்சியில் இடிக்கப்பட்டது. நெடுங்காலம் கைவிடப்பட்டுக் கிடந்தபின்னர் பதினான்காம் நூற்றாண்டில் ஜெய்ப்பூரின் ராஜபுத்திர மன்னர்களால் மீண்டும் கட்டப்பட்டது.

96 அடி உயரமான கோபுரத்துக்கு முன்னால் உள்ள மண்டபம் மேல்பக்கம் இடிந்த நிலையில் இருந்ததை அன்றைய கட்டடக்கலைப் பாணியில் புதுப்பித்திருக்கிறார்கள். முகலாய கட்டடக்கலைப் பாணியில் வளைவான கும்மட்டம் அதே சிவந்த கல்லால் அமைக்கப்பட்டுள்ளது. முகப்பின் இரு சிறிய கோபுரங்களும் முகலாய பாணியில் அமைந்தவை. ராஜபுதன முகலாய பாணிகள் மிக வெற்றி கரமாகக் கலந்து அழகிய கட்டடமாக இன்று இந்த ஆலயம் நகர் நடுவே உள்ளது.

ஏராளமான சிற்பங்கள் மலரின் அல்லியடுக்குகள் போலச் செறிந்த முகமண்டபம் ஒரு மாபெரும் கலைக்கூடம். தோரணவளைவுகள்,

அடுக்குத் தூண்கள், எங்கும் சிற்பம். பலகாலம் கைவிடப்பட்டு மேலே நீர் ஒழுகக் கிடந்தமையால் சிற்பங்கள் மழுங்கியிருக்கின்றன. அதுவும் ஓர் கலையம்சமே எனத் தோன்றியது. காலத்தை அவை நினைவூட்டிக்கொண்டே இருந்தன.

பதம்நாத் மந்திர், ஜாலார்பதான்

இவ்வாலயத்தின் சுற்றுச் சுவர்களை இந்தியாவின் முக்கியமான கலைக்கூடம் என்றே சொல்ல வேண்டும். பேரழகு கொண்ட சிற்பங்கள். பூமாதேவியை ஏந்திய பூவராகன் சிலை, மடியில் சரஸ்வதியை ஏந்திய பிரம்மனின் சிலை, சித்தி தேவியுடன் அமர்ந்திருக்கும் விநாயகர் சிலை, இரு கரங்களிலும் சக்கரங்களுடன் நிற்கும் சூரியன் சிலை என ஒவ்வொரு சிலையும் ஒரு பெரும் படைப்பு.

நரசிம்மர் சிலை, பதம்நாத் மந்திர்

ஆனால் என்னைப் பல நிமிட நேரம் பிரமித்து விழிமலர நிற்கச்செய்தது போக நரசிம்மர் சிலை. இத்தகைய சிலைகள் தமிழகத்தில் மிகமிகக் குறைவு. மாயாதேவியைப் புணர்ந்த நிலையில் உக்கிரமாக நிற்கிறார் நரசிம்ம மூர்த்தி. அகோரத் தோற்றம். திறந்த வாயும்

சிலிர்த்த பிடரியும் உந்திய கண்களும் நீண்ட நாக்குமாக அகோரத் தோற்றம். நான்கு தடக்கைகளில் ஒரு கை மாயையின் தலைக்கொண்டையைப் பற்றியிருக்கிறது. இன்னொரு கை அவள் கையைப் பிடித்திருக்கிறது. ஒரு கை அவளை அணைத்திருக்க இன்னொருகை ஒருமை முத்திரை காட்டுகிறது.

மாயாதேவி என்பது மாயையின் பெண்ணுருவம். மாயையைப் பெண்ணாக உருவகிப்பது எல்லா இந்து மத மரபுகளிலும் வழக்கமே. மாயை என்றால் நாம் ஐம்புலன்களாலும் உள்ளத்தாலும் அறிவாலும் அறியும் இந்த ஒட்டுமொத்தப் பிரபஞ்சக்காட்சியேதான். அது பேரழகு கொண்டது. முடிவிலாத ஜாலங்களுடன் நம்மை அதனுள் மயக்கி அணைத்து வைத்திருப்பது. மயக்குவதனால் அது மாயை.

அத்வைத மரபு மாயையை பிரம்மத்தை ஜீவர்கள் கண்டு மயங்கும் நிலை என உருவகிக்கிறது. அதாவது மாயை பிரம்மத்தை மறைக்கும் திரை. ஆனால் வைணவர்களுக்கு, குறிப்பாக வல்லபாச்சாரியாரின் சுத்தாத்வைத வைணவ மரபைச் சேர்ந்தவர்களுக்கு, மாயையும் பெருமாளின் லீலாவடிவமே. பிரம்மத்தின் ஓர் விளையாட்டு அவள். ஜீவர்கள் பெருமாளை அவரது அதி உக்கிரமான பூரண நிலையில் அறிய முடியாதாகையால் பிரம்மம் தன்னை மாயையாக வெளிப்படுத்துகிறது. அதுவும் பிரம்ம சொரூபமே. அத்வைதிகளைப்போல மாயையைப் பழித்தல் அவர்களுக்கில்லை.

இந்தச் சிலை அகோரப் பேரழகு கொண்ட பிரம்மம், அதி உக்கிரமாக மாயையுடன் கூடிய நிலையில் தன்னைக் காட்டுவதைச் சித்தரிக்கிறது.

சந்திரபாகா ஆற்றின் கரையில் இடிந்த நிலையில் இரு கோயில்கள்

இரண்டும் ஒன்றே என அந்த விரல் முத்திரை சுட்டுகிறது. தத்துவமும் ஆன்மிகமும் கலைவடிவம் கொள்ளும்போதே உச்சகட்ட செவ்வியல் ஆக்கங்கள் உருவாகின்றன. இது அப்படிப்பட்ட பெரும் படைப்பு.

பார்க்கப்பார்க்க ஆழ்மனதுள் நுழைந்து நம் கனவுக்குள் ஞானத்தை நிறைப்பது இந்தச்சிற்பம். வஜ்ரயோகினி என்ற மாயையைப் புணர்ந்த நிலையில் இருக்கும் வஜ்ரதர புத்தர் திபெத்திய வழிபாடுகளில் முக்கியமானவர். பூட்டான் பயணத்தில் கண்ட அச்சிலைகளைப் பற்றி முன்னர் எழுதியிருக்கிறேன். அவற்றை இந்தச் சிலை நினைவூட்டியது.

கோயிலைப் பார்த்தபின்னர் சந்திரபாகா ஆற்றின் கரைக்குச் சென்றோம். அங்கே இரு கோயில்கள் இடிந்த நிலையில் இருந்தன. எஞ்சியிருந்த நாலைந்து சிலைகள் மிக அழகானவை. அருகே உள்ள காளிகாம்பாள் கோயிலுக்குள் சாமுண்டி பத்தடி உயரமான சிலையாகக் கோயில் கொண்டிருந்தாள். எலும்புக்கூடான பேய்த்தோற்றத்தில் கபால மாலையுடன் நிற்கும் அற்புதமான சிலை. முற்றிலும் பின்னப்பட்டு பல துண்டுகளாகச் சிதறிக்கிடந்தது.

சாமுண்டி சிலை,
காளிகாம்பாள் கோவில்

ஜாலார்பதான் தொடர்ந்து அகழ்வு செய்யப்பட்டுவரும் ஒரு ஊர். இங்கே இருபதுக்கும் மேல் கோயில்கள் தோண்டி எடுக்கப்பட்டுள்ளன. பதினொன்றாம் நூற்றாண்டு சுல்தான் படையெடுப்பால் அழிக்கப்பட்டபின் இந்த ஊர் முன்பு போல மீண்டெழவே இல்லை. சூரியர் கோயில் மட்டும் இன்று மீண்டும் முளைத்தெழுந்து பேரெழிலுடன் நின்று கொண்டிருக்கிறது.

- 30 -

நீண்ட பயணம்

ஜாலார்பதானில் இருந்து நேராக சென்னைக்கே திரும்பிவிடுவதாக முடிவெடுத்தோம். முடிந்தவரை நேராக சென்னையைச் சென்றடைவதாக திட்டம். ஆனால் ஒரு மகத்தான பிழை செய்தோம். இரு வழிகள் கண்ணுக்குப்பட்டன. ஒன்று இந்தூர் வழியாக பெங்களூர் வந்து சென்னைக்கு. இன்னொன்று போபால், நாக்பூர் வழியாக ஹைதராபாத். இருவழிகளையும் இணையத்தில் தேடிப்பரிசீலித்தபின் போபால் வழியைத் தேர்வு செய்தோம். போபால் மத்தியப் பிரதேசத்தின் தலைநகரம். அவ்வழியாக நான்குவழிப்பாதை இருக்கும், வேகமாக வந்துவிடலாமென்று நினைத்தோம்.

மாலையில் போபால் வந்து சேர்ந்தபோதுதான் ஒன்று தெரிந்து கொண்டோம், போபால் ஹைதராபாத் பாதை இன்னும் நான்கு வழிப்பாதை ஆகவில்லை. வாஜ்பேயி காலத்திலேயே இந்தூர் பாதை தங்கநாற்கரமாக ஆகிவிட்டது. அந்த ஆட்சி போனபின்னர் வட இந்தியாவில் இந்த நான்குவழிப்பாதை என்பது அப்படியே தேங்கி நிற்கிறது. பெரும்பாலும் அதே போபால் நாக்பூர் வழி நம்மூர் கிராமச்சாலைகளைப் போல் இருந்தது. குண்டுகுழிகள் மண்டிய சிதிலமான பாதை. அதில் லாரிநெரிசல். இடுப்பொடிய மண்டை அடிபட கிணற்றுக்குள் விழுந்துகொண்டே இருப்பது போல அச்சாலையில் வந்தோம். ஒரு மாநிலத்தின் மையமான தேசிய நெடுஞ்சாலை இந்த அளவு கேவலமாக இருக்கும் என்பதைக் கற்பனையே செய்யமுடியாது. மொத்த மத்தியப்பிரதேசத்திலும் டிராக்டர் செல்லக்கூடிய சாலைகள் மட்டுமே இருக்கின்றன. இந்த அளவுக்குப் பொதுவசதிகள் சீரழிந்த இன்னொரு மாநிலம் என்று மேற்கு வங்கத்தை மட்டுமே சொல்ல முடியும்.

போபாலில் இருந்து நாக்பூர் வருவதற்கு நாங்கள் திட்டமிட்டிருந்ததை விட ஐந்து மணிநேரம் அதிகமாகிவிட்டது. அங்கிருந்து ஹைதராபாத் வந்தோம். இரவு முழுக்கப் பயணம். நாங்கள் எங்கள் பயணத் திட்டத்தில் ஒருபோதும் இரவு முழுக்கப் பயணம்செய்யக்கூடாது என்பதை ஒரு விதியாகவே வைத்திருந்தோம். ஆனாலும் வேறு வழியில்லை.

தம்பி பிரசாத் நல்ல ஓட்டுநர், தூக்கம் சலிப்பு எல்லாம் கிடையாது. நாட்கணக்கில் தூங்காமல் லாரியில் சென்ற அனுபவம் உள்ள பையன். என்ன பிரச்சினை என்றால் குத்துப்பாட்டு கேட்பான். செவிதுளைக்கும் தாளம், ஆபாசமான வரிகள். பாலுறவுக்கான ஏக்கம், கோரிக்கை, மன்றாட்டு, பாலுறவு விளக்கம். மொத்தமே அவ்வளவுதான். பாலுறவைப்பற்றிய வர்ணனை இல்லாத குத்துப்பாட்டு உண்டா?

இரவில் கார் வளைந்து வளைந்து வந்து கொண்டே இருந்தது. நாக்பூர் தாண்டி கொஞ்ச தூரம் நல்ல சாலை. பிறகு மீண்டும் உடைசல் சாலை. மீண்டும் கொஞ்சம் நால்வழிச்சாலை. குறைந்தபட்சம் மகாராஷ்டிராவில் சாலைகளைப் போடும் சாயலாவது தெரிகிறது. மத்தியப்பிரதேசம் இந்தியாவில்தான் இருக்கிறதா என பாரதமாதாவின் பக்தர்களான பாரதிய ஜனதா கட்சியினரைத்தான் கேட்கவேண்டும்.

இதுவரை நான் செய்த பயணங்களிலேயே இப்போது செய்து கொண்டிருக்கும் இந்தப் பயணம்தான் நீண்டது. ஜாலார்பதானில் இருந்து ஆரம்பித்து எங்கும் நிற்காமல் தொடர்ச்சியாகப் பயணம். திங்கள் மதியம் நாகர்கோயில் சென்று சேர்வேன் என நினைக்கிறேன். அப்படியென்றால் அது இரண்டு இரவுகளும் மூன்று பகல்களும் தொடர்ச்சியாக, எங்கும் ஓய்வெடுக்காமல் செய்யும் பயணமாக இருக்கும்.

ஜாலார்பதானில் இருந்து நாக்பூர் வரை ஒரு பகல். நாக்பூரில் இருந்து ஹைதராபாத் வரை ஒரு இரவு. ஹைதராபாத் முதல் ஓங்கோல் வரை மீண்டும் ஒரு பகல். சென்னையைச் சென்றடைய இரவு ஒரு மணி ஆகும். அங்கிருந்து மதுரை செல்ல விடிந்து விடும். பகல் முழுக்கச் சென்றால் நாகர்கோயில். கிட்டதட்ட முக்கால்வாசி இந்தியாவைத் தொடர்ச்சியாகக் கீறிக்கடந்து செல்கிறேன். ராஜஸ்தான், மகாராஷ்டிரம், ஆந்திரா, தமிழ்நாடு என நான்கு மாநிலங்கள் வழியாக.

ஒருவகையில் இந்தப்பயணம் ஆச்சரியமானதுதான். சென்ற பத்தாண்டுகளுக்கு முன் இப்படி ஒரு பாய்ச்சலை நிகழ்த்த முடியாது. இப்போது வசதியான கார்கள் வந்துவிட்டன. சாலை வசதிகள் வந்துவிட்டன. ஆனாலும் சமீபத்தில் பல நாடுகளில் செய்த பயணங்களின் அடிப்படையில் பார்த்தால் நம் நாட்டில் சாலைப்போக்குவரத்து வசதிகள் இன்னமும் மிக ஆரம்ப நிலையிலேயே உள்ளன என்பதே

உண்மை. பாரதிய ஜனதா அரசு அதில் கவனம் செலுத்தி பெரும் நிதியையும் ஒதுக்கியது. அதன்பின் வந்த காங்கிரஸ் அரசுகள் அத்திட்டங்களை அந்தரத்திலேயே விட்டு விட்டன.

இன்று நான்குவழிப்பாதைத் திட்டங்கள் ஊழலில், நிர்வாகச் சிக்கல்களில் சிக்கிச் செயலிழந்த நிலையில் கிடக்கின்றன. பல இடங்களில் நான்குவழிப்பாதை வேலைகள் அப்படியப்படியே கைவிடப்பட்டு தூசு மண்டிய பெரும் குழிகள் எஞ்சுகின்றன. போடப் பட்ட நான்குவழிப்பாதைகள் கூட கொஞ்சதூரம் நான்கு வழியாகவும் பின்னர் ஒற்றை வழியாகவும் கொஞ்ச தூரம் குண்டும் குழியுமான மண்பாதையாகவும் கிடக்கின்றன.

உண்மையில் பயணத்தை இந்த அளவுக்குச் சிக்கலானதாக ஆக்குவது கைவிடப்பட்டுக் கிடக்கும் இந்த நாற்கரச்சாலை வேலைகள்தான். மன்மோகன் சிங் அரசின் கையாலாகாத்தனத்துக்கு இந்த சாலைத் திட்டங்களின் தேக்கநிலை அல்லாமல் வேறு உதாரணமே தேவை யில்லை. இந்தியா போன்ற விரிந்து பரந்த ஒரு தேசத்தில் சாலைகளின் முக்கியத்துவத்தை எவரும் உணர்ந்ததாகத் தெரியவில்லை.

காரின் சிறிய ஒரு வட்டத்துக்குள் எட்டுப்பேர் இத்தனை நேரம் இருப்பது சாதாரண அனுபவம் அல்ல. தூங்கி வழிந்தோம். கொஞ்ச நேரம் தீவிர இலக்கிய விவாதம் செய்தோம். கொஞ்சநேரம் பாட்டு கேட்டோம். ஹைதராபாத் நகருக்குள் நுழைவதைத் தவிர்க்கும் நோக்கத்துடன் கூகிள் உதவியுடன் குறுக்கு வழி தேடப்போய் ஏதேதோ பொட்டல்காடுகளில் வழி தவறி அலைந்தோம். புழுதியையும் வெயிலையும் வழிவிட மறுக்கும் லாரிகளை வசைபாடி, நெரிசலான ஆந்திரத் தெருக்கள் வழியாக தூசுமேகங்களை ஊடுருவிச் சென்று கொண்டே இருக்கிறோம்.

மதியம் ஆந்திர ஓட்டல் ஒன்றில் சோறு சாப்பிட்டோம். சோறும் சாம்பாரும் சாப்பிட்டு இரண்டு வாரம் ஆகிறது. சீனு 'சோறுங்கிறது ஒரு உணவில்ல சார், சாமி' என்று பரவசத்துடன் சொன்னார். அருண் மொழியை ஃபோனில் அழைத்து சமையல் மெனுவைச் சொன்னேன். அருண்மொழி நல்ல மலையாளச் சமையல் செய்வாள். சிவப்பு சம்பா அரிசிச் சோறு, காளன், ஓலன், அவியல், துவரன், உப்பேரி, பருப்பு, சாம்பார், ரசத்துடன் ஒரு சாப்பாடு அங்கே தயாராக இருக்கும்.

இந்தியா என்ற அனுபவத்தை அப்படித்தானே கொண்டாட முடியும், சொந்த வீடு போல இனிய இந்தியப்பகுதி வேறு உண்டா என்ன?

www.ingramcontent.com/pod-product-compliance
Lightning Source LLC
LaVergne TN
LVHW060432051026
849518LV00002B/432
* 9 7 8 8 1 8 4 9 3 6 7 9 7 *